AF518905

ഗ്രീൻ ബുക്സ്

നമുക്കും സിനിമയെടുക്കാം

പി.കെ. ഭരതൻ

നോവലിസ്റ്റ്, തിരക്കഥാകൃത്ത്, അധ്യാപകൻ.
1951ൽ തൃശൂർ ജില്ലയിലെ പല്ലിശ്ശേരിയിൽ ജനനം.
കല്പറമ്പ് ബി.വി.എം. ഹൈസ്കൂൾ ഹെഡ്മാസ്റ്റർ,
ഇരിങ്ങാലക്കുട സെന്റ് മേരീസ് ഹയർ സെക്കൻഡറി സ്കൂൾ
പ്രിൻസിപ്പാൾ എന്നീ നിലകളിൽ സേവനമനുഷ്ഠിച്ചു.
പ്രിൻസിപ്പാൾ പദവിയിലിരിക്കെ സർവീസിൽനിന്നും വിരമിച്ചു.
അങ്ങനെ ഒരവധിക്കാലത്ത്, സാക്ഷാൽ ശ്രീമാൻ ചാത്തുണ്ണി
എന്നീ സിനിമകളുടെ തിരക്കഥ രചിച്ചു.
ഏഷ്യാനെറ്റ് സംപ്രേഷണം ചെയ്ത *ഇന്നസെന്റ് കഥകൾക്ക്*
തിരക്കഥയും സംഭാഷണവും തയ്യാറാക്കി.
2004ലെ ദേശീയ അധ്യാപക അവാർഡ് നേടി.
ഇപ്പോൾ ഇരിങ്ങാലക്കുടയിലെ ഉണ്ണായിവാരിയർ
സ്മാരക കലാനിലയം പ്രസിഡണ്ടായി ചുമതല വഹിക്കുന്നു.

കൃതികൾ: അസുരൻ (നോവലെറ്റുകൾ), ശ്രീരാഗം (നോവൽ),
പി.കെ. ഭരതന്റെ കഥകൾ (തിരഞ്ഞെടുത്ത കഥകൾ).

ഭാര്യ: വി.ഡി. ബേബി.
മക്കൾ: വിവേക് ഭരതൻ, വിഷ്ണു ഭരതൻ

വിലാസം: *സ്വരം, മാപ്രാണം, മാടായിക്കോണം പി.ഒ. തൃശൂർ 680 712*
email: pkbharath@yahoo.com

നമുക്കും
സിനിമയെടുക്കാം

പി.കെ. ഭരതൻ

ഗ്രീൻ ബുക്സ്

green books private limited
little road, ayyanthole, thrissur- 680 003
ph: 0487-2361038
website: www.greenbooksindia.com
e-mail: info@greenbooksindia.com

(malayalam)
namukkum cinemayetukkam
(cinema)
by
p.k. bharathan

first published november 2010
reprinted april 2014

cover design : rajesh chalode

branches:
thrissur 0487-2422515
palakkad 0491-2546162
kannur 0497-2763038

isbn : 978-81-8423-177-9

GBPL/322/2010/X003

മുഖക്കുറി

സാഹിത്യത്തിന്റെയും സംഗീതത്തിന്റെയും സയൻസിന്റെയും ടെക്നോളജിയുടെയും സമന്വയമാണ് സിനിമ. പ്രകൃതിയുടെയും സമൂഹത്തിന്റെയും സംസ്ക്കാരത്തിന്റെയും ശിഥില ചിത്രങ്ങൾ സിനിമ നമുക്കു കാണിച്ചു തരുന്നു. മനുഷ്യമനസ്സിനെ കീഴടക്കുകയും ആവേശം കൊള്ളിക്കുകയും ആനന്ദിപ്പിക്കുകയും ചെയ്യുന്ന ഈ മഹനീയ കലാരൂപത്തിന്റെ ചരിത്രത്തെയും വളർച്ചയെയും പുരോഗതിയെയും കുറിക്കുന്ന ഗ്രന്ഥങ്ങൾ നമ്മുടെ ഭാഷയിലുണ്ട്. എന്നാൽ സിനിമ പിറവികൊള്ളുന്നത് എങ്ങനെ, അതിന്നു പിന്നിലെ സാങ്കേതികത എന്ത്, വേണ്ടി വരുന്ന മനുഷ്യപ്രയത്നം എത്രത്തോളം എന്നൊക്കെ ചിന്തിക്കുകയും പ്രതിപാദിക്കുകയും ചെയ്യുന്ന ഒരു പുസ്തകം ഇല്ലെന്നുതന്നെ പറയാം. സ്കൂൾ-കോളേജ് തലങ്ങളിൽ, വിശേഷിച്ച് ഹയർ സെക്കൻഡറി ക്ലാസ്സുകളിൽ സിനിമ പാഠ്യവിഷയമായിട്ടുള്ള ഇക്കാലത്ത് അത്തരമൊരു പഠനഗ്രന്ഥം അനിവാര്യമാണ്. ആ വഴിക്കുള്ള പാഠങ്ങളുടെയും പഠനപാഠനങ്ങളുടെയും ആധികാരികമായൊരു സങ്കലനമാണീ ഗ്രന്ഥം. സാഹിത്യരംഗത്തും സിനിമാരംഗത്തും വിദ്യാഭ്യാസരംഗത്തും ശ്രദ്ധേയമായ സൃഷ്ടികളിലൂടെ സ്വന്തം ഇടം അടയാളപ്പെടുത്തിയ, അധ്യാപകർക്കുള്ള ദേശീയ അവാർഡ് ജേതാവുകൂടിയായ പി.കെ. ഭരതൻമാസ്റ്ററുടെ ഈ രചന സിനിമാരംഗത്തെ നവാഗതർക്ക്, വിശേഷിച്ച് സ്കൂൾ-കോളേജ് വിദ്യാർത്ഥികൾക്ക് നല്ല ഒരു വഴികാട്ടിയാകും.

കൃഷ്ണദാസ്
മാനേജിങ് എഡിറ്റർ

ഫെയ്ഡ് ഇൻ

ഗ്രാമപ്രദേശത്തെ സാമാന്യം ഭേദപ്പെട്ട ഒരു ഹയർ സെക്കണ്ടറി സ്കൂളിന്റെ ദൃശ്യം തെളിഞ്ഞുവരുന്നു. അടുത്തേയ്ക്കെത്തുമ്പോൾ ക്ലാസ്സെടുക്കുന്ന അദ്ധ്യാപകരുടെയും വിദ്യാർത്ഥികളുടെയും കൂടിക്കുഴഞ്ഞ ശബ്ദത്തിന്റെ പ്രത്യേകമായ സ്വരസംഗമം. ഇടയ്ക്കിടെ മുഴങ്ങുന്ന മണിയൊച്ചകൾ. അതിനുശേഷമുണ്ടാകുന്ന രാഗമാറ്റം. അഞ്ചാം ക്ലാസ്സുമുതൽ പന്ത്രണ്ടാം ക്ലാസ്സുവരെയുള്ള കുട്ടികൾ കാഴ്ചവട്ടത്തിലെത്തുമ്പോൾ അനുഭവപ്പെടുന്ന ഉത്സാഹത്തിമിർപ്പിന്റെ ഉന്മേഷത്തിരകൾ.

വരാന്തയിലൂടെ നടന്നുവരുന്ന പ്രകാശ്ബാബു എന്ന അദ്ധ്യാപകൻ. ഇടതുകൈയിൽ ടെക്സ്റ്റ്ബുക്കിനോടൊപ്പം മറ്റൊരു പുസ്തകവുമുണ്ട്. ഒമ്പതാം ക്ലാസ്സ് ബി.യുടെ സമീപത്തെത്തിയപ്പോൾ മാഷ് നടത്തം പതുക്കെയാക്കി. അല്പസ്വല്പം ബഹളമുണ്ടാക്കിയിരുന്ന കുട്ടികൾ മാഷുടെ നിഴൽ കണ്ടപ്പോഴേയ്ക്കും അടങ്ങിയൊതുങ്ങി നിശ്ശബ്ദരായി. മാഷോടുള്ള ആദരവും ഇഷ്ടവും അവരുടെ മുഖഭാവങ്ങളിൽ നിഴലിക്കുന്നുണ്ടായിരുന്നു. പുസ്തകങ്ങൾ മേശപ്പുറത്തുവച്ച് മാഷ് മേശയുടെ മുന്നിൽ വന്നുനിന്നു. ഒരറ്റം മുതൽ മറ്റേയറ്റം വരെ എല്ലാവരേയുമൊന്നു നോക്കി. കുട്ടികളുടെ കണ്ണിലെ തിളക്കവും ആകാംക്ഷയും പ്രകാശൻമാഷ്ക്ക് മനസ്സിലായി. അദ്ദേഹം മെല്ലെയൊന്നു പുഞ്ചിരിച്ചു.

ഒരു ചെറുചിരി മതി കുട്ടികളുടെ മനസ്സിൽ തിരയിളകിമറിയാൻ. ഷട്ടർ അല്പം തുറക്കുമ്പോഴേയ്ക്കും പതഞ്ഞടുക്കുന്ന ജലപ്രവാഹം പോലെ കുട്ടികളുടെ സന്തോഷാരവങ്ങൾ നിറഞ്ഞു. തൊട്ടടുത്ത ക്ലാസ്സിലെ സ്വസ്ഥത നഷ്ടപ്പെട്ടേക്കുമെന്നു തോന്നിയ പ്രകാശൻമാഷ് ചൂണ്ടുവിരൽ ചുണ്ടിനുമീതെ വച്ച് കണ്ണുകളൊന്നു വികസിപ്പിച്ചു. ചെറിയൊരാംഗ്യം. സ്വിച്ചിട്ടതുപോലെ കുട്ടികൾ നിശ്ശബ്ദരായി.

കണ്ണുകളിലെ തിളക്കവും പ്രസന്നതയും ഒരു നിശ്ചലദൃശ്യത്തി ലേയ്ക്കു പകർത്തിയതുപോലെ അവരിരുന്നു.

നിശ്ശബ്ദതയെ ഭഞ്ജിച്ചത് മുൻ ബെഞ്ചിലിരുന്ന ലീഡറായിരുന്നു.

"ഗുഡ്മോണിംഗ് സാർ..."

"മോണിംഗ്" പ്രകാശൻമാഷ് പ്രത്യഭിവാദനം ചെയ്തു. അപ്പോ ഴാണ് മറ്റുള്ളവർ തങ്ങൾക്ക് പറ്റിയ അമളിയെക്കുറിച്ചുതന്നെ ചിന്തി ക്കുന്നത്.

വിഷുവിന് പൊട്ടിക്കുന്ന ഓലപ്പടക്കംപോലെ ചിലർ അവിട വിടെയെഴുന്നേറ്റുനിന്ന് ഗുഡ്മോണിംഗ് പറഞ്ഞു.

"മോണിംഗ്. മോണിംഗ്"

മതി മതിയെന്ന ആംഗ്യത്തോടെ പ്രകാശൻ മാഷ് ചിരിച്ചു.

"മാഷെവിടെയായിരുന്നു ഇത്രയും നാള്...?" ശ്രീലക്ഷ്മിയുടെ ചോദ്യത്തിൽ ഒരാഴ്ചക്കാലത്തെ പരിഭവമുണ്ടായിരുന്നു.

"ഞാൻ സാധാരണയായി ലീവെടുക്കുന്നത് എന്തിനാണെന്ന് നിങ്ങൾക്കറിയില്ലേ?" പ്രകാശൻമാഷുടെ തിരിച്ചുള്ള ചോദ്യം.

"ഉവ്വ്, വല്ലേടത്തും സിനിമാഫെസ്റ്റിവല്ണ്ടാവും..." ആൺകുട്ടികളി ലാരോ ഉറക്കെ വിളിച്ചുപറഞ്ഞു.

ചിരിച്ചുകൊണ്ട് മാഷ് പറഞ്ഞു: " ശരിയാണ്, സിനിമാഫെസ്റ്റിവ ലിനല്ലാതെ ഞാൻ ലീവെടുക്കാറില്ലെന്ന് നിങ്ങൾക്കറിയാം. അല്ലേ? ഇപ്രാവശ്യം ഗോവയിലായിരുന്നു ഫെസ്റ്റിവൽ. നല്ല അടിപൊളി സിനിമ കൾ... എല്ലാറ്റിനെക്കുറിച്ചും നിങ്ങൾക്ക് പറഞ്ഞുതരാം. പോരേ...?"

കുട്ടികൾ സന്തോഷത്തോടെ കയ്യടിച്ചു.

ലോകത്തിന്റെ വിവിധ ഭാഗങ്ങളിൽ ഉറവയെടുക്കുന്ന കാഴ്ചയുടെ നന്മകളുമായിട്ടാണ് പ്രകാശ്ബാബു എന്ന സിനിമാസ്വാദകൻ കൂടിയായ അവരുടെ പ്രിയപ്പെട്ട അദ്ധ്യാപകനെത്തിയിട്ടുള്ളത്. പാഠപുസ്തക ത്തോടൊപ്പം സിനിമയുടേതായ ഏതെങ്കിലുമൊരു പുസ്തകവും എപ്പോഴും കൈയിലുണ്ടാകും. പഠനത്തെ രസകരമാക്കാനുള്ള മേമ്പൊടികളൊക്കെ ആ പുസ്തകത്തിൽനിന്നു കുട്ടികൾക്കു പറഞ്ഞു കൊടുക്കാനും മാഷ്ക്ക് പ്രത്യേകമായ വൈഭവമുണ്ട്. ലോകത്തിന്റെ വിവിധ ഭാഗങ്ങളിലിറങ്ങുന്ന സിനിമകളെക്കുറിച്ചുള്ള വർത്തമാന ങ്ങളും അവയുടെ പ്രദർശനവും സംഘടിപ്പിക്കുന്നതിന് അദ്ദേഹം പ്രത്യേകം സൗകര്യങ്ങളുണ്ടാക്കാറുണ്ട്. അങ്ങനെ കുട്ടികളുടെ

അഭിരുചിയും അറിവും വളർത്തുവാൻ പ്രകാശൻമാഷിനു കഴിഞ്ഞിട്ടുണ്ട്. അതുകൊണ്ടാണ് നാട്ടിലിറങ്ങുന്ന ചില സിനിമകളെ വിമർശിക്കാനും നിലവാരം കുറഞ്ഞവയെ ഉപേക്ഷിക്കാനും കുട്ടികൾക്കു കഴിയുന്നത്. ഇത്തരം വസ്തുതകളെ കാണാനോ മനസ്സിലാക്കാനോ കഴിയാത്ത ചിലർ ചില അഭിപ്രായങ്ങളും മാഷെക്കുറിച്ച് പറയാറുണ്ട്.

"പ്രകാശൻ മാഷ് ഒരു സിനിമാപ്രാന്തനാ"

പ്രശംസയാണോ നിന്ദയാണോ എന്നു തിരിച്ചറിയാനാവാത്ത ഇത്തരം അഭിപ്രായപ്രകടനങ്ങളെ മാഷ് ഗൗനിക്കാറില്ല.

"വിഷയങ്ങളെ അതിന്റെ ആഴത്തിൽ ഇറങ്ങിച്ചെന്ന് ആസ്വദിക്കുകയും അപഗ്രഥിക്കുകയും ചെയ്യുന്നതിനെയാണ് പ്രാന്ത് എന്നു വിളിക്കുന്നത്. കഥകളിഭ്രാന്ത്, ക്രിക്കറ്റ് ഭ്രാന്ത്, ഫുട്ബോൾ ഭ്രാന്ത്, സംഗീത ഭ്രാന്ത് എന്നൊക്കെ പറയുന്നതു കേട്ടിട്ടില്ലേ? അഭിരുചികൾക്കിണങ്ങിയ വഴികളിലൂടെയുള്ള ദീർഘസഞ്ചാരമാണത്."

അങ്ങനെ പറഞ്ഞാണ് മാഷ് കുട്ടികളെ ആശ്വസിപ്പിക്കുക. അതുകൊണ്ട് സിനിമാഭ്രാന്ത് എന്ന വിശേഷണം നല്ല അർത്ഥത്തിലുള്ള പ്രോത്സാഹനമായി എടുക്കാൻ മാഷ് പറയും.

ഇങ്ങനെ ഭ്രമമുള്ളവരെയെല്ലാം ചേർത്ത് പ്രകാശൻമാഷ് സ്കൂളിൽ ഒരു ഫിലിം ക്ലബ്ബ് രൂപീകരിച്ചിട്ടുണ്ട്. ഫിലിം ക്ലബ്ബിന്റെ ആഭിമുഖ്യത്തിലാണ് ലോകക്ലാസ്സിക്കുകൾ പ്രദർശിപ്പിക്കാറുള്ളത്. സിനിമ കണ്ടതിനുശേഷം തട്ടിക്കുടഞ്ഞെഴുന്നേറ്റുപോകാൻ മാഷ് അനുവദിക്കില്ല. കുട്ടികളും അദ്ധ്യാപകരും ഒത്തുകൂടിയിരുന്ന് കണ്ട സിനിമയെക്കുറിച്ചു സംസാരിക്കും. സിനിമ അവരിലുണ്ടാക്കിയ അനുഭവം പരസ്പരം പങ്കിടും. അങ്ങനെ നല്ലൊരു സിനിമാ സംസ്കാരം സ്കൂളിൽ വളർത്തിയെടുക്കാനുള്ള ഭഗീരഥപ്രയത്നത്തിലാണ് പ്രകാശൻമാഷും കുട്ടികളും.

ഗോവാ ഫെസ്റ്റിവലിലെ സിനിമകളെക്കുറിച്ചറിയാൻ കുട്ടികൾ താത്പര്യം പ്രകടിപ്പിച്ചു.

"മാഷേ... ആ ഫെസ്റ്റിവൽ ബുക്ക് തര്വോ? ഞങ്ങൾക്കതിലെ സിനിമകളെക്കുറിച്ച് പറഞ്ഞുതര്വോ?" ജാസ്മിൻ എന്ന കുട്ടിയുടെ ആവശ്യം മാഷ് ശ്രദ്ധിച്ചു കേട്ടു. മറിച്ചൊരു ചോദ്യമായിരുന്നു മറുപടി.

"ഇപ്പോൾ സിനിമയെക്കുറിച്ച് പറയാനുള്ള സമയമാണോ, പാഠമെടുക്കാനുള്ള സമയമാണോ? താൻ തന്നെ പറയ്."

"പാഠമെടുക്കാനുള്ള സമയം." ജാസ്മിൻ അല്പം ജാള്യതയോടെ പറഞ്ഞു.

“സിനിമയെക്കുറിച്ച് സംസാരിക്കുമ്പോൾ ജാസ്മിൻ അവിടെയുണ്ടാകണം. അതെപ്പോഴാകുമെന്ന് ജാസ്മിൻ അന്വേഷിച്ചുകൊണ്ടിരിക്കണം... ഇപ്പോൾ എന്താണ് ചെയ്യേണ്ടത്?”

ജാസ്മിൻ മാത്രമല്ല എല്ലാവരും പാഠപുസ്തകമെടുത്തു. എല്ലാവരുടെയും കണ്ണുകളിൽ പാഠ്യവസ്തുക്കൾ തെളിഞ്ഞുതെളിഞ്ഞുവന്നു.

സ്കൂൾ അങ്കണത്തിലെ മാവിൻചോട്ടിലാണ് ഫിലിം ക്ലബ്ബിലെ കുട്ടികൾ ഒത്തുകൂടാറുള്ളത്. ധൃതിയിൽ ഉച്ചഭക്ഷണം കഴിച്ച് കുട്ടികളെല്ലാം അവിടേയ്ക്ക് ഓടിപ്പോയി. ചില കുട്ടികൾ ഭക്ഷണം മുഴുവൻ കഴിക്കാതെ അതേപടി അടച്ചുവയ്ക്കുന്നതു കണ്ടു. ഊണും ഉറക്കവുമൊക്കെ ഉപേക്ഷിക്കാൻ തോന്നുന്നത് മനസ്സിനെ കീഴടക്കുന്ന കാര്യങ്ങളുണ്ടാകുമ്പോഴാണ്. പ്രകാശൻമാഷ് പറയുന്ന സിനിമാവർത്തമാനങ്ങൾ കുട്ടികളുടെ മനസ്സിനെ അത്രമാത്രം സ്വാധീനിക്കുന്നുണ്ടെന്നു മനസ്സിലായല്ലോ. ആ വർത്തമാനം വിട്ടുകളയാൻ ആരുംതന്നെ ഇഷ്ടപ്പെടുന്നില്ല.

പൈപ്പിന്നരികലെ തിക്കും തിരക്കിലുംപെട്ട് അല്പസമയം നഷ്ടപ്പെട്ടപ്പോഴേയ്ക്കും എനിക്കു വേവലാതിയായി. പാത്രം എടുത്തുവച്ച് ഞാനും മാഞ്ചോട്ടിലേയ്ക്ക് ഓടി. കുറേ കുട്ടികൾ കൂട്ടംകൂടിയിരിക്കുന്നതു കണ്ടു. അവർക്കിടയിലേയ്ക്ക് ഞാനും നുഴഞ്ഞുകയറി. ഫെസ്റ്റിവൽ ബുക്കിലെ ചിത്രങ്ങൾ മറിച്ചുനോക്കുകയായിരുന്നു അവർ. വ്യക്തമായി കാണാനായില്ലെങ്കിലും ചില ചിത്രങ്ങൾ കാണാൻ കഴിഞ്ഞു. എന്തോ പ്രത്യേകത മുറ്റിനില്ക്കുന്ന സ്റ്റിൽ ഫോട്ടോകൾ. ഫെസ്റ്റിവൽ ബുക്കിനുവേണ്ടിയുള്ള പിടിവലിയിൽ അത് കേടുവരാതിരുന്നാൽ മതിയായിരുന്നു. ഞാൻ കൂട്ടത്തിൽ നിന്നും തലയൂരി. ശർക്കരത്തുണ്ടിൽ ഈച്ചപൊതിഞ്ഞിരിക്കുന്നതുപോലെയാണവർ. അടക്കവും ഒതുക്കവുമില്ലാതെ പെരുമാറുന്നത് പ്രകാശൻമാഷ് ഇഷ്ടപ്പെടുകയില്ല.

“അതാ പ്രകാശൻമാഷ് വരുന്നുണ്ട്...” ആരോ വിളിച്ചുപറഞ്ഞു.

ഈച്ചകളെല്ലാം പെട്ടെന്ന് പറന്നകന്നു. തിക്കിലും തിരക്കിലുംപെട്ട് ഒരു കണക്കിന് ജീവൻ തിരിച്ചുകിട്ടിയ കുട്ടിയെപ്പോലെ ഫെസ്റ്റിവൽ ബുക്ക് രാഹുലിന്റെ കൈയിലിരിക്കുന്നു.

പ്രകാശൻമാഷ് ഞങ്ങൾക്കിടയിലേയ്ക്കു കയറിവന്നു. വന്നപാടേ രാഹുലിന്റെ കൈയിൽനിന്നും ഫെസ്റ്റിവൽ ബുക്ക് വാങ്ങി. തിരിച്ചും മറിച്ചും നോക്കി. പിന്നെ എല്ലാവരേയുമൊന്ന് നോക്കി ചോദിച്ചു.

“കിട്ടിയ സമയത്തിനുള്ളിൽ ഈ പരുവത്തിലാക്കി, അല്ലേ?”

പലരും തലകുനിക്കുന്നതു കണ്ടു. ഞാനും മാഷ്ടെ കണ്ണിൽ പ്പെടാതെ മറഞ്ഞിരിക്കാൻ നോക്കി.

"അജിത്ത്, നീയെവിടെയ്ക്കാ മുങ്ങാംകുഴിയിട്ട് മറയുന്നത്? ഇവിടെ മുന്നിൽ വന്നിരിക്ക്." ചെറിയൊരു ജാള്യതയോടെ ഞാൻ മുൻ ബെഞ്ചിൽ വന്നിരുന്നു.

"ഏറ്റവും ക്ഷമയും ശ്രദ്ധയും അച്ചടക്കവും ആവശ്യമുള്ള ഒരു കലാരൂപമാണ് സിനിമ. സിനിമാതത്പരരായ നിങ്ങൾ ക്ഷമാപൂർവ്വം കാത്തിരിക്കണം"

"സോറി... മാഷേ..." രാഹുലും നവീനും എണീറ്റുനിന്നു പറഞ്ഞു.

"ങാ...അതുപോട്ടെ..." ഫെസ്റ്റിവൽ ബുക്ക് നിവർത്തി ചില പേജുകൾ കാട്ടിക്കൊണ്ട് മാഷ് സംസാരിക്കാൻ തുടങ്ങി. പ്രശസ്ത ഇറാനിയൻ ചലച്ചിത്രകാരനായ മജീദ് മജീദിയുടെ ചിത്രങ്ങളെക്കുറിച്ചാണ് സംസാരിച്ചു തുടങ്ങിയത്.

"സാറേ 'ചിൽഡ്രൻ ഓഫ് ഹെവൻ' എന്ന സിനിമയുടെ സംവിധായകനല്ലേ? അദ്ദേഹം തിരുവനന്തപുരത്ത് ഫെസ്റ്റിവലിനു വന്നിരുന്നല്ലോ..."

"ആ സിനിമ ഹിന്ദിയിൽ നിർമ്മിക്കുന്നുണ്ട്... ബംബം ബോലെ... പ്രിയദർശനാണ് സംവിധാനം ചെയ്യുന്നത്. താരേ സമീൻ പർ എന്ന ചിത്രത്തിലഭിനയിച്ച ദർശീൽ സഫാരിയാണ് പ്രധാനവേഷം അഭിനയിക്കുന്നത്."

മജീദ് മജീദിയെക്കുറിച്ച് സംസാരിക്കാൻ തുടങ്ങിയപ്പോഴേയ്ക്കും പല കോണുകളിൽനിന്നും പൂത്തിരി കത്തിച്ചപോലെ സന്തോഷാരവങ്ങളുയർന്നു. കുട്ടികളുടെ മനസ്സിൽ ഒരു സംവിധായകനും സിനിമയും ഉണ്ടാക്കിയ സ്വാധീനം മനസ്സിലാക്കിക്കൊണ്ട് പ്രകാശൻ മാഷ് ഫെസ്റ്റിവലിൽ കാണാൻ കഴിഞ്ഞ ചില ചിത്രങ്ങളെക്കുറിച്ച് സൂചിപ്പിക്കുക മാത്രം ചെയ്തു.

"സാറിന് ഏറ്റവും ഇഷ്ടപ്പെട്ട സിനിമ ഏതാണ്?" മാളവികയുടെ ചോദ്യം കേട്ട് പ്രകാശൻമാഷ് ഒരു നിമിഷം നിശ്ശബ്ദനായി. നിരവധി സിനിമകൾ മനസ്സിലൂടെ പാഞ്ഞുപോകുന്നുണ്ടെന്നറിയാം, ആ നില്പും നിശ്ശബ്ദതയും കാണുമ്പോൾ.

"അങ്ങനെ ചോദിച്ചാൽ... ഇഷ്ടപ്പെട്ട ഒരുപാട് സിനിമകളുണ്ട്. ഓരോ സിനിമയ്ക്കും ഓരോ സ്വാദാണ്. അനുഭവമാണ്. ഇപ്പോൾ ഓർമ്മയിൽ തെളിഞ്ഞുവരുന്ന ഒരു സിനിമ..."

"ഏതാണ് സാർ?"

"വിറിഡിയാന. എന്ന സിനിമയെക്കുറിച്ച് കേട്ടിട്ടുണ്ടോ?"

"ഇല്ല സാർ. ആരുടെ സിനിമയാണ്?'

"ലൂയി ബുനുവലിന്റെ വിറിഡിയാന. അതാണ് മനസ്സിൽ ഇപ്പോൾ തെളിഞ്ഞുവരുന്നത്."

"'ദ ഗോൾഡൻ എയ്ജ്' എന്ന സിനിമയുടെ സംവിധായകനല്ലേ സാർ?

ശബ്ദം കേട്ടിടത്തേയ്ക്ക് എല്ലാവരും തിരിഞ്ഞുനോക്കി. പതിനൊന്നാം ക്ലാസ്സുകാരനായ അലൻ വിൻസെന്റായിരുന്നു അത്. അലനു കുറച്ച് സിനിമാ ഭ്രാന്തുണ്ടെന്ന് എല്ലാവരും പറയാറുണ്ട്. ഫിലിം ക്ലബ്ബിന്റെ ആഭിമുഖ്യത്തിൽ നടത്തിയ എല്ലാ സിനിമകളും കാണുവാൻ മാത്രമല്ല സിനിമകൾ സംഘടിപ്പിക്കാനും സഹായങ്ങൾ ചെയ്യാനും അലൻ മുന്നിലുണ്ടാകും.

"അലൻ പറഞ്ഞത് ശരിയാണ്. ലൂയി ബുനുവലിന്റെ ആദ്യത്തെ ഫീച്ചർ ഫിലിമാണത്. ലൂയി ബുനുവലിനെക്കുറിച്ച് അലന് എന്തൊക്കെ അറിയാം?"

"കൂടുതലൊന്നും അറിയില്ല സാർ. നല്ല ഷോർട്ട് ഫിലിമുകൾ ചെയ്തിട്ടുണ്ടെന്നു കേട്ടിട്ടുണ്ട്."

"പതിനേഴ് മിനിറ്റ് മാത്രം നീണ്ട ആദ്യചിത്രത്തിൽ ഒരു സീനുണ്ട്... ഓർക്കുമ്പോൾതന്നെ ശരീരം കോരിത്തരിക്കുകയാ. ഭയവും അറപ്പും. ഒന്നും പറയാൻ പറ്റാത്ത ഒരവസ്ഥ..."

പ്രകാശൻമാഷ് ആ ചിത്രം മനസ്സിൽ കാണുകയായിരുന്നു. അദ്ദേഹത്തിന്റെ കണ്ണുകളും മുഖവുമെല്ലാം ഒരു പ്രത്യേകരീതിയിലായി. എല്ലാവരും മാഷുടെ ഭാവമാറ്റം കണ്ട് നിശ്ശബ്ദരായിരുന്നു, ആകാംക്ഷയോടെ മാഷുടെ മുഖത്ത് ഉറ്റുനോക്കിക്കൊണ്ട്.

"ക്ഷൗരക്കത്തികൊണ്ട് നായികയായ സിമോൺ മാറിയൂലിന്റെ ഇടതുനേത്രഗോളം ചൂഴ്ന്നെടുക്കുന്ന ദൃശ്യം... ഹോ..." മാഷ് കണ്ണുകൾ ഇറുക്കിയടച്ച് ശരീരമൊന്നു കുടഞ്ഞു.

" ഈ രംഗം അഭിനയിച്ചതും ലൂയി ബുനുവൽ തന്നെയായിരുന്നു..."

"അദ്ദേഹം ഇപ്പോൾ ജീവിച്ചിരിപ്പുണ്ടോ സാർ?"

"ഇല്ല, 1983 ജൂലൈ 29ന് അദ്ദേഹം അന്തരിച്ചു."

മാളവിക എഴുന്നേറ്റുനിന്നു."സാർ അദ്ദേഹത്തിന്റെ സിനിമകളുടെ പേരുകളൊന്നു പറയാമോ? എഴുതിയെടുക്കാനാ."

"'അൺഷീൻ അൻഡാല' എന്ന ഹ്രസ്വചിത്രത്തിലാണ് ഞാൻ നേരത്തെ പറഞ്ഞ സീനുള്ളത്. വേറൊന്ന് പിയറി ലൂയിസിന്റെ പ്രശസ്തനോവലിനെ ഉപജീവിച്ച് നിർമ്മിച്ച 'ദാറ്റ് ഒബ്സ്ക്യൂർ ഓബ്ജക്ട് ഓഫ് ഡിസൈനർ' ആണ്."

"സാർ ഒരിക്കൽക്കൂടി പറയണം."

പ്രകാശൻമാഷ് ആ സിനിമയുടെ പേര് സാവധാനം ആവർത്തിച്ചു.

നവീൻ പേനയന്വേഷിച്ച് ചുറ്റും നോക്കി. അപ്പോഴാണ് അവർക്കാർക്കും പരിചയമില്ലാത്ത ഒരു ചെറുപ്പക്കാരൻ അവരുടെ സിനിമാവർത്തമാനം കേട്ടുനിൽക്കുന്നത് കണ്ടത്.

"സാറേ ആരോ ഒരാൾ..."

കുട്ടികൾ ചൂണ്ടിക്കാണിച്ചിടത്തേയ്ക്ക് പ്രകാശൻമാഷ് നോക്കി.

"ഹലോ... അനിൽ! കുട്ടികളോടു സംസാരിച്ചിരിക്കുന്നതിനിടയിൽ താൻ വന്നതറിഞ്ഞില്ല. വരൂ... വരൂ..." മാഷ് എണീറ്റ് അനിൽ എന്ന സുഹൃത്തിന്റെ അരികിലേയ്ക്കു ചെന്നു.

"ഞാൻ പറയാറില്ലേ എന്റെ കുട്ടികളെക്കുറിച്ച്. എങ്ങനെയുണ്ട്?"

"ഗുഡ്... നല്ല ഒരാസ്വാദകസമൂഹത്തെ ഞാനിവിടെ കാണുന്നു... ഗുഡ്."

പ്രകാശൻമാഷുടെ കൈപിടിച്ച് കുലുക്കിക്കൊണ്ട് അദ്ദേഹം പറഞ്ഞു.

കുട്ടികൾ എല്ലാവരും ആദരസൂചകമായി എണീറ്റുനിന്നു.

"ഇരിക്കൂ പ്ലീസ്.." പ്രകാശൻമാഷ് ധൃതിയിൽ പറഞ്ഞു.

പ്രകാശൻമാഷ് ആ ചെറുപ്പക്കാരനെ പരിചയപ്പെടുത്തിത്തന്നു.

"ഇത് അനിൽ. എന്റെ സുഹൃത്താണ്. നല്ലൊരു സിനിമാപ്രവർത്തകനാണ്. സിനിമയുടെ സാങ്കേതികത്വത്തെക്കുറിച്ച് നല്ല പരിജ്ഞാനമുള്ള ഈ സുഹൃത്ത് നിങ്ങളെ പരിചയപ്പെടാൻവേണ്ടിയാണ് വന്നത്. നമ്മുടെ സ്കൂളിലെ ഫിലിം ക്ലബ്ബിനെക്കുറിച്ചും പ്രവർത്തനങ്ങളെക്കുറിച്ചുമെല്ലാം അടുത്തറിയണമെന്ന താത്പര്യം പ്രകടിപ്പിച്ചപ്പോൾ ഞാൻ ക്ഷണിച്ചു."

കുട്ടികൾ കൈയടിച്ചുകൊണ്ട് സ്വാഗതം ചെയ്തു.

"നിങ്ങളെ പരിചയപ്പെട്ടില്ലായിരുന്നെങ്കിൽ അതൊരു വലിയ നഷ്ടമായേനെ. നല്ല സിനിമയെ തിരിച്ചറിയുകയും സ്നേഹിക്കുകയും ചെയ്യുന്ന പുതിയ തലമുറയോട് എനിക്ക് ആദരവ് തോന്നുന്നു." അനിൽസാർ വികാരാധീനനായി പറഞ്ഞു.

കുട്ടികളെല്ലാവരും എഴുന്നേറ്റു: “താങ്ക് യൂ സാർ... താങ്ക് യൂ...”

കുട്ടികളുടെ തോളത്തു തട്ടിയും കൈപിടിച്ച് കുലുക്കിയും അനിൽ സാർ അവരോടിണങ്ങിച്ചേർന്നു.

“നിങ്ങളുടെ ഫിലിംക്ലബ്ബിൽ ഒരു സ്ഥിരാംഗമായി ചേരാൻ എനിക്കും കൊതി തോന്നുന്നു.”

“സാറ് ഞങ്ങളെ കളിയാക്കുകയാണോ?” രാഹുലിന് ഒരു സംശയം.

“എന്താ അങ്ങനെ വിചാരിച്ചത്? നല്ല സിനിമകൾ പ്രദർശിപ്പിക്കുന്ന ഫിലിംക്ലബ്ബ്. ഏറ്റവുമൊടുവിലിറങ്ങിയ ലോകസിനിമകൾവരെ നിങ്ങളുടെ പ്രിയപ്പെട്ട അദ്ധ്യാപകൻ സംഘടിപ്പിച്ചു കാണിച്ചുതരുന്നു.”

ഒരു നിമിഷം ഒന്നു നിർത്തി ഞങ്ങളെയാകെയൊന്നു നോക്കി. പിന്നെ തുടർന്നു:

“സിനിമയെക്കുറിച്ചുള്ള ചർച്ചകൾ... സംവാദങ്ങൾ... പ്രഗല്ഭരുമായുള്ള ആശയവിനിമയങ്ങൾ. ഏത് സ്കൂളിലാണ് ഇന്ന് ഇത്തരം കാര്യങ്ങളുള്ളത്. ഇനി ഒരു കാര്യം കൂടിയേ ചെയ്യാനുള്ളൂ. അതും കൂടി പരിഹരിച്ചാൽ ഈ ജില്ലയിൽ മാത്രമല്ല, സംസ്ഥാനത്തുതന്നെ നിങ്ങൾ ശ്രദ്ധിക്കപ്പെടും.”

പിന്നെ ചിരിച്ചുകൊണ്ട് അനിൽസാർ ചോദിച്ചു:

“ഇനി പറയൂ, നിങ്ങളുടെ ക്ലബ്ബിൽ ചേരാൻ തോന്നിയതിൽ തെറ്റുണ്ടോ?”

കുട്ടികളുടെ മുഖം പ്രസന്നമായി. പ്രകാശൻമാഷും അനിൽസാറിന്റെ വാക്കുകൾ കേട്ട് ചിരിച്ചു.

“ഒരു കാര്യമുണ്ടെന്നു പറഞ്ഞല്ലോ. അതെന്താ അനിൽ?” പ്രകാശൻ മാഷാണ് ചോദിച്ചത്.

“അതോ...” വളച്ചുകെട്ടലില്ലാതെ അനിൽസാർ പറഞ്ഞു. “ ഇതുവരെയായി നിങ്ങൾക്ക് ഒരു സിനിമയെടുക്കാൻ കഴിഞ്ഞില്ല.”

“സിനിമയെടുക്കാനോ?” പ്രകാശൻ മാഷും കുട്ടികളും ഒരുമിച്ചാണ് ചോദിച്ചത്.

“എന്തുകൊണ്ട് നിങ്ങൾക്കൊരു സിനിമയെടുത്തുകൂടാ...?” കുട്ടികളോട് അനിൽസാർ ചോദിച്ചു.

“ഞങ്ങൾ കുട്ടികളല്ലേ സാർ. ഞങ്ങൾക്കൊന്നും അതിന്റെ സാങ്കേതികവിദ്യയറിയില്ല. പിന്നെയെങ്ങനാ സിനിമ എടുക്കാ?” മാളവികയ്ക്കായിരുന്നു സംശയം.

“സിനിമയെടുക്കാൻ നിങ്ങൾ തയ്യാറാണോ?” അനിൽസാർ വീണ്ടു ചോദിച്ചു. ഞങ്ങൾ പരസ്പരം നോക്കി. മനസ്സിലെ ആഗ്രഹം വിളിച്ചു പറയാനുള്ള ധൈര്യമില്ല.

നിശ്ശബ്ദത.

“എന്താ മറുപടി പറയാത്തത്.” അനിൽ സാർ ആവർത്തിച്ചു.

“തയ്യാറാണ് സാർ... ” അലൻ വിൻസെന്റും സംഘവും എണീറ്റു നിന്നു വിളിച്ചു പറഞ്ഞു.

“അതെ... നമ്മൾ ഒരു സിനിമയെടുക്കാൻ തീരുമാനിക്കുന്നു” പ്രകാശൻമാഷ് കുട്ടികൾക്ക് പിന്തുണ നൽകിക്കൊണ്ട് പ്രഖ്യാപിച്ചു. എല്ലാവരും ആർപ്പുവിളികളോടെ ചാടിയെണീറ്റു.

“നമ്മൾ സിനിമയെടുക്കുന്നു. കുട്ടികളുടെ സിനിമ.”

ആർപ്പുവിളിയും ബഹളവും ഒന്നടങ്ങിയപ്പോൾ അനിൽസാർ കുട്ടികളെ വിളിച്ചു. സന്തോഷത്തോടെ കുട്ടികൾ വിളികേട്ടു.

“ഞാൻ നിങ്ങളോട് ഒരു ചോദ്യം ചോദിക്കാൻ പോവുകയാണ്. നല്ലവണ്ണം ആലോചിച്ചുറച്ച് ഉത്തരം പറഞ്ഞാൽ മതി.” അനിൽ സാർ ഗൗരവം വിടാതെ പറഞ്ഞു നിർത്തി.

ചോദ്യമെന്തെന്നറിയാൻ കുട്ടികൾ കാതോർത്തു നിന്നു. സാറിന്റെ മുഖത്തു പുഞ്ചിരി വിടർന്നു.

“നിങ്ങൾക്ക് ആരായിത്തീരാനാണ് ആഗ്രഹം?”

ഇങ്ങനെയൊരു ചോദ്യമല്ല അവർ പ്രതീക്ഷിച്ചതെന്ന് അവരുടെ പ്രതികരണങ്ങളിൽനിന്നും മനസ്സിലായി.

“ഓ...ഇത് എല്ലാവരും ചോദിക്കാറുള്ളതാണ് സാർ.” നവീൻ പ്രതീക്ഷിച്ചത് സിനിമയുമായി ബന്ധപ്പെട്ട ഏതെങ്കിലും ചോദ്യമായിരിക്കുമെന്നാണ്.

“ഈ ചോദ്യത്തിനു ചില സ്ഥിരം മറുപടികളുണ്ടല്ലോ, അല്ലേ?” പ്രകാശൻ മാഷിന്റെ കമന്റ് കേട്ട് ചിലർ ചിരിച്ചു.

“ഡോക്ടറാവാൻ തയ്യാറുള്ളവർ?”

നാലഞ്ചുപേർ കൈ പൊക്കി.

“ഞങ്ങൾക്ക് എഞ്ചിനീയറായാൽ മതി” കുറച്ച് കുട്ടികൾ എണീറ്റു നിന്നു.

“എനിക്ക് അദ്ധ്യാപികയായാൽ മതി.” മാളവിക പറഞ്ഞു.

“വേറിട്ട ശബ്ദം.” ആരോ കളിയാക്കി.

ആരാണത് പറഞ്ഞതെന്നറിയാൻ മാളവിക ചുറ്റും നോക്കി. ആളെ മനസ്സിലാകാത്തതുകൊണ്ട് അടങ്ങിയിരുന്നു. ഇല്ലെങ്കിൽ ചുട്ട മറുപടി കൊടുത്തേനെയെന്ന് അവളുടെ മുഖഭാവം വിളിച്ചുപറയുന്നുണ്ടായിരുന്നു. രാഹുലിനു പത്രപ്രവർത്തകനാകാനായിരുന്നു ഇഷ്ടം. ചില കുട്ടികൾ അവരവരുടെ ഇഷ്ടം പറയാതെ മറ്റുള്ളവരുടെ ഇഷ്ടങ്ങളാണ് വിളിച്ചുപറഞ്ഞത്. സന്ദർഭത്തിന്റെ ഗൗരവം ചോർന്നുപോയെന്നു മനസ്സിലാക്കിയ അനിൽ സാർ എല്ലാവരുടെയും ശ്രദ്ധ തിരിച്ചു കൊണ്ടുവന്നു.

“ഓരോരുത്തരിലും അനന്തമായ സർഗ്ഗശേഷിയുണ്ട്. ആ സർഗ്ഗാത്മകശേഷി തിരിച്ചറിയാനോ കണ്ടെത്താനോ കഴിയാത്തിടത്തോളം അവ നിഷ്ഫലമാണ്. അവനവന്റെ സർഗ്ഗാത്മകതയറിഞ്ഞ് പ്രവർത്തിക്കണം. അവർക്കാണ് ലോകം കീഴടക്കാൻ കഴിയുക.”

“അനിൽസാറിന്റെ ചോദ്യത്തിനു തൃപ്തികരമായ ഉത്തരം ആരും പറഞ്ഞില്ല. പലരും പറഞ്ഞത് അച്ഛനമ്മമാർ പറഞ്ഞു പഠിച്ച ആഗ്രഹങ്ങളല്ലേ?” പ്രകാശൻമാഷ് ഇടയ്ക്കു കയറി ചോദിച്ചു.

പെട്ടെന്ന് അലക്സ് പോൾ എഴുന്നേറ്റു.

“സാറേ എനിക്ക് സിനിമ ഇഷ്ടമാണ്. പക്ഷേ ഒരു ബഹിരാകാശ സഞ്ചാരിയാകാനാണ് ഞാൻ ആഗ്രഹിക്കുന്നത്.”

“ഇറ്റ്സ് റിയലി എ ഗുഡ് അമ്പീഷൻ. ടു ബി ആൻ ആസ്ട്രോനട്ട്. ഗുഡ്. ഇങ്ങനെ വ്യക്തമായി പറയാൻ കഴിയണം.”

“സിനിമയും ബഹിരാകാശവും... അലക്സ് പോൾ എങ്ങനെയാണ് ഇവ രണ്ടും പ്രചോദനമായത്?” പ്രകാശൻമാഷ് വിശദമാക്കാൻ പ്രേരിപ്പിച്ചു.

“സാർ എന്റെ ചേട്ടൻ കൊണ്ടുവരുന്ന സിനിമകൾ കണ്ടാണ് എനിക്ക് ബഹിരാകാശയാത്രയിൽ താത്പര്യമുണ്ടായത്. അന്യഗ്രഹങ്ങളിലേക്കുള്ള യാത്രകൾ. സ്റ്റാർവാഴ്സ്, അങ്ങിനെയുള്ള നിരവധി സിനിമകളാണ് ആ അത്ഭുതലോകം എനിക്ക് കാട്ടിത്തന്നത്.”

അലക്സിന്റെ പുറത്ത് തട്ടിക്കൊണ്ട് അനിൽ അവനെ അനുമോദിച്ചു. ഒറ്റശ്വാസത്തിൽ കാര്യം വിശദമാക്കിയതിന്റെ കിതപ്പോടെ അലക്സ് ഇരുന്നു. അവന്റെ കണ്ണുകളിൽ സന്തോഷത്തിന്റെ വെളിച്ചം പരക്കുന്നത് ഞങ്ങൾക്ക് കാണാമായിരുന്നു.

“കണ്ടോ, ഓരോരോ താത്പര്യങ്ങളുണരുന്നത്... സിനിമയിലൂടെ ഈ പ്രപഞ്ചത്തിലെ എല്ലായിടത്തും നമുക്ക് എത്തിച്ചേരാൻ കഴിയും.

എല്ലാ മേഖലകളിലും താത്പര്യമുണർത്താനുമാവും.'' ഒന്നു നിർത്തിയശേഷം അനിൽ ചോദിച്ചു.

"അപ്പോൾ സിനിമക്കാരനാകാൻ ആരുമില്ല. അല്ലേ?'

കുട്ടികൾ പരസ്പരം പിറുപിറുക്കുന്നതിന്റെ നേർത്ത ഒരു ഇരമ്പം. മടിച്ചുമടിച്ചാണെങ്കിലും ചിലർ കൈകൾ പൊക്കി.

"സുരക്ഷിതമല്ലാത്ത മേഖലയാണെന്ന് ആരൊക്കെയോ നിങ്ങൾക്ക് മുന്നറിയിപ്പു തന്നിട്ടുണ്ട്. അല്ലേ?"

കുട്ടികൾ അത് ശരിവയ്ക്കുന്നതായി തോന്നി. അവരുടെ മുഖഭാവം അതാണ് കാണിച്ചുതരുന്നത്.

"എന്തുകൊണ്ടാണ് അങ്ങനെ ഒരു ധാരണയുണ്ടായത്? " അനിൽ സാർ കുട്ടികളോടു ചോദിച്ചു. ആരും മിണ്ടിയില്ല. അനിൽസാർ തന്നെ അതിന്റെ ഉത്തരവും പറഞ്ഞു:

"സിനിമയുടെ ഏഴയലത്തുപോലും കയറി നിൽക്കാൻ യോഗ്യതയുള്ളവർ അല്ല ഇന്ന് സിനിമാരംഗത്തുള്ളവരിൽ പലരും. ആളുകളെ പറഞ്ഞുപറ്റിച്ച് അവരെക്കൊണ്ട് സിനിമയെടുപ്പിക്കുന്നു. അവസാനം അത് ഓടാതാകുമ്പോൾ അത് സിനിമാരംഗത്തിന്റെ കുഴപ്പമായി ചിത്രീകരിക്കുന്നു. സിനിമയ്ക്ക് ദുഷ്പ്പേരുണ്ടാക്കിത്തീർക്കുകയാണ് ഇത്തരക്കാർ ചെയ്യുന്നത്."

അനിൽസാർ സ്വയം നിയന്ത്രിച്ചു: "നമ്മുടെ ചർച്ചയുടെ ട്രാക്ക് മാറിപ്പോകുന്നു അല്ലേ... സോറി...'

"സിനിമയിൽ കൈകാര്യം ചെയ്യാത്ത വിഷയങ്ങളില്ല എന്നല്ലേ നമ്മൾ പറഞ്ഞുനിർത്തിയത്. അതെ. സിനിമയിലൂടെ പ്രപഞ്ചത്തിൽ എല്ലായിടത്തും നമുക്ക് എത്തിച്ചേരാനാകും."

"അതെ."

"കഴിഞ്ഞ നൂറ്റാണ്ടിൽ ജീവിച്ച, ലോകം കണ്ടതിൽവച്ച് ഏറ്റവും പ്രശസ്തനായ വ്യക്തികളിൽ പ്രമുഖൻ... ആ വ്യക്തി ആരാണെന്നു പറയാമോ?"

"സാർ, ഒരു ക്ലൂ തരാമോ?" വരുൺദേവ് പെട്ടെന്ന് എണീറ്റുനിന്നു ചോദിച്ചു.

"ക്ലൂ തരുന്നതിനേക്കൾ നല്ലത് ഞാൻ തന്നെ അതിന്റെ ഉത്തരം പറയുന്നതല്ലേ?"

മറുപടി കേട്ട് വരുൺ ചിരിച്ചുകൊണ്ട് ഇരുന്നു.

മാളവിക എണീറ്റുനിന്നു. എല്ലാവരും അവളെ നോക്കി. സംശയിച്ച് സംശയിച്ച് അവൾ പറഞ്ഞു.

“മഹാത്മാഗാന്ധി.”

“ഉത്തരത്തിൽ ശരിയുടെ അംശമുണ്ടെങ്കിലും പൂർണ്ണമായും ശരിയുത്തരമല്ല.”

“ഹിറ്റ്ലർ”

“മഹാത്മാഗാന്ധിയും ഹിറ്റ്ലറും. പോസിറ്റീവും നെഗറ്റീവും പോലെ. രസമുണ്ട് നിങ്ങളുടെ കണ്ടെത്തലുകൾക്ക്...” പ്രകാശൻമാഷ് പറഞ്ഞു.

മാളവിക വീണ്ടും എഴുന്നേറ്റു.

“ഐൻസ്റ്റീൻ.”

അനിൽ വീണ്ടും തിരുത്തി.

“നിങ്ങൾ പറയുന്നതിൽ ശരികളുണ്ട്. പക്ഷേ, ഞാനുദ്ദേശിക്കുന്ന ഉത്തരം ഇതൊന്നുമല്ല.”

“ചാർളി ചാപ്ലിനാണോ സാർ?”

ശബ്ദം കേട്ടിടത്തേയ്ക്ക് അനിൽസാർ നോക്കി. ഉറക്കെ ചിരിച്ചുകൊണ്ട് കൈയടിച്ചു.

“നിങ്ങൾ നേരത്തെ പറഞ്ഞ ഹിറ്റ്ലറെ തന്റെ കണ്ണിലൂടെ ലോകത്തിന് കാണിച്ചുകൊടുത്ത ‘ഗ്രേറ്റ് ഡിക്റ്റേറ്റർ’ ചാർളി ചാപ്ലിൻ തന്നെ...”

“നിങ്ങളുടെ സങ്കല്പങ്ങൾ വിശദമായി ചർച്ചചെയ്ത് നമുക്ക് ഒരു പ്രവർത്തനപദ്ധതി തയ്യാറാക്കാം. എന്താ സമ്മതമല്ലേ?” കുട്ടികൾ സമ്മതിച്ചു.

“നമുക്ക് നല്ല സിനിമകൾ കാണണം. അവയെല്ലാം ആസ്വദിക്കണം. പിന്നെ...”

കുട്ടികൾ എല്ലാവരും ഒരുമിച്ചുപറഞ്ഞു.

“നമുക്ക് നല്ലൊരു സിനിമയെടുക്കണം.”

“അതെ. നമുക്ക് ഉഗ്രനൊരു സിനിമയുണ്ടാക്കണം.”

“നിങ്ങൾ സൂചിപ്പിച്ച രണ്ടു പേരും, ഹിറ്റ്ലറും ചാർളി ചാപ്ലിനും, സിനിമയ്ക്ക് ഒരിക്കലും മറക്കാനാവാത്ത സംഭാവനകൾ ചെയ്തിട്ടുണ്ട്. രണ്ടുപേരും മഹത്തായ സിനിമകളുടെ പ്രചോദനമായിരുന്നു. പറയാനുള്ള വിഷയവും പറയുന്ന രീതിയും കൊണ്ട് ചാപ്ലിൻ ലോകത്ത് അനശ്വരതയുണ്ടാക്കി.”

“സാർ, ഈ ഇരിക്കുന്ന ശബരിനാഥ് ചാപ്ലിന്റെ വേഷമെടുത്ത് പ്രച്ഛന്നവേഷമത്സരത്തിനു സമ്മാനം നേടിയിട്ടുണ്ട്.” മാളവികയാണ് പറഞ്ഞത്.

“പാകമാവാത്ത ഒരു വല്യ കറുത്ത പാന്റ്സും വല്ല്യൊരു ഷൂസും കൈയിലൊരു വടീം. ഒരു തൊപ്പീം. ശബരീ, ചാപ്ലിന്റെ നടത്തം ഒന്നു കാണിയ്ക്കെടോ..”

അവൻ മടിച്ചുമടിച്ച് ആലോചിച്ചുനിന്നു.

ശബരിയെ ആരൊക്കെയോ മുന്നിലേയ്ക്ക് തള്ളിവിട്ടു. രംഗവേദിയിലെത്തിയപ്പോൾ അവനിലെ നടനുണർന്നു. വടി ചുഴറ്റിക്കൊണ്ട് ചാപ്ലിൻ നടക്കുന്നതുപോലെ നടന്നു. ചില പൊടിക്കൈകളൊക്കെ പ്രയോഗിച്ചു. കുട്ടികൾ ആർത്തുചിരിച്ചു.

“ചാപ്ലിനെ അത്രയ്ക്ക് ഇഷ്ടമാണെങ്കിൽ അദ്ദേഹത്തിന്റെ ജീവചരിത്രം നിങ്ങൾക്ക് വായിച്ചു കൂടെ?” അനിൽ സാറിന്റെ ചോദ്യം എല്ലാവർക്കും സ്വീകാര്യമായി തോന്നി.

“പുസ്തകത്തിന്റെ പേരെന്താ സാർ?”

“എന്റെ ആത്മകഥ. My Autobiography. എഴുതിയത്.. കെന്നത്ത് എഡ്‌ലിൻ പാംബ്രൗൺ.”

“അതൊക്കെ നമുക്ക് വാങ്ങി വായിക്കാം.”

“ബെല്ലടിക്കാറായി. ഈ ചർച്ച അവസാനിപ്പിക്കേണ്ടേ?” പ്രകാശൻ മാഷ് പറഞ്ഞു. നവീൻ എണീറ്റു.

“സാർ ഹിറ്റ്ലർക്ക് സിനിമയിലെന്താ പങ്ക്? അയാള് യുദ്ധത്തിന്റെ ആളല്ലേ?”

“ഹിറ്റ്ലറുടെ പരോക്ഷമായ പ്രോത്സാഹനം സിനിമയെ വളർത്തിയിട്ടുണ്ട്.” അനിൽ സാർ പറഞ്ഞുതുടങ്ങി.

“ബെല്ലടിക്കാറായി സാർ.”

ഞാൻ വേഗത്തിൽ പറഞ്ഞുനിർത്താം. ഹിറ്റ്ലർ, യുദ്ധകാലത്തെ ആവശ്യത്തിനുവേണ്ടി പുതിയൊരു പോർട്ടബിൾ 35mm റിഫ്ളെക്സ് ക്യാമറ ഡിസൈൻ ചെയ്യാൻ വിളംബരം ചെയ്തുവത്രെ.”

“റിഫ്ളെക്സ് ക്യാമറ?”

“അതെ. അതുവരെ നോൺ റിഫ്ളെക്സ് ക്യാമറകളാണ് ഉപയോഗിച്ചിരുന്നത്. ഷൂട്ട് ചെയ്യുന്നതു അപ്പപ്പോൾ കാണാനുള്ള സംവിധാനം അതിനുണ്ടായിരുന്നില്ല. ഷൂട്ട് ചെയ്യുന്നത് കാണാൻ സംവിധാനമുള്ള

ക്യാമറകൾക്കുവേണ്ടിയായിരുന്നു ഹിറ്റ്ലറുടെ പ്രഖ്യാപനം. ഷൂട്ട് ചെയ്ത ഫിലിം പ്രോസസ്സ് ചെയ്ത് പ്രിന്റ് എടുക്കുമ്പോൾ മാത്രമേ എന്താണ് പിടിച്ചെടുത്തതെന്ന് അറിയാൻ കഴിയുള്ളൂ."

"റിഫ്ളെക്സ് ക്യാമറയിൽ എടുക്കുമ്പോൾത്തന്നെ കാണാം, ല്ലേ?"

"ചലച്ചിത്രരംഗത്ത് അന്നുണ്ടായിരുന്ന കമ്പനികളെല്ലാം ഇതിനു വേണ്ടി അശ്രാന്തപരിശ്രമം നടത്തി. ഒടുവിൽ 'ആരി' കമ്പനിയാണ് ആ മഹത്തായ നേട്ടമുണ്ടാക്കിയത്. ആദ്യത്തെ റിഫ്ളെക്സ് മൂവി ക്യാമറ 35mmലും 16mmലും കണ്ടുപിടിച്ചു. ആരി ഫ്ളെക്സ് മൂവി ക്യാമറ എന്നു കേട്ടിട്ടില്ലേ? സിനിമയുണ്ടാക്കാൻ പ്രധാനമായും ഈ ക്യാമറയാണ് ഉപയോഗിക്കുക."പ്രകാശ് മാഷ് കൂടെചേർന്നു.

1937-ൽ രംഗത്തുകൊണ്ടുവന്ന ഈ ക്യാമറകൊണ്ടാണ് രണ്ടാം ലോകമഹായുദ്ധം ചിത്രീകരിച്ചത്. ആ ക്യാമറ തന്നെയാണ് സിനിമാ നിർമ്മാണത്തിന്റെ ശൈലിയെ അടിമുടി മാറ്റി മറിച്ചതും.

റിയാലിറ്റി ഷോയെ അനുകരിച്ചുകൊണ്ട് ഒരു സല്യൂട്ട് നൽകിക്കൊണ്ട് വരുൺദേവ് പറഞ്ഞു.

"ഹിറ്റ്ലർക്ക് ഞങ്ങളുടെ ഫിലിംക്ലബ്ബിന്റെ ഒരു നമസ്കാരം."

കൈയടി. കൈയടിയുടെ മേൽ ഓവർലാപ്പ് ചെയ്തുകൊണ്ട് ബെല്ലടിക്കുന്ന ശബ്ദം. കുട്ടികൾ എഴുന്നേറ്റു.

പ്രകാശൻമാഷ് എല്ലാവരോടുമായി പറഞ്ഞു. "ഈ ചർച്ച വളരെ നന്നായിരുന്നു. അല്ലേ?"

അതെയെന്ന് എല്ലാവരും ഒറ്റശ്വാസത്തിൽ പറഞ്ഞു:

"എന്നാൽ നിങ്ങളുടെ സങ്കല്പങ്ങൾ വിശദമായി ചർച്ച ചെയ്ത ഒരു പ്രവർത്തനപദ്ധതി തയ്യാറാക്കാം. നമുക്ക് നല്ല സിനിമകൾ കാണണം. നമ്മുടെ ആസ്വാദന നിലവാരം ഉയർത്തണം. പിന്നെ."

കുട്ടികൾ എല്ലാവരും ഒരുമിച്ചു പറഞ്ഞു.

"നമുക്ക് സിനിമയെടുക്കണം."

"അതെ."

"നമുക്ക് നല്ല സിനിമയെടുക്കണം."

ഡ്രീം പ്രോജക്ട്

ധൃതിയിൽ ബാഗ് ക്ലാസ്സിൽ കൊണ്ടുവച്ച ശേഷം സ്കൂൾ അസംബ്ലി യിലേയ്ക്കു കുട്ടികൾ പോയിത്തുടങ്ങിയിരുന്നു. ഞങ്ങളുടെ ക്ലാസ്സിലെ കുട്ടികളും കൂടെച്ചേർന്നു. അസംബ്ലിയിലേയ്ക്കു പോകുമ്പോഴും വരു മ്പോഴും അച്ചടക്കം പാലിക്കണമെന്നുള്ളത് അലിഖിതനിയമമാണ്. ഈ നിയമങ്ങളൊക്കെയുണ്ടാക്കുന്നതിന്റെ മുഖ്യശില്പി ഡ്രിൽ മാഷാണ്. പുള്ളിക്കാരൻ എവിടെയെങ്കിലും പതുങ്ങി നിൽക്കുന്നു ണ്ടാകും. ഹെൽമെറ്റില്ലാതെ ബൈക്കോടിക്കുന്ന യാത്രക്കാരെ പിടിച്ച് പിഴയൊടുക്കിവിടുന്ന പോലീസുകാരെപ്പോലെയാണ്. എളുപ്പത്തി ലൊന്നും ഹിറ്റ്ലറുടെ കൈയിൽനിന്നും രക്ഷപ്പെടാനാവില്ല. വലയിൽ പെട്ടാൽ വലഞ്ഞതുതന്നെ. അസംബ്ലി തീരുന്നതുവരെ പൊരിവെയി ലത്ത് ഇണതുണയില്ലാതെ ഒറ്റയാൾ പട്ടാളമായി അറ്റൻഷനിൽ നിൽക്കണം. അതുകഴിഞ്ഞാൽ സ്റ്റാഫ്റൂമിന്റെ മുന്നിൽ പാറാവുകാര നാകണം. റൗണ്ട് കഴിഞ്ഞുവരുന്നതുവരെ. പിന്നെ, മുലപ്പാലുവരെ ഛർദ്ദിപ്പിക്കുംമട്ടിലുള്ള വിസ്താരമാണ്. ഒരിക്കൽ അനുഭവിച്ചവൻ മരണം വരെ ഹിറ്റ്ലറെ മറക്കില്ല. വൈകിയെത്തുന്നവരുടെയും വികൃതി കാണിക്കുന്നവരുടെയുമെല്ലാം മനസ്സുകളിൽ ആ രൂപം മാത്ര മാണുണ്ടാവുക.

ഒരു പ്രധാനപ്പെട്ട കാര്യം കുട്ടികളെ അറിയിക്കാനുണ്ടെന്ന് ഹെഡ് മിസ്ട്രസിന്റെ അറിയിപ്പു കേട്ടപ്പോഴാണ് പ്രാർത്ഥനയും പ്രതിജ്ഞ യുമൊക്കെ കഴിഞ്ഞുപോയെന്നു മനസ്സിലായത്.

“പാഠാനുബന്ധപ്രവർത്തനങ്ങളുടെ ഭാഗമായി ഈ വർഷം നമ്മൾ നടപ്പിലാക്കാൻ ഉദ്ദേശിക്കുന്നത് നമ്മുടെ ഡ്രീം പ്രോജക്ടറ്റ് തന്നെ യാണ്.”

കുട്ടികൾ ആകാംക്ഷയോടെ ഹെഡ്മിസ്ട്രസിനെ നോക്കിനിന്നു.

"കഴിഞ്ഞ പ്രാവശ്യം നമ്മൾ പരിശ്രമിച്ചെങ്കിലും നമ്മുടെ മേലധികാരികളിൽനിന്നോ സ്വയംഭരണസ്ഥാപനങ്ങളിൽനിന്നോ ആവശ്യമായ ഫണ്ട് അനുവദിച്ചു കിട്ടിയിരുന്നില്ല. പലവിധ തടസ്സങ്ങളുമുണ്ടായി. അതുകൊണ്ട് ഈ വർഷം പദ്ധതികൾ ആസൂത്രണം ചെയ്യുന്ന ഘട്ടത്തിൽത്തന്നെ നമ്മുടെ പ്രോജക്ട് ജില്ലാപഞ്ചായത്തിനു സമർപ്പിക്കുകയുണ്ടായി. എല്ലാവരുടെയും പ്രയത്നംകൊണ്ട് പ്രോജക്ട് തത്ത്വത്തിൽ അംഗീകരിച്ചിരിക്കുകയാണ്. വിശദാംശങ്ങൾ അന്വേഷിച്ചുകൊണ്ട് ഒരു കത്ത് കിട്ടിയിരിക്കുന്നു. ആ രേഖകൾ സമർപ്പിച്ചാൽ നമുക്ക് ആ പ്രോജക്ട് നടപ്പിലാക്കാം."

ആഹ്ലാദത്തിന്റെ മർമ്മരം. പതുക്കെ പതുക്കെ ഒരു കൈയടി.

"പ്രോജക്ട് എന്താണെന്നു പറയുന്നതിനുമുമ്പു തന്നെ നിങ്ങൾ കൈയടിച്ചിരിക്കുന്നു. എന്താണ് നമ്മുടെ ഡ്രീം പ്രോജക്ട് എന്നു നിങ്ങൾക്ക് പറയാമോ?"

കുട്ടികൾ ഒന്നടങ്കം വിളിച്ചുപറഞ്ഞു:

"സിനിമ..."

ഹെഡ്മിസ്ട്രസ് ചിരിച്ചുകൊണ്ട് തുടർന്നു:

"അതെ, സിനിമ തന്നെ..."

കുട്ടികളുടെ കരഘോഷം കൂടുതൽ ഉച്ചത്തിലായി. അതടങ്ങിയപ്പോൾ അവർ തുടർന്നു:

"ഈ വർഷം നമ്മുടെ സ്കൂളിലെ കുട്ടികളും അദ്ധ്യാപകരും രക്ഷകർത്താക്കളും ഒക്കെ സഹകരിച്ചുകൊണ്ട് ഒരു സിനിമയുണ്ടാക്കും. കുട്ടികളുടെ പഠനത്തിന്റെ ഭാഗമായി ഇത്തരം പ്രോജക്ടുകൾ നടപ്പിലാക്കുമ്പോൾ നമ്മുടെ സ്കൂളിന്റെ അന്തസ്സ് പതിന്മടങ്ങായി വർദ്ധിക്കും. ഏറ്റവും ശക്തമായ കലാരൂപമാണ് സിനിമ. ഏവരേയും എളുപ്പത്തിൽ സ്വാധീനിക്കുന്ന മാധ്യമവും സിനിമയാണ്. അതുകൊണ്ടുതന്നെ നാം ആ രംഗത്ത് കൂടുതൽ ശ്രദ്ധിക്കേണ്ടതല്ലേ?"

"അതേ..." കുട്ടികൾ ഒറ്റശ്വാസത്തിൽ പറഞ്ഞു.

"നമ്മുടെ സ്കൂളിലെ കുട്ടികൾക്കും ഒരു സിനിമയുണ്ടാക്കാൻ കഴിയുമെന്ന് തെളിയിക്കാനുള്ള അവസരം ഫലപ്രദമായി വിനിയോഗിക്കണം. ഫിലിം ക്ലബ്ബ് അംഗങ്ങളും അതിന്റെ ചുമതലയുള്ള പ്രകാശൻമാഷും ഇതിനുവേണ്ട പ്രവർത്തനങ്ങൾ തുടങ്ങിക്കഴിഞ്ഞിട്ടുണ്ട്."

ഫിലിം ക്ലബ്ബ് അംഗങ്ങൾ ആഹ്ലാദം അടക്കാനാവാതെ ഉറക്കെ സംസാരിച്ചുകൊണ്ടിരുന്നു. അസംബ്ലിയിൽ പിന്നെ എന്തൊക്കെ

നടന്നുവെന്ന് അറിഞ്ഞില്ല. എന്റെ മനസ്സ് സന്തോഷം കൊണ്ട് തിളച്ചു മറിയുകയായിരുന്നു.

ഓടിച്ചെന്ന് പ്രകാശൻമാഷെ കെട്ടിപ്പിടിക്കണമെന്നു തോന്നി. കുറെ നാളുകളായി മാഷ് ഇതിനുവേണ്ടി പരിശ്രമിക്കുകയായിരുന്നു. പലവട്ടം ജില്ലാ പഞ്ചായത്ത് ഭാരവാഹികളെ കാണാൻ പോയതും പ്രോജക്ടുകൾ മാറ്റി മാറ്റിയെഴുതിയതുമെല്ലാം മറ്റുള്ളവരോട് പറയുന്നതു കേട്ടിട്ടുണ്ട്. മാഷാണ് എപ്പോഴും നമ്മുടെ ഡ്രീം പ്രോജക്ടിനെപ്പറ്റി പറയാറുള്ളത്. ഏതായാലും ഒരു സ്വപ്നം പൂവണിയാൻ പോകുന്നു.

മൂന്നാമത്തെ പിരീഡിൽ ഫിലിം ക്ലബ്ബ് അംഗങ്ങളുടെ മീറ്റിങ്ങുണ്ടെന്നു അറിയിപ്പ് കിട്ടി. അപ്പോൾ മുതൽ ആലോചന മുഴുവനും സിനിമയെക്കുറിച്ചായി. ക്ലാസ്സിൽ ശ്രദ്ധിക്കാൻ പറ്റുന്നില്ല. ആരോടെങ്കിലും പറഞ്ഞാൽ പുലിവാലാകും. അതെ!, സിനിമയും നാടകവും ഒക്കെ കുട്ടികളുടെ പഠനം തകരാറിലാക്കുമെന്നു രക്ഷിതാക്കൾ മാത്രമല്ല ചില അദ്ധ്യാപകരും അങ്ങനെ വിശ്വസിക്കുന്നുണ്ട്.

സമയം അരിച്ചരിച്ചു നീങ്ങുന്നു. എന്താണ് ബെല്ലടിക്കാൻ വൈകുന്നത്?" നവീൻ അവന്റെ വാച്ചിൽ നോക്കി പറഞ്ഞു.

"സമയാവണേള്ളൂ..."

"ചെലപ്പോ നിന്റെ വാച്ച് കേടായിട്ടുണ്ടാകും. ബാറ്ററി വീക്കായിട്ടുണ്ടോന്ന് നോക്ക്യേ?"

നവീൻ അജീത്തിനെ സൂക്ഷിച്ചുനോക്കി.

"നിനക്കെന്താ പറ്റ്യേ? ഒരു ഇരിക്കപ്പൊറുതിയില്ലല്ലോ."

"ഏയ്. എനിക്കൊന്നും പറ്റിയിട്ടില്ല. ഈ നശിച്ച പിരീഡ് കഴിയുന്നില്ലല്ലോ എന്ന് ഓർത്താ."

നവീൻ അജിത്തിനെ നോക്കി പതുക്കെ ചിരിച്ചു.

"എന്താടാ? വല്ല ഡിംഡിഡക്കയും ഒപ്പിച്ചോ? എന്നോട് പറയെടാ."

"നീ പോടാ. അതെ ഇന്ന് മൂന്നുമണിക്ക് പി.ടി.എ. മീറ്റിംഗല്ലേ?"

കൂട്ടുകാരനെ തള്ളിമാറ്റിക്കൊണ്ട് നവീൻ ഒരു നിമിഷം നിശ്ശബ്ദനായി.

"ഉവ്വ്. അതിന് നീയെന്തിനാടാ ടെൻഷനടിക്കുന്നേ. നിന്നെ ക്ഷണിച്ചിട്ടുണ്ടോ?"

"അതല്ല...."

"പിന്നെ..."

"നമ്മളുണ്ടാക്കാൻ പോകുന്ന സിനിമയുണ്ടല്ലോ. അതിന്റെ കാര്യങ്ങള് ഇന്നു തീരുമാനിക്കുംത്രേ. പ്രകാശൻമാഷ് പറയുന്നത് കേട്ടു."

"ഓ... അതു ശരി. വെറുതെയല്ലാ ഈ പരാക്രമം..."

"മോനേ ദിനേശാ, സവാരിഗിരിഗിരി."

തൊട്ടടുത്തിരിക്കുന്ന കൂട്ടുകാരൻ മോഹൻലാലിനെ അനുകരിച്ചു.

"നല്ലൊരു റോൾ ഞാനടിച്ചെടുക്കും."

കണ്ണിന്റെ പടം വരച്ചുകൊണ്ടിരുന്ന നിർമ്മലടീച്ചർ പെട്ടെന്ന് തിരിഞ്ഞു.

"എന്താ അവിടെ ബഹളം?"

എല്ലാവരും ഒന്നുമറിയാത്തതുപോലെ ധൃതിയിൽ നോട്ടുബുക്കിൽ ചിത്രം വരയ്ക്കാൻ ശ്രമിച്ചു.

"നവീൻ... ഞാൻ വരയ്ക്കാൻ പറയുമ്പോൾ വരച്ചാൽ മതി. ഇപ്പോൾ ഇവിടെ ശ്രദ്ധിക്ക്."

ടീച്ചർ കണ്ണിന്റെ ചിത്രത്തിൽ ഭാഗങ്ങൾ അടയാളപ്പെടുത്താനായി ബോർഡിലേയ്ക്ക് തിരിഞ്ഞപ്പോൾ രാഹുൽ മോഹൻലാലിനെ അനുകരിച്ചുകൊണ്ട് തോളിന്റെ ഒരു വശം താഴ്ത്തി കീഴ്ത്താടിയല്പം മുന്നോട്ട് നീട്ടി. എന്നിട്ട് നവീനോട് പറഞ്ഞു:

"ഫിലിം ക്ലബ്ബ് സെക്രട്ടറി ആദ്യം കണ്ണിനെപ്പറ്റി പഠിക്ക്. എന്നിട്ടു മതി സിനിമയുടെ തിരക്കഥ, സംഭാഷണം, സംവിധാനം..."

കുട്ടികൾ ശബ്ദമടക്കിപ്പിടിച്ചുകൊണ്ട് ചിരിച്ചു. ടീച്ചർ വീണ്ടും തിരിഞ്ഞുനോക്കി:

"എന്താ രാഹുൽ?"

രാഹുൽ ഒന്നു പരുങ്ങി.

ഒരു മോഹൻലാൽ ടച്ചോടെ ടീച്ചറെ നോക്കിക്കൊണ്ട് അവൻ പറഞ്ഞു:

"ഒന്നുല്ല്യ ടീച്ചർ. കുട്ടികളല്ലേ... വെറുതെയിങ്ങനെ ചിരിക്ക്യാ..."

"മര്യാദയ്ക്ക് ക്ലാസ്സിലിരിക്കണോ, അതോ പുറത്തുപോണോ.?" ടീച്ചർ താക്കീത് ചെയ്തു.

"കുറെ നേരമായി ഞാൻ ശ്രദ്ധിക്കുന്നു. ആ ഭാഗത്ത് ഒരു കുറുങ്ങലും കുശുകുശുപ്പും. എന്താടോ പ്രശ്നം?"

നവീൻ എഴുന്നേറ്റുനിന്നു. രാഹുലിനെ ഒന്നു നോക്കി.

"നമ്മുടെ സ്കൂളിൽ നിർമ്മിക്കാൻ പോകുന്ന സിനിമയെപ്പറ്റി പറഞ്ഞതാ."

ടീച്ചർ ഒന്നമർത്തി മൂളി.

"ഇരിക്ക്... ഇപ്പോ എല്ലാവരും ക്ലാസ്സിൽ ശ്രദ്ധിച്ചാ മതി. സിനിമാന്ന് കേട്ടപ്പോഴേയ്ക്കും കുട്ടികൾക്ക് ഇരിക്കപ്പൊറുതിയില്ലാതായി. ആദ്യം വേണ്ടത് കാര്യങ്ങൾ മനസ്സിലാക്കുകയാ. കണ്ണിനെപ്പറ്റിയും പ്രകാശത്തെക്കുറിച്ചുമെല്ലാം ക്ലാസ്സിൽ പറഞ്ഞുതരുമ്പോൾ മിമിക്രി കാണിച്ചിരുന്നാൽ സിനിമേണ്ടാവില്ല."

എല്ലാവരും നിശ്ശബ്ദരായി. കുട്ടികളെല്ലാം തലതാഴ്ത്തിയിരുന്നു. ടീച്ചർക്ക് അവരോട് സഹതാപം തോന്നി. പതുക്കെ പുഞ്ചിരിച്ചുകൊണ്ട് പറഞ്ഞു:

"ഞാൻ എടുത്തുകൊണ്ടിരിക്കുന്ന വിഷയവും നിങ്ങൾ നിർമ്മിക്കാൻ പോകുന്ന സിനിമയും ഒക്കെ പഠനത്തിന്റെ ഭാഗമാക്കിത്തീർക്കണം. മനസ്സിലായോ? എന്നാൽ മാത്രമേ ഇത്തരം പ്രവർത്തനങ്ങൾ കൊണ്ട് പ്രയോജനമുണ്ടാകൂ. നമ്മുടെ കാഴ്ചയുടെ പ്രത്യേകതയിൽ നിന്നാണ് സിനിമയുണ്ടായതെന്നു കേട്ടിട്ടില്ലേ?"

"ഉവ്വ്." കുട്ടികൾ സമ്മതിച്ചു.

മിണ്ടാതിരിക്കുന്നവരെ ടീച്ചർ ശ്രദ്ധിച്ചു.

"എന്താ കാഴ്ചയുടെ പ്രത്യേകത? ആർക്ക് പറയാം?"

ഒന്നുരണ്ടുപേർ കൈ പൊക്കി.

"മിഥുൻ , മിഥുൻ പറയൂ." ടീച്ചർ ആവശ്യപ്പെട്ടു.

"കണ്ണിന്റെ ലെൻസിലൂടെ വസ്തുക്കളുടെ പ്രതിബിംബം റെറ്റിനയിൽ പതിഞ്ഞ് കാഴ്ചയുണ്ടാകുന്നതുപോലെ ക്യാമറയുടെ ലെൻസിലൂടെ പോകുന്ന പ്രതിബിംബം ഫിലിമിൽ പതിയുന്നു."

ടീച്ചർ ചിരിച്ചു.

"മിഥുൻ നീ പറഞ്ഞത് ശരിയാണ്."

പ്രമോദ് എഴുന്നേറ്റുനിന്ന് ചോദിച്ചു.

"ടീച്ചർ, പേഴ്സിസ്റ്റൻസ് ഓഫ് വിഷൻ എന്താണ്? സിനിമയെപ്പറ്റി പറയുമ്പോഴൊക്കെ പലരും ഇതു പറയുന്നത് കേട്ടിട്ടുണ്ട്?"

"ഇതു നിങ്ങൾക്കറിയില്ലേ? ആരെങ്കിലും പറയൂ." ടീച്ചർ ആവശ്യപ്പെട്ടു.

കുട്ടികൾ നിശ്ശബ്ദരായിരുന്നു.

"ങ്. എന്താ പേഴ്സിസ്റ്റൻസ് ഓഫ് വിഷൻ നിങ്ങൾ പഠിച്ചിട്ടുള്ള തല്ലേ? പറയ്." ടീച്ചർ ചോദ്യം ആവർത്തിച്ചു.

ഒടുവിൽ പ്രമോദ് എഴുന്നേറ്റുനിന്നു.

"ഒരു കാഴ്ച കണ്ണിൽനിന്നും മറഞ്ഞാലും ഒരു നിശ്ചിതസമയം കണ്ണിൽ തന്നെ തങ്ങിനിൽക്കും."

"ശരിയാണ്. ഒരു വസ്തു കണ്ടു കഴിഞ്ഞാലും ആ ദൃശ്യം അതു പോലെ തന്നെ ഒരു സെക്കന്റിന്റെ പത്തിലൊരംശം സമയം നമ്മുടെ കാഴ്ചയിൽ തങ്ങിനില്ക്കുന്നു. ഇതാണ് പേഴ്സിസ്റ്റൻ ഓഫ് വിഷൻ."

"സിനിമയും പേഴ്സിസ്റ്റൻസ് ഓഫ് വിഷനും തമ്മിലുള്ള ബന്ധം എന്താണ്?" ടീച്ചർ ചോദിച്ചു.

"പ്രമോദിന് അറിയാമെങ്കിൽ പറയ്."

"സിനിമയുടെ സാങ്കേതികവിദ്യയോട് നമ്മുടെ കണ്ണുകളുടെ കഴി വായ പെർസിസ്റ്റൻസ് ഓഫ് വിഷനും കൂടിച്ചേരുമ്പോഴാണ് നമുക്ക് ചലനം അനുഭവപ്പെടുന്നത്. ചലനത്തിന്റെ ഇരുപത്തിനാല് വ്യത്യസ്ത അവസ്ഥകൾ ചിത്രീകരിച്ചിരിക്കുന്ന ഇരുപത്തിനാല് നിശ്ചലദൃശ്യ ങ്ങളെ ഒരു സെക്കന്റിനുള്ളിൽ പ്രൊജക്ടറിലൂടെ ഓടിക്കുമ്പോൾ ആ വസ്തു ചലിക്കുന്നതായി തോന്നുന്നു."

"വെരിഗുഡ്, ഇരിക്കൂ പ്രമോദ്."

പ്രമോദ് അഭിമാനപൂർവ്വം ചുറ്റും നോക്കിക്കൊണ്ട് ഇരുന്നു.

"ടീച്ചറേ, ഇവനിത് ഏതോ പുസ്തകം നോക്കി പറയുന്നതാ"

"ആണോ പ്രമോദ്?"

"അല്ല ടീച്ചറേ, ഞാനിത് ഒൻപതാംക്ലാസ്സിൽ അമ്പതുപ്രാവശ്യം ഇമ്പോസിഷൻ എഴുതിയതാ. അതാ ഇത്ര ഓർമ്മ."

കുട്ടികൾ പൊട്ടിച്ചിരിച്ചു. ടീച്ചറും ഒപ്പം ചിരിച്ചു.

"പേഴ്സിസ്റ്റൻസ് ഓഫ് വിഷൻ സിനിമയുമായി ബന്ധപ്പെടുന്നത് എങ്ങനെയെന്ന് മനസ്സിലായിട്ടുണ്ടോ?"

"ബാലഗോപാലൻമാഷ് ശാസ്ത്രമേളയ്ക്കുവേണ്ടി ഒരു കലിഡോ സ്കോപ്പുണ്ടാക്കിയപ്പോൾ കാണിച്ചുതന്നിട്ടുണ്ട്."

"അത് കലിഡോസ്കോപ്പല്ലെടാ, സിയോസ്കോപ്പാ."

മിഥുൻ ഇടയ്ക്കുകയറി പറഞ്ഞപ്പോൾ ടീച്ചർ ഇടപെട്ടു.

"ങാ... മതി... മതി... ബെല്ലടിക്കുന്നതിനുമുമ്പ് കണ്ണിന്റെ ചിത്രം എല്ലാവരും വരച്ചെടുക്കണം. ഇനിയൊക്കെ നിങ്ങളുടെ ഫിസിക്സ് സാറിനോട് ചോദിച്ചു മനസ്സിലാക്കിക്കോളൂ."

മാഞ്ചോട്ടിൽ ഒരു കൂട്ടായ്മ

സ്കൂളിലെത്തുന്ന അതിഥികളെ സത്ക്കരിക്കുന്ന ചുമതല ഞങ്ങൾ കുട്ടികളുടേതാണ്. ചില അദ്ധ്യാപകർ ഞങ്ങൾക്ക് ആവശ്യമായ നിർദ്ദേശങ്ങൾ തന്നുകൊണ്ട് ഒപ്പമുണ്ടാകും. വാർഷികമായാലും സ്പോർട്സ് മീറ്റായാലും പി.ടി.എ. യോഗമായാലും ലതടീച്ചറും സുമി ടീച്ചറുമായിരിക്കും ഞങ്ങളെ നയിക്കുന്നത്. പി.ടി.എ.ക്കാർക്കുള്ള ചായയും ബിസ്ക്കറ്റുകളും ട്രേയിലാക്കി എന്നെയും രാഹുലിനെയും ഏല്പിക്കും. വീട്ടിലാണെങ്കിൽ ഇതൊന്നും എന്നെക്കൊണ്ട് ചെയ്യി ക്കില്ല. ഒരു മൊട്ടുസൂചിപോലും എടുപ്പിക്കില്ല. എല്ലാ കാര്യങ്ങളും അമ്മ ചെയ്തുതരും. വല്ലപ്പോഴും എന്തെങ്കിലും ചെറിയൊരു ജോലി അച്ഛനേല്പിച്ചാൽ അമ്മ ചാടിവീഴും.

"അവന് പഠിക്കാനുള്ളതല്ലേ... ഞാൻ ചെയ്തോളാം..."

അങ്ങനെ വീട്ടിലും സ്കൂളിലും രണ്ടുതരത്തിലുള്ള ജീവിതമാണെ നിക്ക്. വീട്ടിലാണെങ്കിൽ ഒരു ജോലിയും ചെയ്യാതെ എല്ലാ സുഖസൗക ര്യങ്ങളും അനുഭവിച്ചുകൊണ്ട് ഒരു കുട്ടിരാജാവായി കഴിയുന്നു. സ്കൂളിൽ അവനവന്റേതായ എല്ലാ ഉത്തരവാദിത്തങ്ങളും ചുമലിലേറ്റി ഒരു സാധാരണപ്രജയായി ജീവിക്കുന്നു. ഏതാണ് കൂടുതൽ സുഖവും സന്തോഷവും നല്കുന്നത്? തീർച്ചയായും ഒരു പ്രജയായി അവന വന്റെ ജോലികൾ സ്വയം ചെയ്ത് മറ്റുള്ളവരെ സഹായിച്ചുകൊണ്ട് ജീവിക്കുമ്പോഴാണ് കൂടുതൽ സന്തോഷം അനുഭവപ്പെടുന്നത്. സ്വന്തം കാര്യം മാത്രം നോക്കി നടക്കുന്നവരെ ആർക്കും ഇഷ്ടമില്ലെന്നു മന സ്സിലായിട്ടുണ്ട്. എല്ലാവരുടെയും ആദരവും സ്നേഹവും നേടണമെ ങ്കിൽ സമൂഹത്തിനുവേണ്ടി പ്രയത്നിക്കണം. പ്രയത്നം അവനവനു വേണ്ടി മാത്രമാകരുത്. അതെനിക്കു ബോദ്ധ്യപ്പെട്ടിട്ടുണ്ട്.

മധുരമില്ലാത്ത ചായയാണ് പി.ടി.എ. പ്രസിഡണ്ട് കുടിക്കുക. ചായ അദ്ദേഹത്തിന്റെ മുന്നിൽ വച്ചപ്പോൾ കൈകൊണ്ട് വേണ്ടെന്ന് ആംഗ്യം

കാണിച്ചു. മധുരമില്ലാത്തതാണെന്ന് ഞാൻ പതുക്കെ പറഞ്ഞപ്പോൾ അദ്ദേഹം സന്തോഷത്തോടെ 'വച്ചോളൂ' എന്ന അർത്ഥത്തിൽ തല കുലുക്കി, എന്റെ പുറത്തൊന്നു തൊട്ടു. എനിക്കത് വലിയ സന്തോഷം നൽകി.

"പ്രോജക്ട് തുടങ്ങുന്നതിനു മുമ്പ് അഡ്വാൻസൊന്നും കിട്ടില്ല."

ചായ അല്പം കുടിച്ചുകൊണ്ട് പ്രസിഡണ്ട് പറഞ്ഞു.

"പ്രോജക്ട് പൂർത്തിയാക്കി സിനിമയുടെ സി.ഡി.യും ചെലവായ തുകയ്ക്കുള്ള രസീതികളും ഇംപ്ലിമെന്റേഷൻ ഓഫീസറെ ഏല്പിക്കണം. അത് പരിശോധിച്ചു ബോദ്ധ്യപ്പെട്ടതിനുശേഷം മാത്രമേ ജില്ലാപഞ്ചായത്തിൽനിന്നും പണം അനുവദിച്ചുതരികയുള്ളു." വീണ്ടും അദ്ദേഹം ചായകുടിച്ചു.

അദ്ധ്യാപകരും രക്ഷിതാക്കളും പരസ്പരം സംസാരിക്കുന്നുണ്ടായിരുന്നു. അത്യാവശ്യമുള്ള പണം എങ്ങനെ കണ്ടെത്തും? ഇതായിരുന്നു അവരുടെ പിറുപിറുക്കലിന്റെ ഉള്ളടക്കം.

ഹെഡ്മിസ്ട്രസ്സ് എണീറ്റുനിന്നു. എല്ലാവരും നിശ്ശബ്ദം ശ്രദ്ധിച്ചു.

"ജില്ലാപഞ്ചായത്തിന്റെ പണംകൊണ്ടുമാത്രം ഈ പരിപാടി പൂർത്തിയാക്കാൻ പറ്റില്ല. അഡ്വാൻസ് തുകയും പോരാതെ വരുന്ന തുകയും പി.ടി.എ. ഫണ്ടിൽനിന്ന് നല്കണമെന്നാണ് എനിക്കു നിർദ്ദേശിക്കാനുള്ളത്." ഒരു നിമിഷം നിശ്ശബ്ദയായശേഷം അവർ തുടർന്നു:

"പണമുണ്ടാക്കാൻ എന്തെങ്കിലും വഴി കണ്ടെത്തിയേ തീരൂ. കുട്ടികൾക്ക് നാം ഏറെ പ്രതീക്ഷ നൽകിപ്പോയി."

"തൽക്കാലം ഈ പരിപാടി കുറച്ചുനാളത്തേയ്ക്ക് മാറ്റിവച്ചാലോ?" ഒരു രക്ഷിതാവ് എണീറ്റുനിന്നു പറഞ്ഞു.

"മാറ്റിവയ്ക്കാനോ... അങ്ങനെ ചിന്തിക്കാൻ പോലും പാടില്ലെന്നാണ് എന്റെ അഭിപ്രായം." മറ്റൊരു രക്ഷിതാവിന്റെ പ്രതികരണം.

ഈ സംരംഭത്തിൽനിന്ന് ആർക്കുംതന്നെ പിൻതിരിയാൻ പറ്റുമെന്നു തോന്നുന്നില്ല. അത്തരമൊരവസ്ഥയിൽ നാം എത്തിക്കഴിഞ്ഞിരിക്കുന്നു. ഓരോ അഭിപ്രായം കേൾക്കുമ്പോഴും എന്റെ മനസ്സ് വേവലാതിപ്പെടുന്നുണ്ടായിരുന്നു. പറഞ്ഞുപറഞ്ഞ് ഈ പദ്ധതിയെങ്ങാനും മാറ്റിവച്ചേക്കുമോ എന്നൊരു ആശങ്ക. പണത്തിന്റെ ആവശ്യമുന്നയിച്ചപ്പോൾ പലരും പിൻവലിയാനുള്ള പ്രവണതയാണ് പ്രകടിപ്പിക്കുന്നത്. ആരും മുന്നോട്ടു വരുന്നില്ല.

എല്ലാവരുടെയും പ്രതികരണം ശ്രദ്ധിച്ചശേഷം പ്രകാശൻമാഷ് എണീറ്റു.

“എനിക്ക് ഒരപേക്ഷയുണ്ട്. എന്തു വിലകൊടുത്തും ഈ പ്രോജക്ട് നടപ്പാക്കണം. കുട്ടികളുടെ നല്ല അഭിരുചികളും കഴിവുകളും വളർത്തിയെടുക്കാനുള്ള ഒരവസരവും പാഴാക്കിക്കളയാൻ പാടില്ല. ഇവിടെ കൂടിയിട്ടുള്ള ഓരോരുത്തരും ഒന്നു മനസ്സുവച്ചാൽ മതി. ഈ പദ്ധതി നമുക്ക് നടപ്പിലാക്കാം. ഓരോരുത്തർക്കും സാധിക്കുന്ന തുക അഡ്വാൻസ് ചെയ്യുക. സ്കൂളിനോടു സ്നേഹമുള്ള അഭ്യുദയകാംക്ഷികളേയും പൂർവ്വവിദ്യാർത്ഥികളേയും നമുക്കു സമീപിക്കാം. പണം ദുർവ്യയം ചെയ്യില്ലെന്നും സമർത്ഥമായും ഫലപ്രദമായും വിനിയോഗിക്കുമെന്നും അവരെ ബോദ്ധ്യപ്പെടുത്തണം. നിസ്വാർത്ഥമായി സേവനം ചെയ്യുന്നവരെ എല്ലാവർക്കും ബഹുമാനമാണ്. ഇഷ്ടമാണ്. നമുക്ക് ആവശ്യത്തിനുള്ള ഫണ്ട് സമാഹരിക്കാൻ കഴിയുമെന്നാണ് എന്റെ വിശ്വാസം...”

പ്രകാശൻമാഷിന്റെ സംസാരം എല്ലാവരും ശ്രദ്ധയോടെ കേട്ടിരുന്നു. ആ വാക്കുകളുണ്ടാക്കിയ പ്രതീക്ഷയുടെ തരംഗങ്ങൾ എല്ലാവരുടെയും മുഖത്തു കാണാമായിരുന്നു. എല്ലാവരുടെയും പ്രതികരണം ശ്രദ്ധിച്ചുകൊണ്ട് പ്രകാശൻമാഷ് പറഞ്ഞു.

“എന്തായാലും ഞാൻ എന്റെ കടമ നിർവ്വഹിക്കാം. എന്റെ പി. എഫിൽനിന്നും ഇതിനാവശ്യമായ തുകയെടുത്ത് അഡ്വാൻസ് ചെയ്യാൻ ഞാൻ തയ്യാറാണ്.”

മാഷ് തന്റെ ഇരിപ്പിടത്തിൽ ഒരു തീരുമാനമെടുത്ത വിശ്വാസത്തിലാണ് ഇരുന്നത്. കുറച്ചുനേരം ആരുമൊന്നും മിണ്ടിയില്ല. ഞങ്ങൾ പ്രകാശൻമാഷെത്തന്നെ നോക്കിനില്ക്കുകയായിരുന്നു. ഞങ്ങളുടെ കണ്ണുകൾ സന്തോഷംകൊണ്ട് ഈറനണിയാൻ തുടങ്ങുന്നുവോ? പുറത്തേയ്ക്കോടിച്ചെന്ന് ഞങ്ങളുടെ കൂട്ടുകാരെ ഈ വിവരമറിയിക്കണമെന്നു തോന്നി. ഈ പദ്ധതി നടപ്പാകുകതന്നെ ചെയ്യുമെന്ന വിശ്വാസം ഞങ്ങളിലുണ്ടായി. എന്റെ കൈകൾ അറിയാതെ കൂട്ടുകാരന്റെ കൈകളിൽ മുറുകെ പിടിച്ചു.

തങ്കപ്പൻനായർ പുറത്തേയ്ക്ക് എഴുന്നേറ്റുപോയി. ആരോടൊക്കെയോ മൊബൈലിൽ സംസാരിക്കുന്നുണ്ടായിരുന്നു. കുറച്ചുനേരമായി എല്ലാവരും പരസ്പരം ചർച്ചയിലാണ്. ചിലർ എഴുന്നേറ്റു വന്ന് ഹെഡ്മിസ്ട്രസ്സിനോടും എന്തൊക്കെയോ പറയുന്നുണ്ടായിരുന്നു. തങ്കപ്പൻനായർ തന്റെ സീറ്റിൽ തിരിച്ചുവന്നിരുന്നു. മേശപ്പുറത്ത് തട്ടി

എല്ലാവരുടെയും ശ്രദ്ധയാകർഷിച്ചു. എന്നിട്ട് എണീറ്റുനിന്ന് സംസാരിക്കാൻ തുടങ്ങി,.

"പ്രകാശൻമാഷ്ടെ സേവനവും ബുദ്ധിയും ഗൈഡൻസുമാണ് നമുക്കാവശ്യം. മാഷ്ക്ക് ഒരു ബാദ്ധ്യതയുണ്ടാകാൻ ഞങ്ങളൊക്കെ ഇവിടെയുള്ളപ്പോൾ സമ്മതിക്കില്ല. ഈ പദ്ധതിക്കാവശ്യമായ പണം നമ്മളെങ്ങനെയെങ്കിലും കണ്ടെത്തും. ഒരാൾക്കും ഒരു ബാദ്ധ്യതയും ഉണ്ടാക്കില്ല. ഈ വർഷം നമ്മൾ തീരുമാനിച്ചപ്രകാരം തന്നെ ഒരു സിനിമയുണ്ടാക്കാം."

ഞങ്ങൾ കുട്ടികളുടെ സന്തോഷം കൈയടിയിലും അറിയാതെ പൊട്ടിപ്പുറപ്പെട്ട ശബ്ദഘോഷത്തിലും പ്രകടിതമായി.

"നമ്മുടെ സ്കൂളിൽനിന്നും പഠിച്ചുപോയ ഒന്നുരണ്ടുപേരെ ഞാൻ വിളിച്ചിരുന്നു. കാശിന് ബുദ്ധിമുട്ടില്ലാത്തവരെയാണ് നമുക്കാവശ്യം. വളരെ പോസിറ്റീവായ മറുപടിയാണ് അവരിൽനിന്നും കിട്ടിയത്. ഇന്നു തന്നെ അവരെ കാണുന്നതിനുള്ള ഏർപ്പാടുണ്ടാക്കിയിട്ടുണ്ട്.'

ഹെഡ്മിസ്ട്രസ്സും കൈയടിക്കുന്നതുകണ്ട് ഞങ്ങൾക്ക് ചിരി വന്നു. പണം വരുന്ന വഴി കൃത്യമായി അറിഞ്ഞപ്പോഴാണ് ടീച്ചർക്ക് വിശ്വാസം വന്നത്.

പി.ടി.എ.പ്രസിഡണ്ട് ഹെഡ്മിസ്ട്രസ്സിനോടായി പറഞ്ഞു:

"ടീച്ചറേ...നാളെത്തന്നെ സിനിമയുടെ പ്രവർത്തനം ധൈര്യമായി തുടങ്ങിക്കോളൂ..."

ഞാൻ എന്റെ കൂട്ടുകാരുടെ അടുത്തേയ്ക്ക് ഒരോട്ടം വച്ചുകൊടുത്തു. ഫിലിം ക്ലബ്ബ് മെമ്പർമാരെല്ലാം ഞങ്ങളുടെ സ്ഥിരം താവളമായ 'മുത്തശ്ശി മാവി'ന്റെ ചുവട്ടിലുണ്ടായിരുന്നു. വിക്കറ്റു തെറിപ്പിച്ച് വീറോടെ വരുന്ന ശ്രീശാന്തിനെപ്പോലെ മുഷ്ടിചുരുട്ടി ആകാശത്തേയ്ക്കൊരു കുടച്ചിൽ. എന്റെ ആവേശപ്രകടനം കണ്ടപ്പോൾ കൂട്ടുകാർക്കെല്ലാം മനസ്സിലായി. എല്ലാവരും ഓടിവന്ന് എന്നെ എടുത്തു പൊന്തിച്ചു. ഞങ്ങളെല്ലാവരും ഒരു പന്തുപോലെ ചുരുണ്ട് പരസ്പരം അലിഞ്ഞു. എനിക്ക് ശ്വാസം മുട്ടുന്നുണ്ടായിരുന്നു. ഞാൻ കുതറി എഴുന്നേറ്റു.

വാക്കുകളേക്കാൾ ശക്തി ഒരാംഗ്യത്തിനുണ്ട്. സിനിമയുടെ ഭാഷയാണത്. കുറച്ചകലെയായി ക്രിക്കറ്റു കളിച്ചുകൊണ്ടിരുന്നവരും കളി നിർത്തി ഓടി വന്നു. എല്ലാവരും എന്റെ ചുറ്റും കൂടി നിന്നു. ഇതുവരെ ആരും ശ്രദ്ധിക്കാത്തതും ആരും ഏറ്റെടുക്കാൻ തയ്യാറാകാത്തതുമായ ഒന്നായിരുന്നു ഫിലിം ക്ലബ്ബ് സെക്രട്ടറി സ്ഥാനം. സ്കൂളിലെ മറ്റു പല ക്ലബ്ബുകളുടെയും ഭാരവാഹികളെപ്പോലെ

കടലാസിലുറങ്ങുന്ന ഒരു സെക്രട്ടറി. പെട്ടെന്നൊരു ദിവസം ജീവൻവച്ച് പുസ്തകത്തിനപ്പുറത്തേയ്ക്ക് ചാടിവന്നിരിക്കുന്നു.

ഒറ്റ ദിവസംകൊണ്ടുതന്നെ ഒട്ടേറെ വളർന്നതുപോലെ. ഓരോരുത്തരുടേയും പ്രതികരണവും അന്വേഷണവും കൊണ്ട് എനിക്കങ്ങനെയാണ് തോന്നിയത്!

ഫിലിം ക്ലബ്ബ് അംഗങ്ങളെ എല്ലാവരേയും വിളിച്ചുകൂട്ടി. പ്രകാശൻ മാഷ് വരുന്നതുവരെ ആരും പോകരുതെന്ന് നിർദ്ദേശം നൽകി. ക്രിക്കറ്റു കളിക്കാരൻ അരുൺഗോപന് ഒരു സംശയം.

"ഫിലിം ക്ലബ്ബിലുള്ളവരെ മാത്രമേ നമ്മളുണ്ടാക്കുന്ന സിനിമയിൽ അഭിനയിപ്പിക്കുള്ളു?"

അങ്ങനെ നമുക്കു പറയാൻ പറ്റ്വോ? കഥാപാത്രത്തിന് അനുയോജ്യമായവരെ കണ്ടെത്തുകയാണ് ചെയ്യുക. നമ്മുടെ സ്കൂളിൽ പഠിക്കുന്ന ഏതു കുട്ടിക്കും അഭിനയിക്കാനുള്ള അവസരമുണ്ടെന്നാണ് മാഷ് പറഞ്ഞത്. എന്റെ വാക്കുകൾക്ക് അല്പം ഔപചാരികതയോ അധികാരഗർവ്വോ ഉണ്ടെന്ന് തോന്നി. പെട്ടെന്നുതന്നെ തിരുത്തി.

"അരുൺ എനിക്ക് ഒന്നുമറിയില്ല. കഥയും തിരക്കഥയും ഒക്കെയായിട്ടു വേണ്ടേ അഭിനയത്തിന്റെ കാര്യം ആലോചിക്കാൻ."

പ്രവേശനോത്സവത്തോടനുബന്ധിച്ച് അലൻ വിൻസെന്റിന്റെ കലാപ്രകടനങ്ങളുണ്ടായിരുന്നു. മൈക്കിൾ ജാക്സന്റെ മൂൺവാക്കും ആൽബങ്ങളിൽ നിന്നുള്ള ചില ഭാഗങ്ങളുമൊക്കെ അവൻ അവതരിപ്പിക്കുകയുണ്ടായി. ഒരു സർവ്വകലാവല്ലഭൻ. അവന്റെ അപ്പച്ചൻ അവനെ നന്നായി പ്രോത്സാഹിപ്പിക്കുന്ന കൂട്ടത്തിലാണ്. അലൻ വിൻസെന്റ് ഞങ്ങളുടെ സംഭാഷണം ശ്രദ്ധിച്ച് ഒന്നും മിണ്ടാതെ മാവുംചാരി നില്പുണ്ടായിരുന്നു. ഹെഡ്മിസ്ട്രസ് സിനിമക്കാര്യം അസംബ്ലിയിൽ പറഞ്ഞപ്പോഴും സാമ്പത്തികം എങ്ങനെ ഉണ്ടാക്കുമെന്നു ആശങ്കയുണ്ടായിരുന്നു. ഒരിക്കൽ അലൻ വിൻസെന്റിന്റെ അപ്പച്ചൻ പ്രകാശൻമാഷോട് ഒരു ഷോർട്ട് ഫിലിം നമുക്ക് എടുത്തുകൂടെ എന്ന് നിർദ്ദേശിക്കുകയുണ്ടായത്രേ. ഫിലിം ക്ലബ്ബ് രൂപീകരണത്തിന് പ്രചോദനമായത് അതാണ്. അലൻ വിൻസെന്റിന്റെ അപ്പച്ചൻ എന്തു സഹായവും ചെയ്തു തരാമെന്നു പറഞ്ഞിരുന്നു. ആ വാഗ്ദാനം നമുക്ക് നടപ്പിലാക്കാനുള്ള അവസരമിതാണ്. എനിക്കൊരു സൂത്രം തോന്നി. അലനെ വിളിച്ച് ഞാനൊരു അഡ്വാൻസ് റിക്വസ്റ്റ് നടത്തി.

"അലൻ, പ്രകാശൻമാഷ് നിന്നെ അന്വേഷിക്കുന്നുണ്ട്. നിന്റെ അപ്പച്ചൻ പ്രകാശൻ മാഷിന് എന്തോ ഓഫർ നൽകിയിരുന്നുവെന്ന് പറയണകേട്ടു."

''മാഷ് പറഞ്ഞാ മതി. അപ്പച്ചൻ എന്തു വേണമെങ്കിലും ചെയ്യും.''

പ്രകാശൻമാഷിനെ അത്രയ്ക്ക് വിശ്വാസവും ബഹുമാനവുമാണെന്ന് അവന്റെ വാക്കുകളിൽനിന്നും തെളിഞ്ഞിരുന്നു. മീറ്റിംഗ് കഴിഞ്ഞ് സന്തോഷവാനായാണ് പ്രകാശ്മാഷ് എത്തിയത്. ഞാനോടിച്ചെന്ന് അലനോടു പറഞ്ഞ കാര്യം മാഷെ അറിയിച്ചു. അതുകേട്ട് മാഷ് എന്റെ പുറത്തു തട്ടിക്കൊണ്ട് ചിരിച്ചു. ഫിലിം ക്ലബ്ബ് അംഗങ്ങളെല്ലാവരും മാസ്റ്ററുടെ ചുറ്റും കൂടി.

"ഇപ്പോൾ നിങ്ങൾക്ക് മനസ്സിലായിട്ടുണ്ടാകും ആശയമുണ്ടായാലും ആഗ്രഹമുണ്ടായാലും പോരാ. പിന്നെ എന്തുകൂടി വേണം." പ്രകാശൻമാഷ് കുട്ടികളോട് ചോദിച്ചു.

നവീൻ പറഞ്ഞു. "പരിശ്രമം."

"മെയിൻ സംഗതി അതല്ലാ സാർ..."

ഞങ്ങളെല്ലാവരും വരുൺദേവിനെ നോക്കി.

ചെറുവിരലുകൾക്കു മീതെ തള്ളവിരൽ തിരുമ്മിക്കൊണ്ട് അവൻ പറഞ്ഞു.

"തുട്ട്.... തുട്ട്... വേണം...പൈസയില്ലെങ്കിൽ പിന്നെ സിനിമയില്ല."

കുറച്ചു പേർ വരുണിനെ സപ്പോർട്ട് ചെയ്തുകൊണ്ട് കൈയടിച്ചു.

വരുൺദേവിന്റെ പുറത്തു തട്ടിക്കൊണ്ട് പ്രകാശൻമാഷ് പറഞ്ഞു:

"നീ സിനിമാവ്യവസായത്തിന്റെ ആളാ.. അല്ലേ?"

"സാർ.. ഇവൻ റിയാലിറ്റി ഷോയുടെ ആളാ..."

ആരോ അവനെ കളിയാക്കി.

"അവൻ പറയട്ടെ. അവനും അവകാശമുണ്ടല്ലോ പറയാൻ."

"കാശില്ലെങ്കിൽ വല്ലതും നടക്കോ സാർ?"

വരുൺദേവ് ആവർത്തിച്ചു.

"വല്ലതും നടക്കണമെങ്കിൽ കാശും അത്യാവശ്യമാണ്." പ്രകാശൻമാഷ് പറഞ്ഞു:

"പണമില്ലെങ്കിൽ പിന്നെ സിനിമയില്ല. സിനിമയിലെ ഏറ്റവും പ്രധാനപ്പെട്ട ഒരാളാണ് നിർമ്മാതാവ്. നിർമ്മാതാവിന്റെ മനോഭാവം സിനിമയുടെ ഗതി നിർണ്ണയിക്കുന്നതിൽ ഒരു ഘടകമാണ്."

"പലവിധ ലക്ഷ്യങ്ങളോടുകൂടി സിനിമാരംഗത്തുവരുന്ന നിർമ്മാതാക്കളുണ്ട്. ചിലർ പേരും പ്രശസ്തിയും ആഗ്രഹിക്കുന്നു. മറ്റുചിലർക്ക് ലാഭമാണ് ലക്ഷ്യം. കുറച്ച് പണം മുടക്കി കണക്കിലേറെ

ലാഭം പ്രതീക്ഷിക്കുന്ന ചൂതാട്ടമനോഭാവമുള്ളവരും രംഗത്തു വരാറുണ്ട്. സുഖഭോഗതൃഷ്ണകളുമായി വരുന്നവർ ഈ രംഗത്ത് ധാരാളം. അവർ കുറെ ദുഷ്കീർത്തിയും ഉണ്ടാക്കിയിട്ടുണ്ട്. എന്നാൽ കലാസപര്യ എന്ന നിലയിൽ അർപ്പിതമായ മനസ്സോടുകൂടി വരുന്നവരുമുണ്ട്. ഈ മാധ്യമത്തിന്റെ ശക്തിസൗന്ദര്യങ്ങളറിഞ്ഞ് ഉദാത്തമായ കലാശില്പങ്ങളുടെ കാരണക്കാരാകാൻ വരുന്ന ത്യാഗധനരായ നിർമ്മാതാക്കളെയാണ് നമുക്കാവശ്യം."

നിർമ്മാതാക്കളെക്കുറിച്ച് പ്രകാശൻമാഷ് പറഞ്ഞുകൊണ്ടിരിക്കുമ്പോൾ ചിലരുടെ പേരുകൾ അലനും കൂട്ടരും വിളിച്ചുപറയുന്നുണ്ടായിരുന്നു.

"ലോകപ്രശസ്തരായ പല ഫിലിംമേക്കേഴ്സിനും നിർമ്മാതാവിനെ കണ്ടെത്താനോ വേണ്ടത്ര പണം സമാഹരിക്കാനോ കഴിയാതെ ഏറെ കഷ്ടപ്പെടേണ്ടിവന്നിട്ടുള്ള കഥകൾ നിങ്ങൾ കേട്ടിട്ടില്ലേ?"

"ലോകപ്രശസ്തസംവിധായനായ സത്യജിത്റേ അദ്ദേഹത്തിന്റെ പ്രഥമചിത്രമായ പഥേർ പാഞ്ചാലി നിർമ്മിക്കാൻ അനുഭവിച്ച ത്യാഗങ്ങൾ അദ്ദേഹത്തിന്റെ ആത്മകഥയിൽ പറയുന്നുണ്ട്, സാർ." അലൻ തന്റെ അനുഭവങ്ങൾ അവതരിപ്പിച്ചു.

"സാർ, വളരെ ചെറുപ്പത്തിൽത്തന്നെ സിനിമ സംവിധാനം ചെയ്യുകയും നിർമ്മിക്കുകയും ചെയ്ത ഒരാളുണ്ടല്ലോ. പി.രാമദാസ്. അദ്ദേഹത്തെക്കുറിച്ച് ഒരു ലേഖനം ഞാൻ വായിക്കുകയുണ്ടായി. 'ന്യൂസ്പേപ്പർ ബോയ്' എന്ന സിനിമയെടുക്കാൻ എത്രമാത്രം കഷ്ടപ്പാടുകളാണ് അദ്ദേഹം സഹിച്ചത്." മാളവിക തന്റെ അനുഭവം അതിനോടു ചേർത്തു.

"അരവിന്ദന്റെ 'കാഞ്ചനസീത', അടൂർ ഗോപാലകൃഷ്ണന്റെ 'എലിപ്പത്തായം' തുടങ്ങിയവ നിർമ്മിച്ച രവീന്ദ്രനാഥൻനായരെക്കുറിച്ച് നിങ്ങൾ കേട്ടിട്ടുണ്ടോ?" പ്രകാശൻ മാഷ് ചോദിച്ചു.

"അദ്ദേഹത്തെക്കുറിച്ച് ടെലിവിഷനിൽ ഒരു ഇന്റർവ്യൂ കണ്ടിട്ടുണ്ട്." മാളവിക പറഞ്ഞു.

"അദ്ദേഹം മാതൃകാപരമായ സംഭാവനകൾ ചെയ്ത ഒരു നിർമ്മാതാവാണ്. ജെ.സി.ഡാനിയേൽ തുടങ്ങി ടി.ഇ.വാസുദേവൻ വരെയുള്ളവരെപ്പറ്റിയെല്ലാം നിങ്ങൾ മനസ്സിലാക്കണം. എന്നാൽ സിനിമയ്ക്കുവേണ്ടി പണം മുടക്കി ജീവിതംതന്നെ നഷ്ടപ്പെടുത്തിയ ത്യാഗധനരായ നിരവധി പേരുകൾ നമുക്കറിയാതെ പോയിട്ടുണ്ട്. 'ചെമ്മീൻ' നിർമ്മിച്ച കൺമണി ബാബുവിനെക്കുറിച്ച് നിങ്ങൾ കേട്ടിട്ടില്ലേ?"

"ഉവ്വ് സാർ."

അങ്ങനെയുള്ള നല്ല നിർമ്മാതാക്കളുടെ ത്യാഗം കൊണ്ടാണ് സിനിമ എന്ന കലാരൂപം ലോകത്തിന്റെ ശക്തമായ ആവിഷ്ക്കാര മാധ്യമമായത്.

“മലയാളത്തിലെ സിനിമാനിർമ്മാതാക്കളായ കുഞ്ചാക്കോയുടെയും പി.സുബ്രഹ്മണ്യത്തിന്റെയും പേരുകൾ പറയാതെ ഈ ചർച്ച അവസാനിക്കാൻ പാടില്ലാത്തതാണ്.”

ഈ പേരുകൾ കേട്ടയുടനെ കുട്ടികൾ അവർ നിർമ്മിച്ച ചിത്രങ്ങളെക്കുറിച്ച് പറയാൻ തുടങ്ങി. പണം വലിച്ചെറിഞ്ഞ് പണം വാരിക്കൂട്ടിയ ചിത്രങ്ങളെക്കുറിച്ച് രസകരമായി അവർ സംസാരിച്ചു.

“അവർ മാത്രമല്ല. കച്ചവടസിനിമകൾക്കപ്പുറത്തും പലരുടെയും സംഭാവനകളുണ്ട്. അത് നാം സൂക്ഷ്മമായി പഠിക്കണം. അപ്പോൾ നിങ്ങൾക്കത് തിരിച്ചറിയാനാകും.”

ചില സിനിമകളുടെ പോസ്റ്ററിൽ സംവിധായകന്റെ പേരുണ്ടാവില്ല. സംവിധായകന്റെയും എഴുത്തുകാരന്റെയും പേരില്ലാതെ പണം വാരിയ സിനിമകളെയൊന്നും നമ്മുടെ ചർച്ചയുടെ പരിധിയിൽ ഉൾപ്പെടുത്തേണ്ടതില്ല.”

“അടൂർ ഗോപാലകൃഷ്ണൻ, അരവിന്ദൻ, ജോൺ എബ്രഹാം, ഷാജി ഇവരുടെയൊക്കെ ചിത്രങ്ങൾ അവാർഡിനുവേണ്ടിയുള്ളവയായിരുന്നില്ലേ സാർ?”

“ഇങ്ങനെ ഒരടിസ്ഥാനവുമില്ലാതെ ചർച്ച തുടങ്ങിയാൽ എവിടെയും നമ്മൾ എത്തില്ല. അതൊക്കെ വിഷയം നിശ്ചയിച്ച് തയ്യാറായിവന്ന് നിങ്ങൾതന്നെ അവതരിപ്പിക്കണം. സെമിനാറും സംവാദവുമൊക്കെ നമുക്ക് പിന്നീട് സംഘടിപ്പിക്കാം.”

“മാഷേ, നമ്മളുണ്ടാക്കാൻ പോകുന്ന സിനിമയെപ്പറ്റി പറയ്.”

“അതു പറയാനാ ഞാനിവിടെ വന്നത്. പക്ഷേ ചർച്ച വഴിതെറ്റിപ്പോയി...”

“കഥയും തിരക്കഥയും ആരാ എഴുതാ..” എന്റെ ആകാംക്ഷ മാഷ് ശ്രദ്ധിച്ചു.

“എല്ലാം നമ്മുടെ കുട്ടികൾ തന്നെയാണ് എഴുതുക.”

“അയ്യോ... ഞങ്ങൾക്കൊന്നും അറിയില്ല.”

“നിങ്ങൾക്ക് അറിയുന്നതു മാത്രമേ സിനിമയാക്കുകയുള്ളു.”

എല്ലാവരും ശ്രദ്ധയോടെ കേട്ടിരുന്നു.

"നമ്മൾ വ്യക്തമായ ഒരു പരിപാടി ഉണ്ടാക്കിയിട്ടുണ്ട്. അതിന്റെ അടിസ്ഥാനത്തിലാണ് പ്രവർത്തനങ്ങൾ നടത്തേണ്ടത്. ഈ ദൗത്യം നിർവ്വഹിക്കുന്നത് നമ്മുടെ സ്കൂളിലെ ഫിലിം ക്ലബ്ബാണെന്ന് നിങ്ങൾക്കെല്ലാവർക്കും അറിയാവുന്നതാണല്ലോ... ഓരോ അംഗത്തിനും ജോലികൾ നിർദ്ദേശിക്കും. അത് കൃത്യതയോടെയും ശ്രദ്ധയോടെയും ചെയ്യണം."

"ഞങ്ങൾ റെഡിയാണ് സാർ..." എല്ലാവരും ഏകസ്വരത്തിൽ പറഞ്ഞു.

"അഞ്ചുദിവസം നീണ്ടുനിൽക്കുന്ന ചലച്ചിത്രശില്പശാല നമ്മൾ നിശ്ചയിക്കുന്നു. ഈ ശില്പശാലയിലൂടെ ചലച്ചിത്രമാധ്യമത്തിന്റെ ടെക്നോളജിയും സംഘാടനവും നിങ്ങൾക്ക് പരിചയപ്പെടാൻ ഇടയുണ്ടാകും. കഥയും തിരക്കഥയും ഈ ക്യാമ്പിൽ വച്ച് രൂപപ്പെടണം. പിന്നെ അതു ഷൂട്ട് ചെയ്യാനുള്ള സംഗതികൾ ചർച്ച ചെയ്തു നിശ്ചയിക്കും. ഓരോ കാര്യവും നിർവ്വഹിക്കുന്നതിന് ചുമതലക്കാരെ നിശ്ചയിക്കും. ചിത്രീകരണത്തിനുള്ള സ്ഥലം കണ്ടെത്തണം. കഥാപാത്രങ്ങളെ കണ്ടെത്തണം."

"എല്ലാവരും നമ്മുടെ ഫിലിം ക്ലബ്ബിലുള്ളവരാകുമോ സാർ?"

"കഥയ്ക്ക് ഏറ്റവും യോജിച്ച അഭിനേതാക്കളെ നമ്മുടെ സ്കൂളിൽ നിന്നും കണ്ടെത്തും. സ്കൂളിലില്ലെങ്കിൽ പി.ടി.എ.യുടെ സഹായം തേടും. രക്ഷിതാക്കളെയോ അദ്ധ്യാപകരെയോ ആരെ വേണമെങ്കിലും നമുക്ക് പങ്കെടുപ്പിക്കാവുന്നതാണ്. ചിത്രീകരണത്തിനാവശ്യമായ ക്യാമറ, ലൈറ്റുകൾ, ജനറേറ്റർ അങ്ങനെയുള്ള യൂണിറ്റുകൾ ഏല്പിക്കണം. ചിത്രീകരിക്കുന്ന ദിവസവും സമയവും നിശ്ചയിക്കണം. ചിത്രീകരണദിവസത്തെ ഭക്ഷണം, യാത്ര തുടങ്ങിയ കാര്യങ്ങൾ ആലോചിക്കണം.ചിത്രീകരിച്ചുകഴിഞ്ഞാൽ അത് എഡിറ്റ് ചെയ്യണം. ഡബ്ബിംഗ് നടത്തണം. അങ്ങനെ അങ്ങനെ ഒരുപാടു കാര്യങ്ങൾ."

പ്രകാശൻമാഷിന്റെ വാക്കുകൾ കേട്ട് കുട്ടികൾ കണ്ണും മിഴിച്ചിരുന്നു. ഇതൊക്കെ തങ്ങളെക്കൊണ്ടാകുമോയെന്ന ഒരു ആശങ്ക അവരുടെ മുഖത്ത് മിന്നിമറയുന്നതു കണ്ടു. പ്രകാശൻമാഷ് ചിരിച്ചു.

"എല്ലാം നിങ്ങൾക്കു കഴിയും. കഴിയണം?"

ദൃഢനിശ്ചയത്തിന്റെ മുദ്രകുത്തി പ്രകാശൻമാഷ് ഞങ്ങൾക്ക് ആത്മവിശ്വാസം പകർന്നു. ഞങ്ങൾ ആവേശപൂർവ്വം മുഷ്ടിചുരുട്ടി ആകാശത്തിന്റെ നെഞ്ചിലിടിച്ചു.

ശില്പശാല

ഇളംപച്ച നിറത്തിലുള്ള ഫ്ളൂറസെന്റ് പേപ്പറിൽ വലിയ അക്ഷരത്തിലെഴുതി 'ചലച്ചിത്രശില്പശാല'. സകൂളിനു പുറത്ത് ഒട്ടിക്കുവാനുള്ള പോസ്റ്ററാണ്. ബസ്സിൽ പോകുന്നവർക്കും മറ്റും വായിക്കാൻ സാധിക്കുംവിധം അക്ഷരത്തിനു വലിപ്പം വേണമെന്ന് ചിത്രകലാദ്ധ്യാപകനായ ശങ്കരൻകുട്ടിമാഷ് പറഞ്ഞിരുന്നു. അക്ഷരത്തിന്റെ വലിപ്പം കാണിച്ചുതരികയും ചെയ്തു. ഭംഗി കുറഞ്ഞാലും അക്ഷരത്തെറ്റ് വരരുതെന്നാണ് മാഷ്ടെ നിലപാട്. ഗവ.ഹയർ സെക്കണ്ടറി സ്കൂൾ എന്നെഴുതിയപ്പോഴാണ് സ്ഥലത്തിന്റെ പേരെഴുതാൻ ഇടം മതിയാകില്ലെന്നു മനസ്സിലായത്. വരി വളയാതിരിക്കാനും അക്ഷരത്തിന്റെ വലിപ്പം മാറാതിരിക്കാനും മാഷ് പെൻസിൽകൊണ്ട് തെളിയാത്തവിധം എഴുതിയിരുന്നത് ശ്രദ്ധിച്ചില്ല. അപ്പോഴേക്കും ഞങ്ങളുടെ ക്ലാസ്സിലെ ചിത്രകാരനായ മനോജിനെ ആരോ കൂട്ടിക്കൊണ്ടുവന്നു. ആ ചുമതല അവനേറ്റെടുത്തപ്പോൾ എനിക്കാശ്വാസമായി. എഴുതേണ്ട മാറ്റർ അവനെ വായിച്ചു കേൾപ്പിച്ചു. അഞ്ചുദിവസങ്ങളിലായി പങ്കെടുക്കുന്ന പ്രമുഖരുടെ പേരു മാത്രമേ പോസ്റ്ററിൽ സൂചിപ്പിക്കുന്നുള്ളു... വിശദമായ നോട്ടീസും പത്രവാർത്തയുമെല്ലാം ജനങ്ങൾക്കു കിട്ടിക്കഴിഞ്ഞതാണല്ലോ.

പ്രശസ്ത നടനായ ഇന്നസെന്റ് ഉദ്ഘാടനം ചെയ്യാൻ എത്തുമെന്ന് കേട്ടതോടെ കുട്ടികൾക്ക് വലിയ സന്തോഷമായിട്ടുണ്ട്. ഇന്നസെന്റിന്റെ പേര് പ്രത്യേകം മഷിയിൽ എഴുതണമെന്ന് മനോജിനോട് സൂചിപ്പിച്ചു. ക്ലാസ്സെടുക്കുന്ന ചലച്ചിത്രനിരൂപകനായ ജയകൃഷ്ണൻ, രാമചന്ദ്രൻ, വെങ്കിടാചലം എന്നിവരുടെ പേരുകൾ മറ്റൊരു മഷിയിലും എഴുതിയാൽ ഒറ്റനോട്ടത്തിൽത്തന്നെ വായിക്കുന്നവരുടെ ശ്രദ്ധയിൽപ്പെടും. ഞങ്ങളുടെ സ്കൂളിൽനിന്നുള്ള കുട്ടികളെ മാത്രമല്ല സമീപപ്രദേശങ്ങളിലെ താത്പര്യമുള്ള കുട്ടികളേയും ശില്പശാലയിൽ പങ്കെടുപ്പിക്കണമെന്ന

നിർദ്ദേശം ജില്ലാ പഞ്ചായത്തിൽനിന്ന് ഉണ്ടായപ്പോഴാണ് പരസ്യത്തിന്റെ കാര്യത്തിൽ കൂടുതൽ ശ്രദ്ധ കൊടുക്കേണ്ടിവന്നത്. മനോജിനേയും സംഘത്തേയും പോസ്റ്ററിന്റെ ചുമതല ഏല്പിച്ചു. അത് ഒട്ടിക്കേണ്ട സ്ഥലത്തെക്കുറിച്ചും അവർക്കു നിർദ്ദേശം നൽകി. എന്നിട്ടാണ് രജിസ്ട്രേഷൻ കമ്മറ്റിക്കാരുടെ അടുത്തേയ്ക്കു പോന്നത്.

ചലച്ചിത്രക്യാമ്പിൽ പങ്കെടുക്കുന്നവർ പൂരിപ്പിച്ചുതരേണ്ട ഒരു ഫോറം തയ്യാറാക്കിയിരിക്കുന്നു. പ്രകാശൻമാഷ് അത് പ്രിയംവദ ടീച്ചറെ ഏല്പിച്ചു. ഞങ്ങളുടെ സ്കൂളിൽനിന്നും തിരഞ്ഞെടുക്കപ്പെട്ടവർക്ക് ആദ്യം ആ ഫോറം നല്കാനാണ് നിശ്ചയിച്ചത്. കൃത്യം എണ്ണം കണക്കാക്കി അവ എന്റെ കൈയിൽ തന്നു. ഫോറം വെറുതെയൊന്നു വായിച്ചുനോക്കി. പങ്കെടുക്കുന്ന കുട്ടിയുടെ പേര്, പഠിക്കുന്ന ക്ലാസ്സ് തുടങ്ങിയ വസ്തുതകളാണ് ആദ്യം. അതിനുശേഷം, കലാസ്വാദനത്തിന്റെ നിലവാരമളക്കുന്നതിനുള്ള ചോദ്യങ്ങളോടൊപ്പം താത്പര്യമുള്ള മേഖലകളെക്കുറിച്ചും ചോദിച്ചിട്ടുണ്ട്. ഏറ്റവും ഒടുവിലായി എന്തുകൊണ്ടാണ് ഈ ക്യാമ്പിൽ പങ്കെടുക്കുന്നത് എന്നും ഈ ക്യാമ്പിൽനിന്നും എന്താണ് പ്രതീക്ഷിക്കുന്നത് എന്നും എഴുതിയിട്ടുണ്ട്. ചോദ്യങ്ങൾ എനിക്ക് ഇഷ്ടമായി. ഈ ക്യാമ്പിൽ പങ്കെടുക്കുന്ന കുട്ടികളുടെ പേരും അഡ്രസ്സും ഫോൺ നമ്പരുകളും ഡി.ടി.പി.ചെയ്ത് എല്ലാവർക്കും നൽകണമെന്നു നിശ്ചയിച്ചിട്ടുണ്ട്. അത് പിന്നീടുള്ള കൂട്ടായ്മ വളർത്തുന്നതിനും സൗഹൃദത്തിനും സഹായിക്കും. ക്യാമ്പുകൾ കൊണ്ട് കേവലം അറിവ് മാത്രമല്ല കൂട്ടായ്മയുടെ നിരവധി പാഠങ്ങളും ഒരുപാട് അനുബന്ധഗുണങ്ങളും ഉൾക്കൊള്ളാൻ ഉണ്ടെന്ന് ഹെഡ്മിസ്ട്രസ്സും മറ്റും പറയുന്നത് അതുകൊണ്ടാണ്. സിനിമ തന്നെയാണല്ലോ കൂട്ടായ്മയുടെ ഏറ്റവും വലിയ ദൃഷ്ടാന്തം.

പ്രോഗ്രാം സൈറ്റിൽ വരുന്നവർക്ക് മാർഗ്ഗനിർദ്ദേശം നൽകുന്നതിനായി ഒരു ലൊക്കേഷൻ മാപ്പ് തയ്യാറാക്കിയിട്ടുണ്ട്. ഡ്രോയിംഗ് ഷീറ്റിൽ ഇന്ത്യൻ ഇങ്കിൽ വരച്ചിട്ടുള്ള മാപ്പ് കാണാൻ നല്ല രസമുണ്ടായിരുന്നു. പ്രത്യേകരീതിയിലുള്ള അക്ഷരങ്ങൾ ശങ്കരൻകുട്ടിമാസ്റ്ററുടെ മാത്രം സംഭാവനയാണ്. സ്കൂളിന്റെ ഗെയിറ്റിനടുത്തുതന്നെ ബ്ലാക്ക് ബോർഡ് സ്റ്റാന്റ് കൊണ്ടുവച്ച് അതിൽ ഒട്ടിച്ചു. ശില്പശാല നടക്കുന്നത് ഞങ്ങളുടെ മുത്തശ്ശിമാഞ്ചുവട്ടിലും സിനിമാപ്രദർശനം സ്കൂളിലെ മൾട്ടിമീഡിയ റൂമിലുമാണ്. രണ്ടു സ്ഥലങ്ങളും അതിമനോഹരമായി അലങ്കരിച്ചിട്ടുണ്ട്. മാവിൻചുവട് സജ്ജീകരിച്ചത് കലാപരമായിട്ടുണ്ട്. ശങ്കരൻകുട്ടിമാസ്റ്ററും ഷാജിമാസ്റ്ററും സ്കൂളിലെ ക്ലർക്കായ വിപിൻകുമാർ

ചേട്ടനുമാണ് അതിന് നേതൃത്വം നല്കിയത്. പ്യൂൺമാരായ ക്ലാര ച്ചേച്ചിയും സിനിച്ചേച്ചിയും പൂക്കളുണ്ടാക്കുന്നതിലും കുരുത്തോല കൊണ്ട് കലാരൂപങ്ങളുണ്ടാക്കുന്നതിലും കുട്ടികൾക്കു പരിശീലനം നല്കി. ശില്പശാലയ്ക്കുവേണ്ടിയുള്ള ഒരുക്കം കുട്ടികളിൽ മാത്രമല്ല സ്കൂളിലെ മുഴുവൻ സ്റ്റാഫംഗങ്ങളിലും രക്ഷകർത്താക്കളിലും പര സ്പരം ഒരുമയും ഉത്സാഹവും വളർത്താൻ സഹായകമായി.

മുത്തശ്ശി മാവിനിപ്പോൾ വല്ലാത്ത ഗമയായി. ക്രിസ്തുമസ്സ് കാലത്തെ സാന്താക്ലോസിനെപ്പോലെയും ഓണക്കാലത്തെ മഹാബലിയെപ്പോലെ യുമായിട്ടുണ്ട് മാവ്. പൂക്കളും തോരണങ്ങളും ബലൂണുകളും വർണ്ണ ക്കടലാസ്സുകളുമൊക്കെ ചാർത്തിയുള്ള മുത്തശ്ശിയുടെ ആ നില്പ് കാണേണ്ടതാണ്. പ്ലാസ്റ്റിക് സാധനങ്ങൾ ഒന്നും തന്നെ ഇല്ലാതിരിക്കാൻ പരമാവധി ശ്രദ്ധിച്ചു. ഞങ്ങളുടെ സ്കൂൾ കാമ്പസ് പ്ലാസ്റ്റിക് നിരോ ധിതമേഖലയാക്കാൻ ഞങ്ങൾ പ്രതിജ്ഞ എടുത്തിട്ടുള്ളതാണ്. അതു പ്രാവർത്തികമാക്കാൻ എല്ലാവർക്കും ഉത്തരവാദിത്തമുണ്ടല്ലോ.

മുത്തശ്ശിമാവിനു ചുറ്റുമുള്ള സ്ഥലം രണ്ടായി ഭാഗിച്ചിരിക്കുന്നു. പകുതി സ്ഥലത്ത് എഴുത്തുപലകയുള്ള കസേരകൾ അറേഞ്ച് ചെയ്തു. എഴുപതോളം പേർക്കിരിക്കാവുന്നതാണ് . അതിനു പിന്നിൽ കാഴ്ചക്കാർക്കിരിക്കാവുന്ന ബെഞ്ചും കസേരകളും നിരത്തി. സ്കൂ ളിലെ സ്കൗട്ടും എൻ.സി.സിയും സ്കൂൾ വളണ്ടിയർ സേനയുമാണ് ഇതൊക്കെ ചെയ്തത്. മറുപകുതിയിൽ കയറിന്റെ ചവിട്ടിവിരിച്ച് എല്ലാ വർക്കും ഇരിക്കുന്നതിനും കലാപ്രകടനങ്ങൾക്കുമുള്ള വേദി ഒരുക്കു കയും ചെയ്തു.

ഇരിപ്പിടങ്ങൾക്ക് കുറച്ചു പിന്നിലായി ചുറ്റും ഒരേ വലിപ്പമുള്ള പ്ലക്കാർഡുകളും ഫോട്ടോയും ഉറപ്പിച്ചിരിക്കുന്നു. അതിന്റെ വിവരണവും കൊടുത്തിട്ടുണ്ട്. സിനിമാചരിത്രത്തിന്റെ ഓരോ ഘട്ടത്തിലും ഓരോ രുത്തർ നല്കിയ സംഭാവനകൾ സംക്ഷിപ്തമായി രേഖപ്പെടുത്തിയി ട്ടുണ്ട്. ചില പ്ലക്കാർഡുകളിൽ ക്യാമറയുടെ ചിത്രങ്ങളും അവയുടെ വിവിധ തലത്തിലുള്ള വികാസപരിണാമങ്ങളെ കാണിക്കുന്ന വിവര ണങ്ങളുമാണ്. ശില്പശാലവേദിയുടെ ചുറ്റും ഒരു പൂന്തോട്ടം പോലെ യാണിവ സ്ഥാപിച്ചിരിക്കുന്നത്. ഓരോ പ്ലക്കാർഡിനും വിഷയത്തിന നുസരിച്ച് നിറവ്യത്യാസവും വരുത്തിയിട്ടുണ്ട്. പിൻഹോൾ ക്യാമറ, ക്യാമറ ഒബ്ക്യൂറ, 35 എം.എം. മൂവിക്യാമറ (എക്ലെയർ), 35 എം.എം. മിച്ചൽ എൻസി., ആരിഫ്ളെക്സ് ക്യാമറ, വൈഡ് ആങ്കിൾ ലെൻസ്, ടെലിഫോട്ടോ ലെൻസ്, സൂം ലെൻസ് എന്നിവയുടെ കണ്ടുപിടുത്തവും

വളർച്ചയും രേഖപ്പെടുത്തിയിട്ടുണ്ട്. സിയോസ്കോപ്പ്, പ്രാക്സിനോസ്കോപ്പ്, വിവിധ തരത്തിലുള്ള ഫിലിം പ്രൊജക്ടറുകളുടെ ചിത്രങ്ങൾ, ഷൂട്ടിംഗ് ഉപകരണങ്ങളുടെ ചിത്രങ്ങൾ എന്നിവ ഒരിടത്ത്. വേറൊരിടത്ത് ഷൂട്ടിംഗ് നടക്കുന്നതിന്റെ വിവിധ ദൃശ്യങ്ങൾ. അരിസ്റ്റോട്ടിൽ, അൽഹാസൻ, റോജർ ബേക്കൺ, ആഞ്ചിലോ സാല, ജോൺ ഹെന്റിക് ഷ്യൂൾസ്, കാൾ വില്യം ഷീലേ, ജോർജ്ജ് ഈസ്റ്റ്മാൻ, ലീലാന്റ് സ്റ്റാൻഫോർഡ്, എഡ് വിയേർഡ് മേ ബ്രിഡ്ജ്, ഐസൻസ്റ്റീൻ, ലൂമിയർ സഹോദരന്മാർ, എഡിസൺ, എഡ്വിൻ എസ്പോർട്ടർ, റോബർട്ട് പോൾ, ഡെൽമർ ഡേവീസ്, സത്യജിത് റേ, റസൂൽ പൂക്കുട്ടി... ഇങ്ങനെ നിരവധി പേരുടെ ചിത്രങ്ങൾ മറ്റൊരിടത്ത്. എല്ലാറ്റിനും പിറകിൽ വലിയ അക്ഷരത്തിൽ 'സിനിമാ ഗാർഡൻ' എന്ന ബോർഡും. ഇതൊക്കെ കണ്ട് വിവരണങ്ങൾ വായിച്ചുവരുമ്പോഴേയ്ക്കും സിനിമയുടെ ഉത്ഭവം, വളർച്ച, വികാസം എന്നിവയെക്കുറിച്ച് ഒരു ഏകദേശധാരണയായിട്ടുണ്ടാകും. ഇരുപത് ഹൈസ്പീഡ് സ്റ്റിൽ ക്യാമറ കൊണ്ട് മേ ബ്രിഡ്ജ് ചിത്രീകരിച്ച ഓടുന്ന കുതിരയുടെ ദൃശ്യം ഒരു പ്രത്യേക ബ്ലോക്കായി വച്ചിട്ടുള്ളത് എല്ലാവരുടെയും ശ്രദ്ധയാകർഷിക്കും.

ചലച്ചിത്ര മാധ്യമത്തിന്റെ ടെക്നോളജിയെ സംബന്ധിച്ചും അതിനുവേണ്ടി ജീവിതം സമർപ്പിച്ച മഹാപ്രതിഭകളെക്കുറിച്ചും അറിയാനും അന്വേഷിക്കാനും താത്പര്യമുണ്ടാകണം. അതിനുവേണ്ടിയാണ് ഞങ്ങളുടെ സ്കൂളിലെ കലാസംവിധായകരായ അദ്ധ്യാപകരും വിദ്യാർത്ഥികളും ചേർന്ന് സിനിമാ ഗാർഡനുണ്ടാക്കിയത്. ഇവർക്കാവശ്യമായ നിർദ്ദേശങ്ങൾ നല്കിയത് പ്രകാശൻ മാഷും അനിൽസാറുമായിരുന്നു.

ഒരു സംഘം കുട്ടികൾ വലിയൊരു ബോർഡും താങ്ങിപ്പിടിച്ചു വരുന്നതു കണ്ടു. അടുത്തു വന്നപ്പോഴാണ് മനസ്സിലായത് അഞ്ചുദിവസത്തെ ശില്പശാല പരിപാടികളുടെ സമയവിവരപ്പട്ടികയാണതെന്ന്. എന്തു കാര്യം ചെയ്യുമ്പോഴും നല്ല പ്ലാനിംഗ് വേണമെന്ന് മാഷ് പറയാറുണ്ട്. സിനിമയെ സംബന്ധിച്ചാണെങ്കിൽ കൃത്യമായ പ്ലാനിങ്ങാണ് പദ്ധതിയുടെ വിജയത്തിന്നാധാരം. ഒന്നാം ദിവസം ഒരു മണിക്കൂർ നീണ്ടുനിൽക്കുന്ന ഉദ്ഘാടന സമ്മേളനമാണ്. സമ്മേളനങ്ങളിലെ പ്രസംഗങ്ങൾ പൊതുവെ ആർക്കും താത്പര്യമില്ല. പ്രത്യേകിച്ച് കുട്ടികൾക്ക്. ഇത് ഒഴിവാക്കാൻ നിർവ്വാഹമില്ലെന്ന് ഹെഡ്മിസ്ട്രസ്സ് പറഞ്ഞു. ജനപ്രതിനിധികളെയും സ്കൂളിന്റെ അഭ്യുദയകാംക്ഷികളെയും മേലധികാരികളെയും പൊതുജനങ്ങളെയുമൊക്കെ അറിയിക്കേണ്ടത്

അത്യാവശ്യമാണ്. എന്തു കാര്യം ചെയ്യുമ്പോഴും സമൂഹത്തിന്റെ അംഗീകാരവും അനുവാദവും അനിവാര്യമാണല്ലോ. ഉദ്ഘാടന സമ്മേളനം ഉപചാരപൂർവ്വം നടത്തുമ്പോൾ സമയം നഷ്ടപ്പടാതെ സൂക്ഷിക്കുമെന്ന് പി.ടി.എ. പ്രസിഡണ്ട് തങ്കപ്പൻനായർസാർ പറഞ്ഞു. ഉദ്ഘാടന സമ്മേളനംപോലെത്തന്നെ അഞ്ചാംദിവസം ഒരു സമാപന സമ്മേളനവും നിശ്ചയിച്ചിട്ടുണ്ട്. ആ സമ്മേളനത്തിൽവച്ചാണ് ശില്പശാലയിൽ പങ്കെടുത്തവർക്ക് സർട്ടിഫിക്കറ്റുകളും മറ്റും നല്കുന്നത്.

ഒന്നാംദിവസം പത്തുമണിക്ക് ഉദ്ഘാടനസമ്മേളനം കഴിഞ്ഞാൽ ക്യാമ്പംഗങ്ങളെല്ലാം സ്കൂൾ ഓഡിറ്റോറിയത്തിൽനിന്ന് മാഞ്ചോട്ടിലെത്തണം. ആദ്യത്തെ ക്ലാസ്സ് സിനിമയുടെ ചരിത്രത്തെ സംബന്ധിച്ചുള്ളതാണ്. ക്ലാസ്സിന്റെ രണ്ടാംഘട്ടത്തിൽ എൽ.സി.ഡി. പ്രൊജക്ടറിലൂടെ ഇതുമായി ബന്ധപ്പെട്ട ദൃശ്യങ്ങൾ കാണിക്കുന്നുണ്ട്. മൾട്ടി മീഡിയ റൂമിലാണ് ക്ലാസ്സ്. ഉച്ചഭക്ഷണം വരെ അവിടെയായിരിക്കും. ഒരു മണിക്കൂർ സമയം ക്യാമ്പംഗങ്ങൾക്ക് പരസ്പരം കാണാനും പരിചയപ്പെടാനും ക്ലാസ്സിനെ സംബന്ധിച്ച അഭിപ്രായങ്ങൾ പ്രകടിപ്പിക്കാനുമൊക്കെ അവസരമുണ്ട്. രണ്ടുമണി മുതൽ 3.30 വരെയുള്ള സമയം സിനിമാപ്രദർശനത്തിനാണ് നീക്കിവച്ചിട്ടുള്ളത്. ഇതിൽ ലോക പ്രശസ്തി നേടിയ ചിത്രങ്ങൾ കുട്ടികൾക്കായി ഒരുക്കിയിരിക്കുന്നു. ചിൽഡ്രൻ ഓഫ് ഹെവൻ, വെയറീസ് മൈ ഫ്രണ്ട്സ് ഹോം തുടങ്ങി താരേ സമീൻ പർ, പേഴ്സ്യൂട്ട് ഓഫ് മൈ ഫാദർ തുടങ്ങി നിരവധി ചിത്രങ്ങൾ കാണാൻ കുട്ടികൾക്കവസരമുണ്ട്. മൂന്നര മണി മുതൽ നാലര മണിവരെ അവർ കണ്ട ചിത്രങ്ങളെക്കുറിച്ചുള്ള ആസ്വാദനചർച്ചകൾ. ഈ ചിത്രങ്ങൾ എത്ര പ്രാവശ്യം കണ്ടാലും കുട്ടികൾക്ക് മടുപ്പ് തോന്നില്ല. ടീ ബ്രേക്കിനുശേഷം അല്പസമയം വിശ്രമം. വീണ്ടും സിനിമയുടെ വളർച്ചയെക്കുറിച്ചുള്ള ക്ലാസ്സ്. മാഞ്ചുവട്ടിൽ ഇരുട്ടു പരക്കുംവരെ ഈ ക്ലാസ്സ് തുടരും. പിന്നെ മൾട്ടി മീഡിയ റൂമിലേയ്ക്ക്. മാഞ്ചുവട്ടിലെ ക്ലാസ്സുകഴിഞ്ഞാൽ അവിടെ ഒരുക്കിയിട്ടുള്ള പുസ്തകപ്രദർശനത്തിൽ അല്പസമയം ചെലവഴിക്കാനാകും. മനോഹരമായി സജ്ജീകരിച്ചിട്ടുള്ള ക്ലാസ്സ് മുറി. ഡെസ്ക്കുകൾക്കു മീതെ വിവിധ നിറത്തിലുള്ള തുണികൾകൊണ്ട് മറച്ചിരിക്കുന്നു. വരിവരിയായി നടന്നു നീങ്ങുന്നതിനുള്ള നിർദ്ദേശങ്ങൾ.

“ഹലോ പ്രവീൺ കലക്കിയിട്ടുണ്ടല്ലോ...” എല്ലായിടത്തുമൊന്നു കണ്ണോടിച്ചുകൊണ്ട് ഞാൻ പറഞ്ഞു.

നിലത്ത് ചമ്രംപടിഞ്ഞിരുന്ന് പുസ്തകങ്ങൾ തരംതിരിച്ചുകൊണ്ടിരുന്ന പ്രവീണിന്റെ മുഖത്ത് അഭിമാനത്തിന്റെയും ആഹ്ലാദത്തിന്റെയും തിരയിളക്കം.

"ഇതൊന്നുമായിട്ടില്ല... മലയാളപുസ്തകങ്ങൾ തന്നെ അടുക്കിവച്ച് മുഴുവനായിട്ടില്ല... ഇതു കഴിഞ്ഞിട്ടുവേണം ഇംഗ്ലീഷ് പുസ്തകമെടുക്കാൻ..."

"ഇതെല്ലാം എവിടെനിന്നാണ് സംഘടിപ്പിച്ചത്?" എനിക്ക് ആകാംക്ഷ മൂടിവയ്ക്കാനായില്ല.

പ്രവീൺ ചിരിച്ചുകൊണ്ടു പറഞ്ഞു: "അതിന് ഞാനൊരു ടെക്നിക് പ്രയോഗിച്ചു. അരുൺമാഷാണ് സൂത്രം പറഞ്ഞുതന്നത്."

"എനിക്കുകൂടി പറഞ്ഞുതാടാ ആ സൂത്രം." ഞാൻ പ്രവീണിന്റെ അരികത്തിരുന്നു. പുസ്തകം അടുക്കിവെയ്ക്കുന്നതിനിടയിൽ അവൻ പറഞ്ഞു.

"ടൗണിലെ നാലഞ്ചു പുസ്തകശാലയിൽ ചെന്നു നമ്മുടെ ശില്പശാലയെപ്പറ്റി പറഞ്ഞു. ധാരാളം പേർ പ്രദർശനം കാണാൻ വരുന്നതിനാൽ പുസ്തകങ്ങൾ ചെലവാകാനിടയുണ്ടെന്ന് ഒരു പ്രവചനം നടത്തി. എല്ലാവരും പുസ്തകം തരാൻ റെഡി. പുസ്തകങ്ങൾ വിറ്റുപോകാനിടയുണ്ടെന്ന് അവർക്കു തോന്നിക്കാണണം. പക്ഷേ, വില്ക്കാനുള്ള വഴി കണ്ടെത്തണം. അതായിരുന്നു പ്രശ്നം."

"അരുൺമാഷ് നിന്റെ കൂടെ വന്നിരുന്നോ?"

"അതുകൊണ്ടല്ലേ അവര് സമ്മതിച്ചത്. ഒടുവിൽ ഉത്തരവാദിത്തം അരുൺമാഷും ഞാനും ഏറ്റെടുത്തു. പുസ്തകങ്ങൾ അവരു തന്നെ സെലക്ട് ചെയ്തുകൊണ്ടുവന്നു തരാമെന്നേറ്റിരുന്നു."

"ഡിസ്പ്ലേ ഭംഗിയായിട്ടുണ്ട്." ഞാൻ പറഞ്ഞു.

"ഇനി തരക്കേടില്ലാത്ത വില്പനയുണ്ടായാൽ മതി. നീ ഇവിടെ ഇരിക്കാതെ ഒന്നു നടന്നുനോക്ക്. വല്ല സജഷനും തോന്നിയാൽ പറയാൻ മടിക്കരുത്."

ഞാൻ പുസ്തകങ്ങൾക്കിടയിലൂടെ നടന്നു. സിനിമാസാഹിത്യത്തിൽ മലയാളത്തിന്റെ സംഭാവന പ്രത്യേകവിഭാഗമാക്കി വച്ചിട്ടുണ്ട്. എല്ലാവരെയും തൊട്ടും തലോടിയും തിരിച്ചും മറിച്ചും നോക്കിയും നടന്നുനീങ്ങി. സിനിക്, കോഴിക്കോടൻ, തോട്ടം രാജശേഖരൻ, ചേലങ്ങാട്ട് ഗോപാലകൃഷ്ണൻ, മധു വയ്പന, വിജയകൃഷ്ണൻ, അടൂർ ഗോപാലകൃഷ്ണൻ, വി.കെ.ജോസഫ്, കെ.കെ.ചന്ദ്രൻ, ടി.കെ.രാംചന്ദ്,

ഡോ.വി.രാജകൃഷ്ണൻ, എം.എഫ്.തോമസ്,പത്മരാജൻ, എം.ടി.വാസുദേവൻനായർ, ഐ.ഷൺമുഖദാസ്, അരവിന്ദൻ വല്ലച്ചിറ തുടങ്ങിയവർ എന്നോടു സംസാരിക്കുന്നതുപോലെയും എന്നെ നോക്കി പുഞ്ചിരിക്കുന്നതുപോലെയും തോന്നി.

അഞ്ചുദിവസവും ഇവിടെ താമസിക്കണമെന്ന് നിശ്ചയിച്ചതുകൊണ്ട് ആർക്കും ഒരു ബദ്ധപ്പാടില്ല.

വീട്ടിൽനിന്ന് മാറിനില്ക്കുന്ന കാര്യം പറഞ്ഞപ്പോഴേയ്ക്കും അമ്മയ്ക്ക് വേവലാതി തുടങ്ങിയ കാര്യമോർത്തു. അമ്മയുടെ ഭാവപ്പകർച്ച അച്ഛനിലേയ്ക്കും പകർന്നുതുടങ്ങിയപ്പോൾ അപ്പൂപ്പനും അമ്മൂമ്മയുമാണ് രക്ഷയ്ക്കെത്തിയത്.

"കുട്ടികളെ ഇങ്ങനെ മടിയിൽവച്ച് വളർത്തിയാ... മതിയോ?. കൊറച്ചൊക്കെ സ്വാതന്ത്ര്യം കൊടുക്ക്. അടയ്ക്കയൊന്നുമല്ലല്ലോ മടിയില് കൊണ്ട് നടക്കാൻ...ചെടിയായാലും മനുഷ്യനായാലും മൃഗമായാലും സ്വാതന്ത്ര്യമാണ് ഏറ്റവും നല്ല വളം. വളരണമെങ്കിൽ അത് വേണം." അപ്പൂപ്പന്റെ തത്ത്വശാസ്ത്രമതാണ്.

ബാഗിൽ വസ്ത്രങ്ങളൊതുക്കിവയ്ക്കാൻ തുടങ്ങിയപ്പോഴേയ്ക്കും അച്ഛൻ നോർമ്മലായി. ഇനി മിനിട്ടിന് മിനിട്ടിന് ഫോൺ വിളിയായിരിക്കും. ഓഫീസിലുള്ളവർക്ക് സ്വൈരക്കേടാവും. അതുകൊണ്ട് ഞാൻ തന്നെ അമ്മയോട് പറഞ്ഞു. എന്നും രാവിലെ എട്ടു മണിക്ക് വിളിച്ചാൽ മതി. പ്രാഥമിക കൃത്യങ്ങളും കുളിയും കഴിഞ്ഞ് അപ്പോഴേയ്ക്കും ഓഫീസിനുമുന്നിൽ വന്ന് കാത്തുനില്ക്കാം. ആരെയും ബുദ്ധിമുട്ടിക്കേണ്ടതില്ലല്ലോ. വൈകുന്നേരങ്ങളിലും വിളിക്കാമെന്നു പറഞ്ഞപ്പോൾ ഞാൻ തന്നെയാണ് മുടക്കിയത്. ആ സമയത്ത് ഗ്രൂപ്പ് ഡിസ്ക്കഷനും കഥാചർച്ചയുമൊക്കെയായിരിക്കും. ഒരു ഫോൺ വിളികൊണ്ട് ചിലപ്പോൾ എല്ലാ ഉത്സാഹവും കെട്ടുപോയേക്കാം.

സ്കൂളിലെ പ്രവൃത്തികളിൽനിന്ന് നേരെ വീട്ടിലേയ്ക്ക് കട്ട് ചെയ്തതു പോലെയാണ് തോന്നിയത്. എല്ലാം തയ്യാറാക്കിവച്ചതിനു ശേഷം കിടക്കയിൽ കിടന്നുകൊണ്ട് ഓർക്കുകയായിരുന്നു. മനസ്സ് നിറയെ സിനിമ മാത്രം. ഇനിപത്തുമണിക്കൂർ കൂടി കഴിഞ്ഞുകിട്ടണം.

ഒരു സൂര്യോദയത്തിന്റെ ദൃശ്യംകൊണ്ട് ഈ സമയമത്രയും തരണം ചെയ്യാം. ഒരേയൊരു ദൃശ്യം കൊണ്ട് മുമ്പും പിമ്പുമുള്ള ഒരുപാട് വസ്തുകളെ ബന്ധിപ്പിക്കാൻ കഴിയുന്നു. സിനിമയുടെ ഭാഷ അതാണ്. 'അതിശയിപ്പിക്കുന്ന ഭാഷ' "വിശ്വസിപ്പിക്കലിന്റെ ഭാഷ." അനിൽസാറിന്റെ വാക്കുകൾ കാതിൽ മുഴങ്ങുന്നു.

സിനിമാചരിത്രം
ചില ഫ്ളാഷ്ബാക്കുകൾ

ഇന്നസെന്റ് ക്യാമ്പ് ഉദ്ഘാടനം ചെയ്യാൻ എത്തുന്നു എന്നറിഞ്ഞതു മുതൽ ഞങ്ങൾക്ക് ആവേശമായി. അദ്ധ്യാപകരും രക്ഷിതാക്കളും അദ്ദേഹത്തെ കാണാൻ കാത്തിരിക്കുകയാണ്. പലരും നേരത്തെ വന്ന് സ്ഥാനം പിടിക്കാൻ തുടങ്ങി. സ്വീകരണത്തിനുവേണ്ട ഏർപ്പാടുകൾ ചെയ്യുന്നത് സുമിടീച്ചറാണ്. പൂവാണോ പുസ്തകമാണോ സ്വീകരണത്തിനു നല്കേണ്ടത് എന്ന ഒരു സംശയം ടീച്ചർക്കുണ്ടായിരുന്നു. ഒടുവിൽ പുസ്തകം കൊടുത്തു സ്വീകരിച്ചാൽ മതിയെന്നു നിശ്ചയിച്ചു. യോഗത്തിൽ ഓരോരുത്തരേയും അഭിസംബോധന ചെയ്യുമ്പോൾ നല്കാനുള്ള പുസ്തകങ്ങൾ ഞങ്ങളെ ഏല്പിച്ച് വേദിക്കരികിൽ തയ്യാറാക്കി നിർത്തി.

ഇന്നസെന്റിന്റെ കാറ് വന്നു നിന്നതോടുകൂടി സീറ്റിലിരുന്നവരും അവിടവിടെ കൂടിനിന്നവരും എല്ലാം കാറിനടുത്തേയ്ക്ക് ഓടിച്ചെന്നു, അദ്ദേഹത്തെ പൊതിഞ്ഞു. പ്രകാശൻമാഷും ഷാജിമാസ്റ്ററും തിരക്കിൽ നിന്നും അദ്ദേഹത്തെ രക്ഷിച്ച് വേദിയിലെത്തിച്ചു.

സ്വാഗതപ്രസംഗത്തിൽ ഹെഡ്മിസ്ട്രസ്സ് ഇന്നസെന്റിനെപ്പറ്റി പറഞ്ഞു:

“നടൻ എന്ന നിലയിൽ ആസ്വാദകലോകത്തിന്റെ മനം കവരാൻ ശ്രീ. ഇന്നസെന്റിനു കഴിഞ്ഞിട്ടുണ്ട്. വ്യത്യസ്തമായ എത്രയോ റോളുകളാണ് അദ്ദേഹം അവതരിപ്പിച്ചിട്ടുള്ളത്. ചിരിക്കാൻ മാത്രമല്ല പൊട്ടിച്ചിരിക്കാനും ഓർത്തോർത്തു രസിക്കാനും കഴിയുന്ന നിരവധി കഥാപാത്രങ്ങൾ നമ്മുടെ ഓർമ്മയിൽ നിറഞ്ഞു നില്ക്കുന്നു. അതുപോലെത്തന്നെ സങ്കടം ഉള്ളിലൊതുക്കി വിങ്ങിപ്പൊട്ടുന്ന കഥാപാത്രങ്ങളെയും അവിസ്മരണീയമാക്കാൻ അദ്ദേഹത്തിന്നു കഴിഞ്ഞിട്ടുണ്ട്.

സിനിമാനിർമ്മാതാവായി അദ്ദേഹത്തെ നാം കണ്ടിട്ടുണ്ട്. നല്ല സിനിമകൾ നിർമ്മിക്കുന്നതിനുവേണ്ടി അദ്ദേഹം ചെയ്ത കാര്യങ്ങൾ പ്രസംഗത്തിലും എഴുത്തിലുമായി നിങ്ങൾ അറിഞ്ഞിട്ടുണ്ടാകും. അതിനേക്കാളുപരി സിനിമയിൽ എത്തിപ്പെടുന്നതിനുവേണ്ടി സഹിച്ച ക്ലേശങ്ങൾ കണ്ണീരുപ്പുകലർത്തി അദ്ദേഹം രസമായി അവതരിപ്പിച്ചിട്ടുണ്ടല്ലോ. ക്ലേശങ്ങളും ത്യാഗങ്ങളുമെല്ലാം പിന്നീട് ജീവിതത്തിന്റെ മധുരമായി മാറ്റിത്തീർക്കുവാൻ തക്ക മനസ്സുള്ള വലിയ ഒരു കലാകാരനാണ് ഇന്നസെന്റ്. അമ്മ എന്ന സിനിമാസംഘടനയുടെ അമരക്കാരനെ ഈ വേദിയിൽ സ്വീകരിക്കുന്നത് ഭാവിയിലെ സിനിമാ പ്രവർത്തകരാണ്. വലിയ വലിയ കലാകാരന്മാരിൽനിന്നും പകർന്നുപോരുന്ന അനുഭവങ്ങളും അറിവുമാണ് ഇവരുടെ പ്രചോദനം."

പ്രസംഗം ഇത്രയുമായപ്പോഴേയ്ക്കും ഞാൻ വേദിയിലേയ്ക്കു കടന്നുചെന്ന് പുസ്തകം അദ്ദേഹത്തിനു നല്കി. കൈ കൂപ്പി. എന്റെ നെറുകയിൽ കൈവച്ചുകൊണ്ട് പുതുതലമുറയുടെ സംരംഭങ്ങൾക്ക് അദ്ദേഹം അനുഗ്രഹമേകി. ഉദ്ഘാടനപ്രസംഗത്തിൽ അദ്ദേഹം തന്റെ അനുഭവങ്ങൾ വിശദീകരിക്കുകയുണ്ടായി. തന്റേതായ വ്യക്തിമുദ്രയുണ്ടാക്കാൻ നടത്തിയ പരിശ്രമങ്ങൾ. ജീവിതാനുഭവങ്ങളെ കഥാസന്ദർഭങ്ങളിലേയ്ക്ക് വിളക്കിച്ചേർത്തപ്പോഴുണ്ടായ ശക്തിയും സൗന്ദര്യവുമെല്ലാം തമാശ കലർന്ന ഉദാഹരണങ്ങളിലൂടെ അദ്ദേഹം വ്യക്തമാക്കി.

ജയകൃഷ്ണൻ എന്ന സിനിമാനിരൂപകൻ സംസാരിച്ചത് മലയാള സിനിമയുടെ പഴയ ചരിത്രത്തെക്കുറിച്ചായിരുന്നു. കുറെയൊക്കെ എഴുതിയെടുക്കാൻ ശ്രമിച്ചു. സംസാരത്തിനിടയ്ക്ക് ചില ചോദ്യങ്ങൾ കൊണ്ട് ഞങ്ങളുടെ അറിവിനെ അദ്ദേഹം പരിശോധിച്ചിരുന്നു.

"ആദ്യത്തെ മലയാളചലച്ചിത്രം ഏതാണ്?"

എന്നോടാണെന്നു കരുതി ഞാനൊന്നു പതറി. എന്റെ പിന്നിലിരുന്ന രാഹുൽ ചാടിയെണീറ്റ് ഉത്തരം പറഞ്ഞു.

"വിഗതകുമാരൻ."

"വിഗതകുമാരൻ നിർമ്മിച്ചത് ആരാണെന്നറിയാമോ?"

"ജെ.സി.ഡാനിയേൽ..." ആരോ വിളിച്ചുപറഞ്ഞു.

അദ്ദേഹം പെട്ടെന്ന് നിർത്തി, ഗൗരവം പൂണ്ടു: "ചോദിക്കുന്നവർ ഉത്തരം പറഞ്ഞാൽ മതി."

"ജെ.സി.ഡാനിയേൽ എന്ന പ്രതിഭാശാലിയുടെ പേരിൽ സംസ്ഥാന സർക്കാർ അവാർഡ് കൊടുക്കുന്നത് നിങ്ങൾക്കറിയാം. സിനിമയിൽ അദ്ദേഹം എന്താണ് ചെയ്തത്?"

ഞങ്ങൾക്ക് മറുപടി പറയാനായില്ല. ചില ക്വിസ് ചോദ്യങ്ങൾക്കു വേണ്ടി പഠിച്ച ഉത്തരങ്ങൾ മാത്രമായിരുന്നു ഞങ്ങളുടെ സ്റ്റോക്ക്. സ്റ്റോക്ക് തീർന്നതോടെ ഞങ്ങൾ മിഴിച്ചിരുന്നു.

1928 മുതലാണ് മലയാളസിനിമയുടെ ചരിത്രമാരംഭിക്കുന്നതെന്നു പറഞ്ഞുകൊണ്ട് ജെ.സി.ഡാനിയേൽ എന്ന സിനിമാകലാകാരന്റെ സംഭാവനകളെ ജയകൃഷ്ണൻസാർ വിശദീകരിച്ചു.

"വിഗതകുമാരന്റെ നിർമ്മാതാവും തിരക്കഥാകൃത്തും അഭിനേതാവും സംവിധായകനും അദ്ദേഹമായിരുന്നു. നിശ്ശബ്ദചിത്രങ്ങളുടെ കാലഘട്ടത്തിൽ ആ ശബ്ദം മാഞ്ഞുപോകാതിരുന്നത് അദ്ദേഹത്തിന്റെ കലാസമർപ്പണത്തിന്റെ പവിത്രതകൊണ്ടാണ്. ഒരു നിർമ്മാതാവിന് അനുഭവിക്കേണ്ടിവന്ന കഷ്ടപ്പാടുകളും അദ്ദേഹത്തിന്റെ ജീവിതം നമുക്ക് കാണിച്ചുതന്നിട്ടുണ്ട്. "

"സാറേ... ആദ്യത്തെ ശബ്ദചിത്രം ബാലനാണെന്നു കേട്ടിട്ടുണ്ട്. എന്നാണ് ആ ചിത്രം പുറത്തിറങ്ങിയത്?"

ആരോ എഴുതിക്കൊടുത്ത ചോദ്യമായിരുന്നു അരുൺദേവ് ചോദിച്ചത്. എഴുതിക്കൊടുത്തയാളെ നോക്കി ശരിയല്ലേയെന്ന് അവൻ ആംഗ്യം കാണിക്കുന്നതു കണ്ടു.

"വിഗതകുമാരനുശേഷം പത്തുവർഷം കാത്തിരിക്കേണ്ടിവന്നു മലയാളത്തിൽ ശബ്ദചിത്രമുണ്ടാകാൻ, 1938 വരെ."

"ഒരു ചോദ്യം കൂടി ചോദിക്കാം." ജയകൃഷ്ണൻസാർ പറഞ്ഞു. എല്ലാവരും ശ്രദ്ധയോടെ ഇരുന്നു.

"1956 ലാണല്ലോ കേരളസംസ്ഥാനം രൂപംകൊണ്ടത്. കേരള സംസ്ഥാനം രൂപംകൊള്ളുമ്പോൾ എത്ര മലയാളചിത്രങ്ങൾ അതുവരെയായി പുറത്തിറങ്ങിയിട്ടുണ്ട്? ആർക്കാണ് ഉത്തരം പറയാനാവുക?"

ഞങ്ങൾ പരസ്പരം നോക്കി. പ്രകാശൻമാഷിനോട് സ്വകാര്യമായി ചിലർ ചോദിക്കുന്നുണ്ടായിരുന്നു. പ്രകാശൻമാഷും കൈമലർത്തി. മാഷിനറിയില്ലത്രേ! ഒടുവിൽ ജയകൃഷ്ണൻസാർ തന്നെ ആ ചിത്രങ്ങളുടെ പേര് പറഞ്ഞു.

"1928ൽ വിഗതകുമാരൻ, 1931ൽ മാർത്താണ്ഡവർമ്മ, 1938ൽ ബാലൻ, 1940ൽ ജ്ഞാനാംബിക, 1941ൽ പ്രഹ്ലാദൻ, 1948ൽ നിർമ്മല, 1949ൽ വെള്ളിനക്ഷത്രം, 1950ൽ നല്ല തങ്ക, 1954ൽ നീലക്കുയിൽ, സ്നേഹസീമ, 1955ൽ ന്യൂസ് പേപ്പർ ബോയ്, 1956ൽ രാരിച്ചൻ എന്ന പൗരൻ."

1941 മുതൽ 7 വർഷക്കാലം ഒരു സൃഷ്ടിയും വെളിച്ചം കണ്ടില്ല എന്ന ചരിത്രസത്യവും ഞങ്ങൾ കണ്ടെത്തി.

"ആദ്യത്തെ സൂപ്പർഹിറ്റ് ചിത്രം ഏതാണ് സാറേ?"

"ജീവിതനൗക എന്ന സിനിമ നാലു പതിറ്റാണ്ടുകാലം സൂപ്പർഹിറ്റ് സ്ഥാനം നിലനിർത്തിക്കൊണ്ട് സർവ്വറെക്കോർഡുകളും തകർത്തുകളഞ്ഞത്രേ." ജയകൃഷ്ണൻസാർ പറഞ്ഞു.

"ഈ സിനിമ എത്ര ദിവസം കളിച്ചുവെന്ന് അറിയാമോ സാർ?" അലനാണത് ചോദിച്ചത്.

"തിരുവനന്തപുരം നഗരത്തിൽ മാത്രം 284 ദിവസം ഈ സിനിമ പ്രദർശിപ്പിച്ചതായി കേട്ടിട്ടുണ്ട്."

"സാർ, ശങ്കരൻകുട്ടി മാഷ് എപ്പോഴും 'ഷോലെ' എന്ന ഹിന്ദിചിത്രത്തെപ്പറ്റി ക്ലാസ്സിൽ പറയാറുണ്ട്. ഏറ്റവും കൂടുതൽ ഓടിയ സിനിമയാണത്രേ. മാഷ് തന്നെ ആ സിനിമ പതിനാറു പ്രാവശ്യം കണ്ടിട്ടുണ്ട്..." രാഹുലാണ് ശങ്കരൻകുട്ടിമാസ്റ്ററുടെ സിനിമാഭ്രമം അവതരിപ്പിച്ചത്.

"ക്ലാസ്സെടുക്കുന്നതിനിടയ്ക്ക് ഞങ്ങൾക്ക് ബോറടിക്കുന്നുവെന്നു തോന്നിയാൽ മാഷ് ഷോലെയിലെ ഡയലോഗ് കാച്ചും."

വരുൺദേവ് മാഷെ അനുകരിക്കാൻ ഒരു വിഫലശ്രമം നടത്തി. പരാജയപ്പെട്ടെങ്കിലും എല്ലാവർക്കും രസമായി.

"സാർ....ഭരതൻ, പി.എൻ.മേനോൻ, പത്മരാജൻ, മോഹൻ എന്നിവരുടെ സിനിമകൾ മലയാളത്തിൽ പുതിയൊരു ശൈലി ഉണ്ടാക്കിയിട്ടില്ലേ?"

"തീർച്ചയായും. ഇതിൽ പി.എൻ.മേനോന്റെ ഓളവും തീരവും ഒരു പുതിയ ചലച്ചിത്രഭാഷയുൾക്കൊള്ളാനുള്ള ശ്രമത്തിന്റെ ആദ്യ പടികളായിരുന്നു. അരവിന്ദൻ, അടൂർ ഗോപാലകൃഷ്ണൻ, പവിത്രൻ, പി.എ. ബക്കർ, ടി.വി.ചന്ദ്രൻ എന്നിങ്ങനെയുള്ള സംവിധായകരുടെ വഴികളിൽനിന്നും വിഭിന്നമായ ഒരു സഞ്ചാരപഥമുണ്ടാക്കിയവരാണവർ."

മലയാളസിനിമയുടെ കഴിഞ്ഞ നാളുകളിലൂടെയുള്ള പ്രയാണത്തിൽ ജയകൃഷ്ണൻസാറിനോടൊപ്പം ഞങ്ങളും സഞ്ചരിച്ചു. നീലക്കുയിലും ചെമ്മീനും പി.ഭാസ്കരനും രാമുകാര്യാട്ടും എം.ടി.വാസുദേവൻനായരുമെല്ലാം ചർച്ചകളിൽ നിറഞ്ഞുനിന്നു. അങ്ങനെ കച്ചവടസിനിമകളും ആർട്ടുസിനിമകളും രാഷ്ട്രീയസിനിമകളും എന്നെല്ലാം ഞങ്ങൾ സിനിമകളെ തരംതിരിച്ച് പരിശോധിക്കാനും ശ്രമിച്ചു.

"ജയകൃഷ്ണൻസാറിന്റെ ക്ലാസ്സിലൂടെ മലയാളസിനിമയുടെ വസന്തകാലവും വറുതിക്കാലവും നിങ്ങൾക്കു പരിചയപ്പെടാൻ കഴിഞ്ഞില്ലേ?" പ്രകാശൻമാഷ് ആ ക്ലാസ്സ് അവസാനിപ്പിച്ചുകൊണ്ട് സംസാരിക്കുകയുണ്ടായി.

ഭക്ഷണക്കമ്മിറ്റിക്കാർ ക്ലാസ്സ് കഴിഞ്ഞയുടൻ തന്നെ ലഘുപാനീയം വിതരണം ചെയ്തു.

ഞങ്ങളുണ്ടാക്കിയ സിനിമാഗാർഡനിലെ ചില ചിത്രങ്ങൾ പറിച്ചെടുത്തുകൊണ്ടാണ് വെങ്കിടാചലം സാർ ഞങ്ങൾക്കിടയിലേയ്ക്ക് കടന്നുവന്നത്. പ്ലക്കാർഡുകളിൽനിന്ന് അദ്ദേഹം ഒരെണ്ണമെടുത്ത് ഞങ്ങളുടെ മുന്നിൽ കുത്തി നിർത്തി.

"ചാൾസ് ആന്റണി ലൂമിയർ (1840-1911)" ചിത്രത്തിലേയ്ക്ക് ചൂണ്ടിക്കൊണ്ട് അദ്ദേഹം ഉറക്കെപ്പറഞ്ഞു.

"ഇദ്ദേഹത്തെ നിങ്ങൾക്കു പരിചയമുണ്ടോ?"

ചില ആശയങ്ങൾ എന്റെ ബോധതലത്തിൽ മിന്നിമറഞ്ഞു. പക്ഷേ, ഉറക്കെ വിളിച്ചുപറയാൻ ധൈര്യം വന്നില്ല.

"പാരീസിനടുത്ത് ബിസാൻകോ എന്ന പട്ടണത്തിൽ ജീവിച്ചിരുന്ന ഒരു ഫോട്ടോഗ്രാഫർ. കേവലമൊരു ഫോട്ടോഗ്രാഫർ മാത്രമായിയുന്നില്ല അദ്ദേഹം. അറിയപ്പെടുന്ന ഒരു ഭൗതികശാസ്ത്രജ്ഞനുമായിരുന്നു. ഇദ്ദേഹത്തിനു നല്ലൊരു സ്റ്റുഡിയോയും ഉണ്ടായിരുന്നു. ഫോട്ടോഗ്രാഫിയിൽ ലോകമാസകലം നടന്നുകൊണ്ടിരിക്കുന്ന ശാസ്ത്രീയമായ കണ്ടെത്തലുകളും സാങ്കേതികമായ മുന്നേറ്റവും അപ്പപ്പോൾ വിലയിരുത്താനുള്ള താത്പര്യമുള്ള ഇദ്ദേഹത്തിന് രണ്ട് മക്കളുണ്ടായി. അവരാണ് ചരിത്രമെഴുതിയ സഹോദരന്മാർ. അവർ ആരാണെന്ന് പറയാമോ?"

നാലഞ്ചുപേർ ചാടിയെണീറ്റു. ഞാനും അക്കൂട്ടത്തിലുണ്ടായിരുന്നു.

"ലൂമിയർ സഹോദരന്മാർ." ഞങ്ങൾ വിളിച്ചുപറഞ്ഞു.

“അങ്ങനെ പറഞ്ഞാൽ പോരാ. മുഴുവൻ പേരും കൃത്യമായി പറയാൻ കഴിയുമോ?”

ആരും പ്രതികരിക്കാതായപ്പോൾ വെങ്കിടാചലം സാർ പ്ലക്കാർഡു കളിൽ ഒരെണ്ണം ഞങ്ങൾക്കുനേരെ തിരിച്ചുപിടിച്ചുകൊണ്ട് പറഞ്ഞു:

“ജ്യേഷ്ഠൻ അഗസ്റ്റി മേരി ലൂയീസ് നിക്കോളാസ് ലൂമിയർ... 1862ൽ ജനിച്ച ഇദ്ദേഹം അന്തരിച്ചത് 1954ലാണ്.”

മറു കയ്യിലെ ചിത്രം ഉയർത്തിക്കൊണ്ട് ഇളയ സഹോദരനെയും ഞങ്ങൾക്കു പരിചയപ്പെടുത്തി.

“ലൂയിസ് ഴാങ് ലൂമിയർ... 1864ൽ ജനിച്ചു. അന്തരിച്ചത് 1948ൽ.”

ഇക്കാലത്ത് അമേരിക്കയിൽ തോമസ് ആൽവ എഡിസന്റെ ബ്ലാക്ക് മേരിയ സ്റ്റുഡിയോവിലും കുറെയേറെ പരീക്ഷണങ്ങൾ നട ക്കുന്നുണ്ടായിരുന്നു. അങ്ങനെ ലോകത്ത് നടക്കുന്ന ഈ രംഗത്തെ പരീക്ഷണങ്ങൾ ഇവരും മനസ്സിലാക്കിയിരുന്നു. പിതാവിൽനിന്നു കിട്ടിയ ശാസ്ത്രാവബോധം, ഫോട്ടോഗ്രാഫിയിലുള്ള അടങ്ങാത്ത അഭിനിവേശം ഇവയെല്ലാം ഫോട്ടോഗ്രാഫിയിലെ ടെക്നിക്കുകൾ കണ്ടെത്തുന്നതിന് കാരണമായി. പരസ്പരപൂരകങ്ങളായി പ്രവർ ത്തിച്ച അപൂർവ്വസഹോദരന്മാരായിരുന്നു ലൂമിയർ സഹോദരന്മാർ.”

ലോകത്തിലെ ആദ്യത്തെ ചലച്ചിത്രം ചിത്രീകരിച്ച ലൂമിയർ സഹോ ദരന്മാർ ഞങ്ങൾക്കിടയിലേയ്ക്ക് നടന്നുവരുന്നതുപോലെ തോന്നി.

“ജീവിതകാലം മുഴുവൻ വേർപിരിയാത്ത സാഹോദര്യത്തിന്റെ മേന്മ. അവയേക്കാളുപരി മഹത്തായ കണ്ടെത്തലുകൾക്കുള്ള ഏകാ ഗ്രതയുടെ സമന്വയം. അതായിരുന്നു അവർ.” അലൻ വിൻസെന്റ് അവന്റെ നോട്ടുപുസ്തകത്തിൽ എഴുതിയിട്ട വാചകം ആരോ വായി ക്കുന്നതു കേട്ടു. അലൻ പെട്ടെന്ന് പുസ്തകം പിടിച്ചുവാങ്ങി.

“പിതാവിന്റെ പിന്തുണയുണ്ടായിരുന്നുവെങ്കിലും അദ്ദേഹം സ്റ്റിൽഫോട്ടോഗ്രാഫിയിൽത്തന്നെ ഉറച്ചുനിന്നു. മക്കൾ 1895 മാർച്ച് 22-ാം തീയതി പാരീസിൽ ഒരു പ്രീമിയർ പ്രദർശനം നടത്തുന്നതു കണ്ട് ആ പിതാവ് സന്തോഷിച്ചിട്ടുണ്ടാകും.”

“സാർ 1895 ഡിസംബർ 28നാണ് ആദ്യത്തെ സിനിമാപ്രദർശനം എന്ന് വായിച്ചിട്ടുണ്ടല്ലോ?” അലൻ എഴുന്നേറ്റുനിന്ന് ചോദിച്ചു.

“അതും ശരിയാണ്. അന്നാണ് ടിക്കറ്റ് വച്ച് ഔപചാരികമായി പ്രദർശനം ആരംഭിച്ചത്. പാരീസിലെ ഗ്രാന്റ് കഫേയിൽവച്ച്. അവിടെ

നിന്നും ലോകത്തിലെ വൻ നഗരങ്ങളിലേയ്ക്ക് ഈ പ്രദർശനം വ്യാപിച്ചു."

"ആ ചിത്രങ്ങൾ നമുക്കു കാണാൻ സാധിക്കുമോ, സാറേ?"

"തീർച്ചയായും. ലൂമിയർ സഹോദരന്മാർ പതിനൊന്നു ചിത്രങ്ങളുണ്ടാക്കിയെന്നാണ് പറയുന്നത്. അവ ഇന്നു നിങ്ങൾക്ക് കാണിച്ചുതരുന്നതാണ്."

ഞങ്ങൾക്ക് സന്തോഷം അടക്കാനായില്ല. ഞങ്ങൾ എല്ലാവരും ആർപ്പുവിളികളുമായി ചാടിക്കളിച്ചു. ചെറിയൊരു വിശ്രമത്തിനുശേഷം മൾട്ടിമീഡിയ റൂമിൽ എല്ലാവരുമെത്തണമെന്ന് പ്രകാശൻമാഷ് അറിയിച്ചു. മൾട്ടിമീഡിയ റൂമിൽ എൽ.സി.ഡി.പ്രൊജക്ടർ പ്രവർത്തിക്കാൻ തുടങ്ങുന്നു.

വെങ്കിടാചലം സാർ പറഞ്ഞുതുടങ്ങി.

"ജീവിതത്തിലെ സാധാരണകാര്യങ്ങളെ അതേപടി ആവിഷ്ക്കരിച്ചത് കാണുമ്പോഴുണ്ടാകുന്ന ആനന്ദം, അതാണ് സിനിമയുടെ വളർച്ചയ്ക്കു കാരണമായത്. ആസ്വാദനത്തിലെ ഏറ്റവും പ്രാഥമികതലത്തിൽ നിന്നാണ് സിനിമാസ്വാദനം ആരംഭിച്ചത്."

ഞങ്ങൾ സാറിന്റെ സംസാരം കേട്ടിരുന്നു. ആദ്യചിത്രം ആരംഭിച്ചു. തൊഴിലാളികൾ ഫാക്ടറി വിട്ടുപോകുന്നതാണ് ആദ്യം കാണിച്ചത്. പല വിധ വേഷങ്ങൾ ധരിച്ച സ്ത്രീപുരുഷന്മാർ. വാഹനങ്ങൾ. പിന്നെ കാണിച്ചത് ഒരു ട്രെയിൻ സ്റ്റേഷനിൽ വന്നു നില്ക്കുന്നതാണ്.

"ട്രെയിൻ, ഫ്രാൻസിലെ സിയാറ്റ് സ്റ്റേഷനിൽ വന്നുനിൽക്കുന്നതാണ് നിങ്ങൾ കണ്ടത്."

പിന്നെ കുതിരപ്പന്തയക്കാരൻ, മത്സ്യം പിടിക്കുന്നവർ, കടലിൽ കുളിക്കുന്നവർ, പൂച്ച ആഹാരം കഴിക്കുന്നത്, ഒരു ചീട്ടുകളിരംഗം, കപ്പലിൽനിന്ന് യാത്രക്കാർ ഇറങ്ങുന്നത് എന്നിങ്ങനെയുള്ള ലഘുചിത്രങ്ങൾ ഞങ്ങൾ കണ്ടു.

"ഈ ചിത്രങ്ങളെക്കുറിച്ച് വിശദമായി പഠിച്ച് ഒരു പുസ്തകം തന്നെ എഴുതിയിട്ടുണ്ട്. ആരാണെന്നറിയാമോ?"

"അറിയില്ല സാർ."

"പ്രശസ്ത സിനിമാപ്രതിഭയായ റഷ്യൻ സംവിധായകൻ ആന്ദ്രെ ടർക്കോവ്സ്കി."

"പുസ്തകത്തിന്റെ പേരെന്താണ്?"

"Sculpting in time"

ഞങ്ങൾ പുസ്തകത്തിന്റെ പേരും ആന്ദ്രെ ടർക്കോവ്സ്കിയുടെ പേരും എഴുതിയെടുത്തു. ഗാർഡനിൽ ടർക്കോവ്സ്കിയുടെ പടം വച്ചിട്ടുള്ളത് അപ്പോൾ ഓർക്കുകയും ചെയ്തു.

സിനിമാപ്രദർശനത്തിനുശേഷം വെങ്കിടാചലം സാർ അവിടെത്തന്നെ നിന്നുകൊണ്ടാണ് സിനിമയുടെ പഴയ ചരിത്രത്തിലെ പല കാര്യങ്ങളും പറഞ്ഞത്.

"രസകരമായ മറ്റൊരു കാര്യം പറയേണ്ടത് ആവശ്യമാണെന്നു തോന്നുന്നു. ഈ ചിത്രപ്രദർശനത്തിനുമുമ്പ് 1889ൽ ജോർജ്ജ് ഈസ്റ്റ്മാൻ എന്ന പ്രതിഭാശാലിയിൽനിന്ന് കുറച്ച് ഫിലിം വിലയ്ക്കു വാങ്ങി. ആരാണ് വാങ്ങിയത്?"

"തോമസ് ആൽവ എഡിസൻ. അദ്ദേഹത്തിന്റെ സ്റ്റുഡിയോയുടെ പേര് നിങ്ങൾ കേട്ടിട്ടില്ലേ?"

"ഉവ്വ് സാർ. ബ്ലാക് മരിയ സ്റ്റുഡിയോ."

You press the button, we do the rest എന്ന പരസ്യവാചകത്തോടെ റോൾ ഫിലിം ക്യാമറയും പുറത്തിറക്കിയ ആളാണ് ജോർജ്ജ് ഈസ്റ്റ്മാൻ. ഇദ്ദേഹത്തിൽനിന്നും വാങ്ങിയ അമ്പതടി ഫിലിം കൊണ്ട് ചില പരീക്ഷണങ്ങളൊക്കെ നടത്തി. എഡിസന്റെ സ്റ്റുഡിയോവിലെ ഒരു തൊഴിലാളി തുമ്മുന്നതിന്റെ ക്ലോസ് ഷോട്ടുകളടക്കം വിവിധ ഷോട്ടുകൾ ഉള്ള ചിത്രം ലോകത്തിലെ ആദ്യത്തെ സ്റ്റുഡിയോ എന്നു പറയാവുന്ന ബ്ലാക്ക് മരിയയിൽവെച്ച് നിർമ്മിച്ചു. സെക്കന്റുകൾ മാത്രം ദൈർഘ്യമേ ഇവയ്ക്കുണ്ടായിരുന്നുള്ളു.

കൈനെറ്റോസ്കോപ്പിൽ ഒരു സുഷിരം ഉണ്ട്. ആ സുഷിരത്തിലൂടെ നോക്കിയാണ് കണ്ടിരുന്നത്. അങ്ങനെ ഓരോരുത്തരായിട്ടാണ് ഇതാസ്വദിച്ചത്. ഈ പരിപാടി ഏറെ ദുഷ്ക്കരമായതിനാലാണ് എഡിസൺ ഇത് ഉപേക്ഷിച്ചത്.

ചിത്രീകരണം നടത്തുമ്പോൾ ശ്രദ്ധിക്കേണ്ട കാര്യങ്ങളും പിന്നീട് ചർച്ച ചെയ്തു. സംവിധായകന് ചിത്രീകരണസമയത്തെക്കുറിച്ച് വ്യക്തമായ ധാരണയുണ്ടാകണമെന്ന് വെങ്കിടാചലം സാർ പറഞ്ഞു.

"നിരവധി ദൃശ്യങ്ങളെക്കൊണ്ടാണ് സമയത്തെ നിറയ്ക്കുന്നത്. സാധാരണ മനുഷ്യർ, കഥാപാത്രങ്ങൾ, സംഭാഷണങ്ങൾ, ശബ്ദങ്ങൾ, മറ്റു നിത്യോപയോഗവസ്തുക്കൾ എന്നിവയെല്ലാം മനസ്സിൽ കണ്ടുവേണം ചിത്രീകരണം നടത്താൻ. മാത്രമല്ല ദൃശ്യങ്ങൾ

പകർത്താനുള്ള ക്യാമറയുടെ സാങ്കേതികതകളെക്കുറിച്ചും ഷോട്ടുകളെക്കുറിച്ചും എഡിറ്റിങ്ങിനെക്കുറിച്ചുമൊക്കെ അറിവുണ്ടായിരിക്കണം."

ക്ലാസ്സുകളും ചർച്ചകളും ഭക്ഷണവും സിനിമകളുമൊക്കെയായി ഒരു ദിവസം ആർത്തലച്ച് ഒഴുകിപ്പോയതറിഞ്ഞില്ല. വൈകുന്നേരം ഒരു ചെറിയ ബ്രേക്ക്. കളിയും കുളിയും കഴിഞ്ഞ് വീണ്ടും സിനിമയുടെ ലോകത്തേയ്ക്ക് പോകാൻ മനസ്സ് ധൃതികൂട്ടി. കളികളിലൊന്നും ശ്രദ്ധിക്കാനായില്ല. പക്ഷികൾ ചേക്കേറിത്തുടങ്ങി. സ്കൂൾ കോമ്പൗണ്ടിലെ മരങ്ങളിലിരുന്ന് അവ കലപില കൂട്ടുന്നു. അന്നത്തെ അനുഭവങ്ങളും വർത്തമാനങ്ങളും പങ്കിടുകയാണ്. ഒരു ദിവസം സന്തോഷപ്രദമാക്കിയതിന്റെ ആഹ്ലാദം അവയുടെ കൊഞ്ചലുകളിലുണ്ടായിരുന്നു.

കുളികഴിഞ്ഞ് വസ്ത്രം മാറിവരുമ്പോൾ ഒരു നിമിഷം അമ്മൂമ്മയെ ഓർത്തു. സന്ധ്യാനാമം നിർബന്ധമാണ്. ആ സമയത്ത് ടി.വി.യെ ങ്ങാനും ഓൺ ചെയ്താൽപ്പിന്നെ ഭൂകമ്പമുണ്ടാകും. അമ്മൂമ്മയുടെ പ്രാർത്ഥന കഴിഞ്ഞു വരുമ്പോഴേയ്ക്കും അമ്മയും എത്തിയിട്ടുണ്ടാകും. അടുക്കളയിലെ പണിയെല്ലാമൊതുക്കി അമ്മയെത്തുമ്പോഴേയ്ക്കും സീരിയലുകളുടെ പടിപ്പുര തുറന്നിട്ടുണ്ടാകും. റിമോട്ട് ഈ സമയത്ത് അമ്മൂമ്മയുടെ കൈയിലായിരിക്കും. ഓരോ ചാനലിലും പരസ്യം തുടങ്ങുമ്പോൾ അടുത്ത ചാനലിലേയ്ക്ക് കുതിക്കും. ഏതെങ്കിലും വിരുന്നുകാരോ പരിചയക്കാരോ വന്നാൽ അവരെ കൈകാര്യം ചെയ്യാനുള്ള ചുമതല അമ്മയ്ക്കാണ്. അതാണ് റിമോട്ട് അമ്മൂമ്മയുടെ കൈയിൽത്തന്നെയാവാൻ ഇടയായത്. ഞങ്ങൾ കുട്ടികൾക്ക് ആ സമയത്തൊന്നും അകത്തേയ്ക്കു പ്രവേശനമില്ല. അവരവരുടെ മുറിയിലിരുന്ന് പഠിച്ചുകൊള്ളണം. ഒൻപതു മണിവരെ വീട്ടിൽ മറ്റൊരു കാര്യവും ചർച്ച ചെയ്യാറില്ല. സീരിയലിലെ കഥാപാത്രങ്ങളുടെ പ്രശ്നങ്ങളായിരിക്കും അമ്മയും അമ്മൂമ്മയും ഗൗരവപൂർവ്വം ചർച്ചചെയ്യുന്നത്.

ഇപ്പോൾ സീരിയലിന്റെ സമയം തുടങ്ങുന്നതിനുമുമ്പ് അമ്മയെ വിളിക്കാമെന്നു കരുതി ഒരു രൂപ കോയിനുമായി ടെലഫോണിനടുത്തെത്തി. അവിടെ നാലഞ്ചുപേർ ഊഴം കാത്തുനിൽക്കുന്നുണ്ടായിരുന്നു. ഫോൺ ചെയ്യുന്നവനൊഴിച്ചു മറ്റെല്ലാവരും കഴിഞ്ഞ ക്ലാസ്സുകളിൽ പറഞ്ഞ കാര്യങ്ങൾ തന്നെയാണ് സംസാരിക്കുന്നത്. അത്താഴത്തിനു മുമ്പുള്ള സമയം സർഗ്ഗകേളിയ്ക്കുള്ളതാണ്. ഓരോരുത്തരും അവരവരുടെ സർഗ്ഗാത്മകത തെളിയിക്കുകയോ പുതിയ ആശയങ്ങൾ കണ്ടെത്തുകയോ വേണം. എന്തും പറയാം. എങ്ങനെയും പറയാം.

പക്ഷേ കാണുന്നവനെയും കേൾക്കുന്നവനെയും സ്വാധീനിക്കാൻ കഴിയണം. അതാണ് പ്രകാശൻമാഷ് സൂചിപ്പിച്ചത്.

അമ്മയെ വിളിച്ച് കാര്യങ്ങളെല്ലാം സംക്ഷിപ്തമായി ധരിപ്പിച്ചു. തന്റെ സ്കൂൾ ജീവിതത്തിനിടയ്ക്ക് ഇത്രയും ഫലവത്തായ മണിക്കൂറുകൾ ഉണ്ടായിട്ടില്ലെന്നറിയിച്ചു. ഒരു നിമിഷം അമ്മ ഒന്നും മിണ്ടിയില്ല. പിന്നെ തല കുളിയ്ക്കേണ്ടെന്നും ഭക്ഷണം വയറുനിറച്ചു കഴിക്കണമെന്നുമൊക്കെയാണ് പറഞ്ഞത്. പിന്നെ കൂട്ടുകാരോട് വർത്തമാനം പറഞ്ഞ് ഉറങ്ങാതിരിക്കരുതെന്നും... എല്ലാം ശരിവച്ചുകൊടുത്ത് ക്ലാസ്സിലേയ്ക്ക് ഓടുകയായിരുന്നു.

നമുക്കെങ്ങനെ സിനിമയെടുക്കാം എന്ന ആലോചനയുടെ ആരംഭമായിരുന്നു. അനിൽസാറാണ് ചർച്ചയ്ക്കു നേതൃത്വം. അല്പം ഇടമുണ്ടാക്കി മനോജിന്റെയും രാഹുലിന്റെയും ഇടയിൽ കയറി ഞാനിരുന്നു.

ഒരു സിനിമയെടുക്കുന്നതിന് പ്രധാനമായി മൂന്നു ഘട്ടങ്ങൾ ഉണ്ടെന്നു പറഞ്ഞുകൊണ്ട് അദ്ദേഹം കുട്ടികളുടെ നേരെ തിരിഞ്ഞു. എല്ലാവരേയുമൊന്നു നോക്കി. ആർക്കെങ്കിലും പറയാൻ കഴിയുമോ? എന്റെ മനസ്സിൽ പല ആശയങ്ങളും തോന്നി. വിളിച്ചുപറയാൻ ഒരു മടി. പറയുന്നത് വിഡ്ഢിത്തമായാൽ എല്ലാവരും ചിരിക്കും. മാഷ് കളിയാക്കുകയും ചെയ്യും. വേണ്ട. ഒന്നും പറയേണ്ടെന്നു തീരുമാനിച്ച് ഞാൻ നിശ്ശബ്ദത പാലിച്ചു. ആരും ഒന്നും മിണ്ടിയില്ല. ഒടുവിൽ അനിൽസാർ തന്നെ ബോർഡിൽ എഴുതി.

1. Pre-Production. പ്രിപ്രൊഡക്ഷനാണ് ഒന്നാമത്തെ ഘട്ടം. എഴുതിത്തീരുമ്പോഴേയ്ക്കും രണ്ടാമത്തെ ഘട്ടം കുട്ടികളിൽ ചിലർ വിളിച്ചുപറഞ്ഞു.

2. Production

3. Post-Production. ഇതാണ് മൂന്നാമത്തെ ഘട്ടം. അനിൽസാർ ബോർഡിൽ എഴുതിയിട്ടു.

ഈ മൂന്നു ഘട്ടങ്ങൾ വിശദീകരിക്കുമ്പോൾ സിനിമാനിർമ്മാണത്തെക്കുറിച്ചുള്ള ഒരുപാട് കാര്യങ്ങൾ ചർച്ചചെയ്യാനാകുമെന്ന് അദ്ദേഹം പറഞ്ഞു. വളരെ വിശാലമായ അർത്ഥത്തിലുള്ള ഒരു വിഭജനമാണതെന്നു കൂടി അദ്ദേഹം വിശദമാക്കി.

“ഒരു സിനിമ നിങ്ങളുടെ കൺമുമ്പിലെത്തുന്നതിനു മുമ്പുള്ള കാര്യങ്ങളിലൂടെ ഒന്നു മനസ്സോടിച്ചുനോക്കാം. ഓരോരുത്തരും

പ്രസക്തമായ ഓരോ കാര്യങ്ങൾ പറയണം. എന്താ പറ്റില്ലേ?'' അനിൽസാർ ആവശ്യപ്പെട്ടു. കുട്ടികൾ എല്ലാവരും തയ്യാറായി.

“ഒരു സിനിമയുണ്ടാകുന്നത് ആദ്യമെവിടെയാണ്?”

“ മനസ്സിൽ...” ആരോ വിളിച്ചു പറഞ്ഞു.

“നാമിന്ന് പ്രീ-പ്രൊഡക്ഷനെക്കുറിച്ചാണ് സംസാരിക്കാൻ പോകുന്നത്.” അനിൽ സാർ പറയുന്നത് കുട്ടികൾ ശ്രദ്ധിച്ചു.

“കുട്ടികളേ... നിങ്ങൾ സിനിമയെടുക്കാൻ പോകുകയല്ലേ?”

“അതെ...ഞങ്ങൾ സിനിമയെടുക്കാൻ പോകുന്നു.'' കുട്ടികൾ വിളിച്ചുപറഞ്ഞു.

“നിങ്ങളെടുക്കാൻ പോകുന്ന സിനിമയുടെ വിഷയമെന്താണ്?”

കുട്ടികൾ പരസ്പരം നോക്കി. അവരുടെ മനസ്സിൽ വിവിധ ആശയങ്ങൾ അലതല്ലുന്നത് അറിയാമായിരുന്നു. എങ്കിലും അവർ ഒന്നും മിണ്ടിയില്ല.

“നിങ്ങളുടെ അനുഭവത്തിൽപ്പെട്ടതോ അറിവിൽപ്പെട്ടതോ ആയ ഒരു വിഷയം കണ്ടെത്താനാവില്ലേ?” അനിൽസാർ ചോദിച്ചു. തുടർന്ന് അദ്ദേഹം തന്നെ പറഞ്ഞു:

“കുട്ടികളുടെ അവകാശങ്ങളെ അടിസ്ഥാനമാക്കി ഒരു വിഷയം, അല്ലെങ്കിൽ ബാലചൂഷണത്തെക്കുറിച്ചോ പീഡനത്തെക്കുറിച്ചോ, അതുമല്ലെങ്കിൽ തീവ്രവാദമോ മതകലാപമോ മൂലം അനാഥരാകുന്ന കുട്ടികളെക്കുറിച്ച്, ഇങ്ങനെ എത്രയെത്ര വിഷയങ്ങൾ കിടക്കുന്നു.”

“പരിസ്ഥിതിസംരക്ഷണത്തെക്കുറിച്ച് മാളവിക ഒരുകഥയെഴുതിയിട്ടുണ്ട് സാർ.”

“മാലിന്യസംസ്കരണത്തെപ്പറ്റി എഴുതാമോ?'' നവീന് ഒരു സംശയം.

“ഏതു വിഷയത്തെക്കുറിച്ചും സിനിമയുണ്ടാക്കാം. അനുഭവപരിധിയിൽപ്പെട്ട വിഷയമാകുമ്പോൾ കൂടുതൽ നല്ലതായും സ്വാഭാവികമായും എഴുതാൻ കഴിയും.”

അനിൽസാർ അവരുടെ സംശയം പരിഹരിച്ചുകൊണ്ട് പ്രോത്സാഹിപ്പിച്ചു.

“ഏതെങ്കിലും വിഷയത്തെ ആസ്പദമാക്കി നല്ലൊരു കഥയുണ്ടാക്കണം.”

ലാപ്ടോപ്പ് എടുത്തുവച്ച് അത് ഓൺചെയ്യുന്നതിനിടയിൽ അനിൽ സാർ ചോദിച്ചു:

“വിത്ത് മുളയ്ക്കുന്നത് കണ്ടിട്ടില്ലേ, നിങ്ങൾ?”

“ഉവ്വ് സാർ.”

“മുതിര, കടല, പയറ്, ഉലുവ... തുടങ്ങിയതൊക്കെ എന്റെ അച്ഛൻ ദിവസോം മുളപ്പിച്ച് തിന്നും...” രാഹുൽ പറഞ്ഞു.

“മുളച്ചുനിൽക്കുന്ന ഒരു വിത്തുപോലെയാണ് സിനിമയുടെ ഇതിവൃത്തം അഥവാ പ്ലോട്ട് എന്നു പറയുന്നത്. അതു സംവിധായകന്റേയോ തിരക്കഥാകൃത്തിന്റേയോ നിർമ്മാതാവിന്റേയോ മറ്റാരുടെയോ മനസ്സിൽ മുളപൊട്ടിയതാകാം. നേരത്തെ നിങ്ങൾ സൂചിപ്പിച്ച ഏതെങ്കിലും വിഷയത്തിൽനിന്നായിരിക്കാം അത് മുളച്ചുവരുന്നത്. ഈ ഇതിവൃത്തം ഏറ്റവും ശക്തമായി ആവിഷ്ക്കരിക്കാൻ സിനിമ എന്ന മാധ്യമത്തിലൂടെ മാത്രമേ സാധിക്കൂ എന്നു ബോദ്ധ്യമായാൽ പിന്നെ സംശയിക്കേണ്ട. അതൊരു സിനിമയായി രൂപംകൊള്ളുകതന്നെ ചെയ്യും. അതിന് ഇണങ്ങിയ രൂപവും ഭാഷയും സ്വാഭാവികമായി രൂപം പ്രാപിക്കണം. ഈ പ്ലോട്ട് പോയിന്റ് ചിലപ്പോൾ ഒരു സംഭവമാകാം. യാദൃച്ഛികമായുണ്ടായ ഒരു കാര്യമാകാം. ഇതാണ് കഥാവസ്തുവായി പരിണമിക്കുന്നതെന്ന് നിങ്ങൾക്ക് കണ്ടെത്താനാകും. സിനിമയുടെ ഇതിവൃത്തം അഥവാ കഥാതന്തു (Plot or story) ലളിതമായി എഴുതി തയ്യാറാക്കാൻ നിങ്ങൾക്കു സാധിക്കുമോ?”

“പരിശ്രമിക്കാം സാർ. ” അലൻ വിൻസെന്റ് ഒരു ഇതിവൃത്തമുണ്ടാക്കാൻ തയ്യാറായിരിക്കുന്നു.

“സാർ...അടുത്ത കാലത്ത് വായിച്ച ഒരു പത്രവാർത്ത എന്റെ മനസ്സിൽ തോന്നുന്നുണ്ട്. അതൊരു ഇതിവൃത്തമായെടുക്കാമെന്നു തോന്നുന്നു.”

“അലൻ പറയൂ... കേൾക്കട്ടെ.” അനിൽസാർ പറഞ്ഞു.

“സുനാമി ദുരന്തത്തിന്റെ പശ്ചാത്തലത്തിലാണ് സാർ കഥ നടക്കുന്നത്.”

“ശരി... പറയൂ.”

“വേളാങ്കണ്ണിയിലേയ്ക്ക് തീർത്ഥയാത്ര നടത്തിയ ഒരച്ഛനും അമ്മയും അവരുടെ രണ്ടു മക്കളും. സുനാമി ദുരന്തമുണ്ടാകുന്നു. അമ്മയുടെ ഒക്കത്തുണ്ടായിരുന്ന ചെറിയ കുട്ടിയും അമ്മയും നഷ്ടപ്പെടുന്നു. അച്ഛനും മൂത്തമകളും രക്ഷപ്പെടുന്നുണ്ടെങ്കിലും അവർക്കു പരസ്പരം

കണ്ടുമുട്ടാനാകുന്നില്ല. കുട്ടി ഏതോ അഭയാർത്ഥിക്യാമ്പിൽ. ഏകാകിയായ അച്ഛൻ തന്റെ കുടുംബത്തെ തിരഞ്ഞു നടക്കുന്നു."

കഥാവസ്തു അവതരിപ്പിച്ച ശേഷം അലൻ എല്ലാവരേയും ഒന്നു നോക്കി അഭിമാനത്തോടെ തലയുയർത്തിനിന്നു. കുട്ടികൾക്ക് അലന്റെ കഥ ഇഷ്ടമായെന്നു തോന്നുന്നു.

"നന്നായിട്ടുണ്ട്. അലൻ, വെരിഗുഡ്."

ഇനി നിങ്ങൾക്ക് ഒരു പരിശീലനപരിപാടി ഞാൻ പറഞ്ഞുതരാം. നിങ്ങൾ കണ്ടിട്ടുള്ള നല്ല സിനിമകളുടെ കഥാവസ്തു ഇതുപോലെ ഉണ്ടാക്കി കൂട്ടുകാരോടു പറയാൻ സാധിക്കുമോ?"

"പറയാം സാർ."

"സിനിമയെടുക്കാൻ താത്പര്യമുള്ള ഒരാളോട് ഇതുപോലെ വളരെ കുറഞ്ഞ വാക്കുകളിൽ ഇതിവൃത്തം അവതരിപ്പിക്കുക. ഒരുപക്ഷേ അതിൽ ആകൃഷ്ടനായി അയാൾ ആ സിനിമ നിർമ്മിക്കാൻ തയ്യാറായേക്കും."

"ഞങ്ങൾ കഥാവസ്തുക്കൾ തയ്യാറാക്കിവയ്ക്കാം സാർ." പലതരത്തിലുള്ള ഇതിവൃത്തങ്ങൾ അവതരിപ്പിക്കുമ്പോൾ അതിൽനിന്നും നല്ലതു തിരഞ്ഞെടുക്കാമല്ലോയെന്നാണ് കുട്ടികൾ നിർദ്ദേശിക്കുന്നത്. പ്ലോട്ടിന്റെ പ്രാധാന്യത്തെക്കുറിച്ച് എല്ലാവർക്കും ബോദ്ധ്യപ്പെട്ടുവെന്ന് അനിലിനു മനസ്സിലായി.

"A Plot, literally,is the sequence of events that comprise a story."

ലാപ്ടോപ്പിൽ പ്ലോട്ടിനെക്കുറിച്ചുള്ള കാര്യങ്ങൾ തെളിഞ്ഞുവരുന്നത് അലൻ ഉറക്കെ വായിച്ചെടുക്കുകയായിരുന്നു. കുട്ടികളേ നിങ്ങളിപ്പോൾ ഇതൊക്കെ പഠിച്ച് ആശയക്കുഴപ്പത്തിൽ ചാടേണ്ട. നല്ല ഇതിവൃത്തങ്ങൾ ഉണ്ടാക്കാൻ ശ്രമിക്കൂ... അതാണ് നമുക്കിപ്പോൾ വേണ്ടത്."

അനിൽ സാർ കുട്ടികളെ പ്രവൃത്തിയിലേയ്ക്കു കൊണ്ടുവന്നു.

Pre production ഘട്ടത്തിലെ പ്രധാനപ്പെട്ട ഒരു കാര്യം മാത്രമേ സാറ് വിസ്തരിച്ചുള്ളു. നിരവധി സിനിമകളുടെ ജഹീകേൾ സാറ് ഞങ്ങൾക്കു പറഞ്ഞുതന്നു. അവയിൽ പലതും ഞങ്ങൾ കണ്ടിട്ടുള്ള സിനിമകളായിരുന്നു. ഒന്നോ രണ്ടോ വാക്യങ്ങളിൽ ആ സിനിമകളെക്കുറിച്ചു പറഞ്ഞുകേട്ടപ്പോൾ അതുപോലെ ഇതിവൃത്തം ഉണ്ടാക്കുക ഞങ്ങൾക്ക് എളുപ്പമായിത്തോന്നി.

പല തരത്തിലുള്ള ഇതിവൃത്തങ്ങൾ അവതരിപ്പിക്കപ്പെടുമ്പോൾ അവയിൽനിന്നും ഒരെണ്ണം സ്വീകരിക്കണമല്ലോ. ഇങ്ങനെ സ്വീകരിക്കുന്നതിന് എന്തൊക്കെ മാനദണ്ഡങ്ങളാണ് പാലിക്കേണ്ടതെന്ന ഒരു ചോദ്യം അപ്രതീക്ഷിതമായി ഞങ്ങൾക്കിടയിലേയ്ക്ക് വാർന്നു വീണു.

"ഇംഗ്ലണ്ടിൽ നടക്കുന്ന ഒരു കഥയാണ് നമ്മളെടുക്കുന്നത്. അത് സ്വീകരിക്കാൻ പറ്റുമോ?" അനിൽസാർ ചോദിച്ചു.

എന്താ കാരണം?

"ഇല്ല." കുട്ടികൾ ഒന്നടങ്കം പറഞ്ഞു.

"ഇംഗ്ലണ്ടിലേയ്ക്കു പോകാനുള്ള നൂലാമാലകൾ തരണം ചെയ്താലും ഇതിനാവശ്യമായ പണം മുടക്കുന്ന ആളെ കണ്ടെത്തണമല്ലോ. അത് അത്ര എളുപ്പമല്ല അല്ലേ? അതുകൊണ്ട് നമ്മുടെ പ്രായോഗികമായ വസ്തുതകൾ തിരിച്ചറിഞ്ഞുവേണം ഒരു ഇതിവൃത്തം സ്വീകരിക്കുവാൻ."

കുട്ടികളെല്ലാവരും ആ അഭിപ്രായം അംഗീകരിച്ചു. ഒരു പ്രൊഡ്യൂസറോട് ഒരു സംവിധായകൻ പറഞ്ഞ കഥ ഞാനിവിടെ പറയാം. ഈ കഥ കേട്ടയുടനെ പ്രൊഡ്യൂസർ അത് അംഗീകരിച്ചു. അഡ്വാൻസ് തുക സംവിധായകനെ ഏല്പിച്ചു. കഥയിതാണ്-

കന്യാസ്ത്രീയാവാൻ നിയോഗിക്കപ്പെട്ട ഒരു യുവതി സഭാവസ്ത്രം സ്വീകരിക്കുന്ന ചടങ്ങിനു മുമ്പുള്ള കുറച്ചു ദിവസങ്ങൾ സ്വന്തം വീട്ടിൽ നിൽക്കാൻ വരുന്നു. ചുരുങ്ങിയ കാലത്തിനുള്ളിൽ നടക്കുന്ന ചില സംഭവങ്ങൾ അവളുടെ തീരുമാനത്തെ മാറ്റി മറിക്കുന്നു. അവൾ കന്യാമഠത്തിലേയ്ക്ക് തിരിച്ചു പോകേണ്ടെന്നു തീരുമാനിക്കുന്നു. ഇത്രമാത്രമാണ് ഒരു പ്രൊഡ്യുസറോട് സംവിധായകൻ പറഞ്ഞത്. ഇതു കേട്ടയുടൻ തന്നെ നിർമ്മാതാവിന്റെ മനസ്സിൽ താത്പര്യം ഉടലെടുത്തു. കഥയുടെ സാദ്ധ്യത മനസ്സിലാക്കിയാണ് നിർമ്മാതാവ് അതു സ്വീകരിച്ചത് എന്ന കാര്യവും അനിൽസാർ വിശദീകരിച്ചു.

കഥകളുടെ പശ്ചാത്തലം എന്തുമാകട്ടെ അവയിൽനിന്ന് നിങ്ങളുടെ കരുത്തിനും പരിധിയ്ക്കുമകത്തുള്ള ഒരു തിരഞ്ഞെടുപ്പിലൂടെയേ ഒരു ഇതിവൃത്തം നിശ്ചയിക്കാവൂ. ഇങ്ങനെയല്ലാത്ത വഴികളിലൂടെയും നല്ലൊരു കഥയിലെത്തിച്ചേരാനാകും. നിങ്ങളുടെ യാത്രയ്ക്കിടയിലുണ്ടാകുന്ന ചില അനുഭവങ്ങൾ, ചില കണ്ടെത്തലുകൾ, തോന്നലുകൾ മറ്റുള്ളവരോടു പറയാനുള്ള അടങ്ങാത്ത ആഗ്രഹം, അത് ഏറ്റവും ശക്തമായി അവതരിപ്പിക്കാനുള്ള ദാഹം. കഥയായോ കവിതയായോ

ചിത്രമായോ സംഗീതമായോ ശില്പമായോ അവതരിപ്പിക്കാമെങ്കിലും അതെല്ലാം അപൂർണ്ണവും അപ്രസക്തവുമാകുമെന്ന തോന്നൽ. സിനിമയല്ലാതെ മറ്റൊരു മാധ്യമവും ഇല്ലെന്ന ഒരവസ്ഥ. ഇങ്ങനെ ജനിക്കുന്ന സിനിമകൾ അവിസ്മരണീയ അനുഭവങ്ങളാകാറുണ്ട് എന്നു വിസ്തരിച്ചുകൊണ്ടു പറഞ്ഞു.

"ഒരു കഥ കണ്ടെത്തുക. ആ കഥയുടെ ആരംഭവും വികാസവും പ്രതിസന്ധിയും പിന്നെ അന്ത്യവും മനസ്സിലുണ്ടാകണം. ആദിമദ്ധ്യാന്തങ്ങൾ സുഘടിതമായി ഒരുക്കാൻ കഴിഞ്ഞാൽ ഒരു സിനിമയുടെ അസ്ഥിപഞ്ജരമായെന്നു പറയാം. "

"കഥാരൂപം ശരിയായാൽ അടുത്ത പണി എന്താണ് സാർ?" രാഹുലിന് കാര്യങ്ങൾ ധൃതിയിൽ നടക്കണമെന്നാണ്. അതുകൊണ്ട് എപ്പോഴും ഒരു സ്റ്റെപ്പ് മുന്നിലേയ്ക്കു ചാടും.

"കഥാവസ്തുവിൽനിന്ന് കഥയുടെ പൂർണ്ണരൂപത്തിലെത്തണം. കഥ തുടങ്ങി അവസാനിക്കുന്നതുവരെയുള്ള സംഭവങ്ങൾ, പ്രധാന കഥാപാത്രങ്ങളുടെ ഗതിവിഗതികൾ ഒക്കെ പരാമർശിച്ചുകൊണ്ട് ഒന്നോ രണ്ടോ പേജിൽ ഒതുങ്ങാവുന്ന തരത്തിൽ കഥയുടെ ചുരുക്കമുണ്ടാക്കുക.

"സർ, ഇതിവൃത്തം ഒരു വിത്ത് മുളച്ചുവരുന്നതാണെങ്കിൽ കഥയുടെ ചുരുക്കം എങ്ങനെയായിരിക്കും?"

"ഇലയും തണ്ടും വിരിഞ്ഞ ഒരു തൈച്ചെടി."

"മാവിൻതൈ പോലെ അല്ലേ സാർ?"

"അങ്ങനെയും സങ്കല്പിക്കാവുന്നതാണ്. പ്രധാന സംഭവങ്ങളിലൂടെ പ്രധാന കഥാപാത്രങ്ങളുടെ ഒരു സഞ്ചാരപഥമായിരിക്കും കഥയുടെ ചുരുക്കം."

"സാർ, കഥാപാത്രങ്ങളും സംഭവങ്ങളും വിശദീകരിക്കുമ്പോൾ കഥയുണ്ടാകും, അല്ലേ?"

"സിനോപ്സിസ് അഥവാ വൺലൈൻ എന്നു പറയുന്ന ഘട്ടമാണ് അടുത്തത്. അക്കാര്യം ഞാൻ ചെറുതായൊന്ന് വിശദമാക്കാം. സ്ക്രീൻപ്ലേ എഴുതുന്നതിനുള്ള മുന്നൊരുക്കമാണ് വൺലൈൻ. എല്ലാ കാര്യങ്ങൾക്കും ഒരു തുടക്കം, പ്രതിസന്ധിഘട്ടം, പിന്നെ ഒരു നിർവ്വഹണഘട്ടവുമുണ്ടാകുമല്ലോ. സിനിമയ്ക്കും ഒരു തുടക്കം വേണം. പ്രതിസന്ധിഘട്ടം അഥവാ സംഘർഷതലവും പിന്നെ ക്ലൈമാക്സ് എന്നു പറയുന്ന നിർവ്വഹണഘട്ടവും ഉണ്ടാകണം. തിരക്കഥാകാരന്റെ

മനസ്സിൽ ഈ ഘട്ടങ്ങളെക്കുറിച്ചുള്ള അവബോധമുണ്ടായിരിക്കുന്നത് നല്ലതാണ്."

"വൺലൈൻ ഇല്ലെങ്കിൽ തിരക്കഥ എഴുതാൻ പറ്റില്ലേ, സാർ?"

"അലന്റെ ചോദ്യം വളരെ പ്രസക്തമാണ്." അനിൽസാർ അല്പ നേരത്തെ നിശ്ശബ്ദതയ്ക്കുശേഷം പറഞ്ഞു:

"വൺലൈൻ എഴുതാതെയും തിരക്കഥയെഴുതുന്നവർ ഉണ്ട്. പക്ഷേ, കഥയുടെ വിശദാംശങ്ങളിലൂടെയും സംഭവഗതികളിലൂടെയും ഒരു പ്രയാണം കൂടുതൽ നല്ലതാണെന്ന് അനുഭവങ്ങൾ തെളിയിച്ചിട്ടുണ്ട്. തിരക്കഥയുടെ സുസജ്ജമായ ഘടനയ്ക്കും ശക്തിക്കും വൺലൈൻ ഏറെ സഹായിക്കും. മാത്രമല്ല, മറ്റു ചില പ്രയോജനങ്ങൾ കൂടി ഇതുകൊണ്ടുണ്ട്."

"എന്താണ് സാർ, അത്?"

തിരക്കഥ പൂർത്തിയാകുന്നതിനുമുമ്പ് തന്നെ ലൊക്കേഷൻ നിർണ്ണയിക്കാനും കഥാപാത്രങ്ങൾക്കനുയോജ്യരായ നടന്മാരെ കണ്ടെത്താനും മറ്റു പല സജ്ജീകരണങ്ങൾക്കും വൺലൈനിന്റെ സഹായത്തോടെ സംവിധായകന് നിർദ്ദേശിക്കുവാൻ കഴിയും.

"സർ, വൺലൈനിന്റെ ഒരു ഉദാഹരണം കാണിച്ചു തരാമോ?"

"തീർച്ചയായും."

അനിൽസാർ ഒരു തിരക്കഥയുടെ നാലഞ്ചു സീനുകൾ വായിച്ചു. അതിനുശേഷം അതിനായി തയ്യാറാക്കിയിരുന്ന വൺലൈൻ വായിച്ചു കേൾപ്പിച്ചു.

"ഓരോ സീനുകളുടേയും രത്നച്ചുരുക്കം എഴുതിവയ്ക്കുന്നതു തന്നെയാണ് വൺലൈൻ അല്ലേ, സാർ?"

അലൻ രണ്ടിനെയും താരതമ്യം ചെയ്ത് ഒരഭിപ്രായം പ്രകടിപ്പിച്ചു.

"ഏറെക്കുറെ ശരിയാണത്. ഉദാഹരണമായി സീനിന്റെ ഉള്ളടക്കം, അതിൽ വരുന്ന കഥാപാത്രങ്ങൾ, അത് എവിടെ വച്ച്, എപ്പോൾ സംഭവിക്കുന്നു എന്നിങ്ങനെയുള്ള കാര്യങ്ങൾ ഏറെക്കുറെയെല്ലാം നമുക്കു പറയാൻ കഴിയും. തുടക്കം മുതൽ അവസാനം വരെ ക്രമാനുസരണമായി വൺലൈൻ എഴുതി വച്ചിട്ടുണ്ടാകും. ഇതിന്റെ അടിസ്ഥാനത്തിൽ സീൻ ഓർഡറും എഴുതിവയ്ക്കാൻ കഴിയും.

"ഇത് വായിക്കുമ്പോൾ സിനിമയുടെ ഏകദേശസ്വഭാവം അറിയാൻ കഴിയുമോ, സാർ?"

“പിന്നെ.. സിനിമ എങ്ങനെയായിരിക്കുമെന്ന് ഏറെക്കുറെ ഊഹിക്കാനാവും. മാത്രമല്ല സിനിമ ഹാസ്യാത്മകമായ രീതിയിലാണോ ഗൗരവതരമായാണോ എന്നൊക്കെ അറിയാൻ കഴിയും, വൺലൈൻ വായിച്ചാൽ. അവതരണശൈലിയുടെ ഏകദേശരൂപം മനസ്സിലാകുന്നതുകൊണ്ട് തിരക്കഥയുടെ പ്രതിപാദനരീതിയ്ക്കുള്ള മാർഗ്ഗദർശി കൂടിയായി മാറും വൺലൈൻ. ആദ്യാവസാനം സമഗ്രമായ ഒരു കാഴ്ചപ്പാട് എഴുത്തുകാരന്റെ മനസ്സിലുണ്ടാകുന്നതുകൊണ്ട് തിരക്കഥയുടെ ട്രീറ്റുമെന്റിലും അവതരണരീതിയിലും മുൻകാഴ്ചയോടെ ദൃശ്യവിതാനമൊരുക്കാൻ കഴിയും. അതാണ് വൺലൈനിന്റെ ഗുണം.

“സാർ, ഞങ്ങളുണ്ടാക്കിയ കഥയ്ക്ക് വൺലൈൻ ഉണ്ടാക്കട്ടെ.”

“വെരി ഗുഡ്. ഒരു കഥയിൽനിന്ന് സിനിമയുടെ ഉള്ളിലേയ്ക്ക് ഇറങ്ങിച്ചെല്ലാനുള്ള വഴിയാണത്.”

“ഒരു കഥയിൽനിന്ന് തിരക്കഥയിലേയ്ക്കുള്ള പാലം അല്ലേ? സാർ..” പറഞ്ഞു തീർന്നതും അബദ്ധമായോ എന്നറിയാതെ മാളവിക നാവുകടിച്ചു.

അനിൽസാർ കൈയടിച്ചതോടെ എല്ലാവരും കൈയടിച്ച് അംഗീകരിച്ചു.

മാളവിക ആശ്വാസത്തോടെ ദീർഘശ്വാസം വിട്ടു.

ദൃശ്യകാവ്യത്തിലേയ്ക്ക്

“നിങ്ങളോരോരുത്തരും ഓരോ കഥാതന്തു തിരഞ്ഞെടുത്തു. ആ കഥാതന്തുവിൽ ലയിച്ചുനിൽക്കുന്ന പ്രമേയത്തെക്കുറിച്ചും നാം ചർച്ച ചെയ്തു. നിങ്ങളുണ്ടാക്കുന്ന സിനിമ ഏതു വിഭാഗത്തിൽപ്പെടുന്ന ജനങ്ങളാണ് ഏറ്റവും കൂടുതൽ കാണാനിടയുള്ളത് എന്ന കാര്യവും നിങ്ങൾക്കറിയാം. ചുരുക്കത്തിൽ ഏതു വിഭാഗം പ്രേക്ഷകരെ ഉദ്ദേശിച്ചാണ് സിനിമയുണ്ടാക്കുന്നത് എന്നതിനെ ആശ്രയിച്ചുള്ള പ്രതിപാദനരീതിയും നിങ്ങൾ നിശ്ചയിച്ചു. അങ്ങനെ പ്രമേയത്തിനനുസരിച്ചുള്ള രൂപമാണ് തിരക്കഥയ്ക്കും വേണ്ടത്... അങ്ങനെയല്ലേ?”

ക്ലാസ്സ് തുടങ്ങുന്നതിനുമുമ്പ് പ്രകാശൻമാഷുടെ ഒരാമുഖപ്രസ്താവനയായിരുന്നു അത്. പ്രതികരണത്തിനുവേണ്ടി മാഷ് എല്ലാവരെയുമൊന്ന് നോക്കി. കഥകളിലൂടെ ധൃതിയിൽ സഞ്ചരിക്കുകയായിരുന്നു ഞങ്ങൾ. മാഷുടെ ചോദ്യത്തിന് ഉത്തരം നൽകാനുള്ള അന്വേഷണം.

“എന്താ ആരും ഒന്നും മിണ്ടാത്തത്?” പ്രകാശൻ മാഷ് ചോദിച്ചു.

“സാർ, പ്രമേയത്തെ ഞങ്ങൾ ഒരു കഥയാക്കിയിട്ടുണ്ട്. ”

“രാഹുൽ നിന്റെ കഥ എത്ര പേജുണ്ട്.”

“ഒരു പേജ്.”

“സിനോപ്സിസോ?”

“മൂന്നുപേജ്.”

“ട്രീറ്റുമെന്റ് അഥവാ പ്രതിപാദനരീതി നിശ്ചയിച്ചിട്ടുണ്ടോ?”

“ഉവ്വ് സാർ.”

രാഹുൽ എഴുതിയ ട്രീറ്റുമെന്റിന്റെ രൂപം പ്രകാശൻമാഷ് വായിച്ചു നോക്കി.

സീൻ ഓർഡർ ഉണ്ടാക്കുവാനുള്ള അവസരം നൽകിയശേഷം പ്രകാശൻ മാഷ്, അനിൽ സാറിനെ കൂട്ടിക്കൊണ്ടുവരാൻ

പുറത്തേയ്ക്കു പോയി. ഞാൻ എന്റെ കഥയ്ക്കനുസരിച്ച രംഗവിഭജനം നടത്തി.

അനിൽസാർ വന്നയുടനെ സ്ക്രീൻപ്ലേയെ സംബന്ധിച്ച ഒരു വാക്യം ബോർഡിൽ എഴുതിയിട്ടു.

A screenplay is a story told with picture in dialogue and description and placed within the contest of dramatic structure.

ഞങ്ങളത് വിവർത്തനം ചെയ്യാൻ ശ്രമിച്ചു. വിവരണവും ഭാഷണവും നാടകീയഘടനയ്ക്കുള്ളിലെ ഉചിതസന്ദർഭങ്ങളിൽ സന്നിവേശിപ്പിച്ചുകൊണ്ട് ദൃശ്യങ്ങളെക്കൊണ്ടു പറയുന്ന ഒരു കഥയാണത്...

രാഹുലും അലനും മാളവികയുമെല്ലാം ചേർന്ന് ഇങ്ങനെയൊരു വിവർത്തനമുണ്ടാക്കി. അത് ലഘുവാക്യങ്ങളാക്കി മാറ്റിയെഴുതിയാൽ മതിയെന്നു പറഞ്ഞുകൊണ്ട് അവരെ പ്രോത്സാഹിപ്പിച്ചു. സിനിമയുടെ അക്ഷരരൂപമാണ് തിരക്കഥയെന്ന് പറഞ്ഞുകൊണ്ട് അനിൽസാർ തിരക്കഥയെഴുതാനുള്ള തയ്യാറെടുപ്പുകളിലേയ്ക്ക് ഞങ്ങളെ നയിച്ചു.

"സാർ, കഥകളി എന്ന ക്ലാസ്സിക്കൽ കലാരൂപത്തിന് ആട്ടക്കഥയാണല്ലോ സാഹിത്യരൂപം. അതുപോലെയല്ലേ തിരക്കഥയും?"

അരുൺദേവിന്റെ അഭിപ്രായം അനിൽസാറിന് പ്രസക്തമായി തോന്നി. അവനെ അഭിനന്ദിച്ചുകൊണ്ട് തിരക്കഥയുടെ പ്രാധാന്യത്തെക്കുറിച്ച് പറഞ്ഞുതന്നു. വളരെ നന്നായി ചിട്ടപ്പെടുത്തിയ തിരക്കഥയെ അടിസ്ഥാനമാക്കിയെടുത്ത ചില ചിത്രങ്ങളും സാർ സൂചിപ്പിച്ചു. എക്കാലത്തേയും അഭിമാനമായ ചലച്ചിത്രകാരൻ സത്യജിത് റേയുടെ പ്രവർത്തന രീതികൾ വിശദീകരിച്ചു.

തിരക്കഥ വ്യക്തമായി ചിട്ടപ്പെടുത്തിയ ശേഷം മാത്രമേ റേ സിനിമയെടുക്കാറുള്ളു. അതുപോലെത്തന്നെയാണ് കേരളത്തിന്റെ അഭിമാനമായ അടൂർ ഗോപാലകൃഷ്ണനും.

"സാർ, തിരക്കഥയില്ലാതെ സിനിമയെടുത്ത് അത്ഭുതം കാണിച്ചവരെക്കുറിച്ച് വായിച്ചിട്ടുണ്ട്. ഗോദാർദ്ദിനെപ്പോലുള്ള സംവിധായകർ."

"വളയത്തിലൂടെ ചാടി ശീലിച്ചവർക്കു മാത്രമേ വളയമില്ലാതെ ചാടാൻ കഴിയൂ..." അനിൽസാർ പറഞ്ഞു.

"സെറ്റിലിരുന്ന് തിരക്കഥയെഴുതുന്നവരെക്കുറിച്ചും സൂപ്പർസ്റ്റാറുകളുടെ അഭിപ്രായത്തിനനുസരിച്ച് മാറ്റിയെഴുതുന്നവരെക്കുറിച്ചുമൊക്കെ കേൾക്കാറുണ്ടല്ലോ സാർ. സിനിമാവാരികകളിൽ വായിച്ചിട്ടുള്ളതാണ്."

"സിനിമാരംഗത്ത് ഇങ്ങനെയുള്ള തട്ടിപ്പുകളൊക്കെ കേൾക്കാറുണ്ട്. സിനിമയെടുത്ത് പലരും പൊട്ടിപ്പൊളിഞ്ഞ് കുത്തുപാളയെടുത്ത ചരിത്രവും നിങ്ങൾ കേട്ടിട്ടില്ലേ."

"ഉവ്വ് സാർ."

"എന്നാൽ സ്ക്രിപ്റ്റ് ചലച്ചിത്രത്തിന്റെ ഒരു സാങ്കേതിക അടിസ്ഥാനം മാത്രമാണെന്നാണ് ബർഗ്മാൻ പറയുന്നത്. വാക്കുകൾക്കപ്പുറത്തുള്ള ദൃശ്യങ്ങളെ കാണുന്നവരാണവർ. വാക്കല്ല വിഷൽസാണവരുടെ ഭാഷ. അതുകൊണ്ടാണവർക്ക് അങ്ങനെ പറയാനാവുന്നത്." പ്രകാശൻമാഷ് ഞങ്ങളോടൊപ്പം ചേർന്നുകൊണ്ട് പറഞ്ഞു.

"നേരത്തെ ഗോദാർദ്ദിനെപ്പറ്റി പറഞ്ഞല്ലോ... ഇംപ്രൊവൈസേഷനിലൂടെ ചലച്ചിത്രങ്ങൾ നിർമ്മിക്കാൻ അദ്ദേഹത്തിനു കഴിഞ്ഞിട്ടുണ്ട്. ഇതൊക്കെ അങ്ങേയറ്റത്തെത്തുന്നവർക്കു മാത്രം സാധിക്കുന്നതാണ്."

"ഒരാശയത്തിന്റെ വിത്തു മതി, ഗോദാർദ്ദിന് ഷൂട്ടിംഗ് തുടങ്ങുവാൻ. സ്ക്രിപ്റ്റിന്റെ സഹായം ഒട്ടും ആവശ്യമില്ലാതെ അതിമനോഹരമായ ചലച്ചിത്രകാവ്യം ആവിഷ്ക്കരിക്കാൻ അദ്ദേഹത്തിനു കഴിഞ്ഞിട്ടുണ്ട്."

"ഇതൊക്കെ കണ്ട് സ്ക്രിപ്റ്റില്ലാതെ സിനിമ പിടിക്കാനിറങ്ങിയാൽ പ്ലാനും എസ്റ്റിമേറ്റും ബ്ലൂപ്രിന്റുമില്ലാതെ വീടുപണിയാനിറങ്ങിയ ആളെപ്പോലെയാകും. എത്തിയാൽ എത്തി, കഴിഞ്ഞാൽ കഴിഞ്ഞു എന്നു പറയുന്നതുപോലെ. യാതൊരു എത്തുംപിടിയും ഉണ്ടാവില്ല. അല്ലേ?" പ്രകാശൻ മാഷ് തന്റെ അഭിപ്രായം പ്രകടിപ്പിച്ചു.

ഒത്തുകൂടിയ ഞങ്ങളെ നാലു ഗ്രൂപ്പുകളായി തിരിച്ചു. ഓരോ ഗ്രൂപ്പിനും ഒരു ലീഡർ. ആദ്യം എല്ലാവർക്കും പൊതുവായ ചില നിർദ്ദേശങ്ങൾ തന്നു. നാലു ഗ്രൂപ്പുകളും വ്യത്യസ്ത ഇതിവൃത്തങ്ങൾ സ്വീകരിച്ചുകൊണ്ട് ഓരോ കഥകൾ ഉണ്ടാക്കണം. ഇതിനുവേണ്ടി നാലു ഗ്രൂപ്പിലെ കുട്ടികളെയും പല ഇടങ്ങളിലേയ്ക്ക് തിരിച്ചുവിട്ടു.

ഞങ്ങളുടെ ഗ്രൂപ്പിൽ പതിമൂന്നുപേരുണ്ടായിരുന്നു. മറ്റൊരു ഗ്രൂപ്പിലും പതിമൂന്നു പേരുണ്ട്. മറ്റു രണ്ടു ഗ്രൂപ്പുകളിലും പന്ത്രണ്ടു പേർ വീതമാണുള്ളത്. ഞങ്ങളുടെ നേതാവ് രാഹുലാണ്. അവനു സിനിമയും പത്രപ്രവർത്തനവും ഇഷ്ടമാണ്. കൂടുതൽ കാര്യങ്ങളറിയും തോറും സിനിമ വേണമോ പത്രപ്രവർത്തനം വേണമോ എന്ന സംശയത്തിലാണിപ്പോൾ. മിക്കവാറും സിനിമയുടെ പക്ഷത്തേയ്ക്ക് മറിയാനാണ് സാദ്ധ്യതയെന്ന് അവന്റെ പെരുമാറ്റത്തിൽനിന്ന് എനിക്കുറപ്പായിട്ടുണ്ട്.

ഞങ്ങൾ പതിമൂന്നുപേരെയും രാഹുൽ വിളിച്ചുകൂട്ടി. ഞങ്ങൾക്ക് ചില നിർദ്ദേശങ്ങൾ തന്നു. ഞങ്ങൾ പ്ലോട്ടു കണ്ടെത്തിയിട്ടുണ്ടെങ്കിൽ കഥയും സിനോപ്സിസും തയ്യാറാക്കിക്കൊണ്ടുവരണമെന്ന് അറിയിച്ചു. അരമണിക്കൂറിനുള്ളിൽ ഒരു ഇതിവൃത്തം കണ്ടെത്തി അവതരിപ്പിക്കണം. അങ്ങനെ അവതരിപ്പിക്കുന്നതിൽനിന്ന് ഏറ്റവും മികച്ച ഒന്നോ രണ്ടോ എണ്ണമെടുത്ത് തിരക്കഥയുണ്ടാക്കണമെന്നാണ് നിശ്ചയം.

അരമണിക്കൂറിനുള്ളിൽ പൂർത്തിയാക്കാവുന്ന ഒരു ഇതിവൃത്തമാണ് ഉണ്ടാക്കേണ്ടതെന്ന് രാഹുൽ വീണ്ടും എല്ലാവരേയും ഓർമ്മപ്പെടുത്തി. പത്തുമിനിറ്റുമുതൽ ഇരുപത്തിയഞ്ചു മിനിറ്റു വരെയുള്ള ഷോർട്ട് ഫിലിമുകളാണ് നമുക്ക് നിർമ്മിക്കേണ്ടതെന്ന് അവൻ സൂചിപ്പിച്ചു.

സ്വപ്നങ്ങൾ വിൽക്കുന്ന തൊഴിലില്ലാത്ത ഒരു ചെറുപ്പക്കാരന്റെ കഥയായ 'ഡ്രീം മർച്ചന്റ്' കഴിഞ്ഞ ദിവസം ഞങ്ങൾ കണ്ടിരുന്നു. അത് ഏകദേശം പത്തുപതിനഞ്ചു മിനിറ്റേ ഉണ്ടാകൂ. എന്നിട്ടും വളരെ ശക്തമായ ഒരു ദൃശ്യാനുഭവം ഉണ്ടാക്കിത്തരാൻ അതിന്നായി. വിവേക് ഭരതൻ എഴുതി സംവിധാനം ചെയ്ത ഡ്രീം മർച്ചന്റിനെ പോലെ ഒരു കഥ ഞാനും ആലോചിച്ചു. അനുകരണമോ സ്വാധീനമോ ഇല്ലാതെ തികച്ചും മൗലികമായ ഒരു കഥയാണ് കണ്ടെത്തേണ്ടതെന്നു മനസ്സിലൂടെ കടന്നുപോയി. പത്രത്തിൽ വായിച്ച ചില സംഭവങ്ങളും ഓർമ്മയിൽ വന്നു. അമ്മയെ വെട്ടിക്കൊല്ലുന്നതു കണ്ട മകന് അച്ഛനെതിരെ കോടതിയിൽ സാക്ഷി പറയേണ്ടിവന്ന വാർത്ത ഓർത്തു. മദ്യപാനത്തിന്റെ ഫലമായുണ്ടായ ദാരുണമായ ആ സംഭവം കഥയാക്കാമെന്നു തോന്നി. കഥ എവിടെനിന്നു തുടങ്ങണം? എന്തു സംഭവങ്ങളാണ് കഥയിൽ ഉൾപ്പെടുത്തേണ്ടത്? കഥയുടെ അന്ത്യം എങ്ങനെയായിരിക്കണം? എന്നെല്ലാം ഞാൻ ആലോചിക്കാൻ തുടങ്ങി. പത്തുവരിയിലൊതുങ്ങാവുന്ന വിധം കഥയുണ്ടാക്കണമെന്നാണ് ഞങ്ങൾക്കു കിട്ടിയ നിർദ്ദേശം. ഈകഥയെ പത്തുവരിയിലൊതുക്കി ഒന്ന് എഴുതി നോക്കാമെന്ന് നിശ്ചയിച്ചു. സമയവും സ്ഥലവും മനസ്സിലുണ്ടാകണമെന്ന് ഓർമ്മിപ്പിച്ചിരുന്നു.

മദ്യപാനിയായ തെങ്ങുകയറ്റത്തൊഴിലാളിയുടെ ഭാര്യ വീടുപണിയാൻ വേണ്ടി കഷ്ടപ്പെട്ടുണ്ടാക്കിയതും ലോണെടുത്തതുമായ രൂപ ആവശ്യപ്പെടുന്ന ഭർത്താവ്. പ്രായപൂർത്തിയായ മകളും പ്ലസ് ടുവിനു പഠിക്കുന്ന മകനും അമ്മയോടൊപ്പം ചേർന്ന് രൂപകൊടുക്കേണ്ടെന്നു തീരുമാനിച്ചു. സംഖ്യ ഒളിച്ചു വയ്ക്കുന്നു. മദ്യപാനത്തിനുവേണ്ടി

പണം ആവശ്യപ്പെട്ടുവെങ്കിലും ഭാര്യ നൽകിയില്ല. വാക്കേറ്റവും തർക്കവുമായി. രോഷാകുലനായ ഭർത്താവ് വാക്കത്തിയെടുത്ത് ഭാര്യയെ വെട്ടിക്കൊല്ലുന്നു. തടുക്കാനോടിയെത്തിയ മക്കളെയും വെട്ടുന്നു. മകനും മകളും മരണവക്ത്രത്തിൽനിന്ന് കഷ്ടിച്ച് രക്ഷപ്പെട്ടു. കോടതിയിൽ മകൻ അച്ഛനെതിരെ സാക്ഷി പറയുന്നു. തന്റെ തെറ്റിൽ പരിതപിക്കാൻ തുടങ്ങിയ അച്ഛന് മാനസാന്തരം വരുന്നു. മക്കളോട് മാപ്പിരക്കുന്നു. തൂക്കുകയർ മനസാ സ്വീകരിക്കുന്നു. അച്ഛനെ തൂക്കിക്കൊല്ലാൻ തന്നെയാണ് കോടതി വിധിച്ചത്. അച്ഛനെ സ്നേഹിക്കാൻ തുടങ്ങിയ മക്കൾ. തൂക്കുകയറിലേയ്ക്ക് നടന്നകലുന്ന അച്ഛനെ സ്വപ്നം കണ്ട് മകൻ ഞെട്ടിയുണരുന്നു. മകന്റെ മനസ്സാക്ഷിയിൽ നടക്കുന്ന വിസ്താരം. അവിടെ ജഡ്ജിയായ മകൻ അച്ഛനെതിരെ സാക്ഷി പറഞ്ഞതിന് സ്വയം കുറ്റം വിധിക്കുന്നു.

ഞങ്ങളുടെ ഗ്രൂപ്പിൽ ഈ കഥാരൂപം വായിച്ചശേഷം ചർച്ചയ്ക്കെടുത്തു. വികാരതീവ്രതയോടും വിശ്വസനീയതയോടെയും ഈ കഥ രൂപപ്പെടുത്തണമെങ്കിൽ ചുരുങ്ങിയത് രണ്ടു മണിക്കൂറെങ്കിലും വേണ്ടിവരുമെന്ന് ചിലർ അഭിപ്രായപ്പെട്ടു. ആദ്യ സീക്വൻസിൽ മദ്യപാനിയായ തെങ്ങുകയറ്റത്തൊഴിലാളിയുടെ സ്വഭാവവും കുടുംബത്തോടുള്ള സമീപനവുമെല്ലാം പ്രേക്ഷകമനസ്സിൽ പതിയണം. അതിനാവശ്യമായ സീനുകൾ വേണം. അടുത്ത സീക്വൻസിൽ വീടു പണിയുന്നതിനുവേണ്ടി ലോൺ സംഘടിപ്പിക്കുന്നതിനു അയാളുടെ ഭാര്യ അനുഭവിക്കുന്ന തത്രപ്പാടുകളും പ്രയാസങ്ങളും ചിത്രീകരിക്കുന്ന സീനുകൾ ഉണ്ടാക്കണം. പണം തട്ടിയെടുക്കാൻ വരുന്ന അച്ഛന്റെ അതിക്രമങ്ങളെ അതിജീവിക്കുവാൻ തത്രപ്പെടുന്ന മകനും മകളും അമ്മയും. അവയെല്ലാം ചിത്രീകരിക്കണം. തന്റെ പദ്ധതികളെയും ആവശ്യങ്ങളെയും പ്രതിരോധിക്കുന്ന ഭാര്യയെ വെട്ടിക്കൊല്ലുന്നതും മറ്റും വേറൊരു സീക്വൻസിലാണ് ചിത്രീകരിക്കേണ്ടത്. അമ്മയുടെ മരണത്തെ മക്കൾ അഭിമുഖീകരിക്കേണ്ടിവരുന്ന രംഗങ്ങൾ. കോടതിരംഗങ്ങളുടെ സീക്വൻസ്. കാലം കടന്നുപോകുമ്പോൾ വരുന്ന പരിവർത്തനങ്ങളുടെ രംഗങ്ങൾ. ഈ കാലയളവിൽ അച്ഛനും മകനും സംഭവിക്കുന്ന മാറ്റങ്ങളുടെ രംഗങ്ങൾ. കുറ്റബോധത്താൽ നീറിപ്പിടയുന്ന അച്ഛനോട് മകനും മകൾക്കും തോന്നുന്ന അനുതാപം. കോടതിവിധിയുണ്ടാക്കുന്ന ആഘാതങ്ങൾ. ഇങ്ങനെ ഏറ്റവും ചുരുങ്ങിയത് പത്തു സീക്വൻസുകൾ എങ്കിലും വേണം ഈ കഥ സമർത്ഥമായി അവതരിപ്പിക്കുന്നതിന്. തത്ക്കാലം ഒരു മുഴുനീള സിനിമയ്ക്കുവേണ്ടി ഞങ്ങൾ ഈ കഥ മാറ്റിവയ്ക്കാൻ തീരുമാനിച്ചു.

അച്ഛനും അമ്മയും വിവാഹമോചനം നേടിയതിന്റെ ഫലമായി മകളെ സ്കൂളിൽനിന്ന് ടി.സി. വാങ്ങി കൊണ്ടുപോകുവാൻ അച്ഛൻ വരുന്നു. ഏക ആശ്വാസമായ കൂട്ടുകാരിൽനിന്നും അകന്നു പോകേണ്ടിവരുന്നതിന്റെ ദുഃഖത്തിൽ അനുതപിക്കുന്ന കൂട്ടുകാരികൾ അവളെ അവിടെത്തന്നെ തുടരാൻ നിർബന്ധിക്കുന്നു. പക്ഷേ അച്ഛൻ ബലമായി അവളെ കൊണ്ടുപോകുന്നു. കൂട്ടുകാരികളുടെ സ്മരണകളിൽ നിറഞ്ഞുനിൽക്കുന്ന വേർപാടിന്റെ വേദന. പക്ഷേ ഒടുവിൽ അച്ഛനും അമ്മയും മകൾക്കുവേണ്ടി യോജിക്കേണ്ടിവരുന്നു. അവർ ഒരുമിച്ച് അവളെ അതേ സ്കൂളിലേക്കുതന്നെ, അവളുടെ കൂട്ടുകാരുടെ ഇടയിലേയ്ക്കു തന്നെ കൊണ്ടുവരുന്നു.

"ഈ കഥ സിനിമയാക്കാം, അല്ലേ സാറേ?"

"തീർച്ചയായും. കാലഘട്ടത്തിനു യോജിച്ച കഥയാണിത്. ചെറിയ ചെറിയ കാരണങ്ങൾ പറഞ്ഞ് വിവാഹമോചനങ്ങൾ ധാരാളം നടക്കുന്നില്ലേ?"

"സർ, ഞങ്ങളുടെ ഒരു കൂട്ടുകാരിയുടെ അമ്മയും അച്ഛനും പിണങ്ങിക്കഴിയുകയാണ്." അനുശ്രീ എന്ന കുട്ടി പറഞ്ഞു.

ആറാംക്ലാസ്സിൽ പഠിക്കുന്ന ആതിര എന്ന കുട്ടിയെ അജിത് അപ്പോൾ ഓർത്തു. അവളുടെ അച്ഛൻ അവളെ സ്കൂളിൽനിന്നും പേരുവെട്ടി കൊണ്ടുപോകാൻ ശ്രമിച്ചതും അവരുടെ അമ്മ വന്നു തടഞ്ഞതുമെല്ലാം ഒരു നിമിഷം സ്മരണയിൽ തെളിഞ്ഞു.

"കുട്ടിയുടെ വളർച്ചയിൽ അച്ഛനമ്മമാർക്ക് വളരെ വലിയ പങ്കുള്ളതാണല്ലോ. കുടുംബം തകരാറിലാകുന്നതോടെ കുട്ടികൾ അനാഥരാവുകയാണ്. അച്ഛൻ മദ്യപാനിയാകുന്നതോടെ ചില കുടുംബങ്ങൾ തകരുന്നു. അച്ഛനമ്മമാർ പിണങ്ങിപ്പിരിയുന്നതോടെ കുട്ടികൾ ഒറ്റപ്പെട്ടുപോകുന്ന അവസ്ഥകളുണ്ട്. ഇതിൽനിന്നൊക്കെ സിനിമയ്ക്ക് വിഷയങ്ങൾ കണ്ടെത്താവുന്നതാണ്."

അനിൽസാർ വിശദമാക്കി.

"ഞങ്ങളുണ്ടാക്കുന്ന തിരക്കഥ ഈ ഇതിവൃത്തത്തെ ബേയ്സ് ചെയ്തുകൊണ്ടാണ്." അനുശ്രീയുടെ ഗ്രൂപ്പ് നിശ്ചയിച്ചു. കഥാപാത്രങ്ങൾ, സംഭവങ്ങൾ, സിനോപ്സിസ്, സീനുകളുടെ ക്രമം എന്നിവ തീർച്ചപ്പെടുത്താനായി ആ ഗ്രൂപ്പുകാർ അല്പം മാറി വൃത്താകൃതിയിൽ ഇരുന്നു.

മൂന്നാമത്തെ ഗ്രൂപ്പുകാർ അവതരിപ്പിച്ചത് വിദ്യാഭ്യാസം നിഷേധിക്കപ്പെട്ട ബാല്യങ്ങളെക്കുറിച്ചായിരുന്നു. ഉപയോഗശൂന്യമായ കുപ്പി,

പാട്ട പെറുക്കി ജീവിക്കുന്ന തമിഴ് നാടോടി കുടുംബത്തിലെ മുരുകൻ എന്ന കുട്ടി പഠിക്കാൻ മിടുക്കനായിട്ടും സ്കൂളിൽ അവൻ അവഗണിക്കപ്പെടുന്നു. കൂട്ടുകാരും അദ്ധ്യാപകരും ഒറ്റപ്പെടുത്തുന്നു. സ്കൂളിൽ നടന്ന കളവ് ആരോപിച്ച് അവനെ സ്കൂളധികൃതർ പറഞ്ഞുവിടുന്നു. വീണ്ടും കുപ്പി, പാട്ട പെറുക്കാൻ പോകുന്ന അവൻ യാദൃച്ഛികമായി കൂട്ടുകാരനെ അപകടത്തിൽനിന്ന് രക്ഷപ്പെടുത്തുന്നു. ജീവൻ പണയപ്പെടുത്തി കൂട്ടുകാരനെ രക്ഷപ്പെടുത്തിയപ്പോഴാണ് കൂട്ടുകാർക്ക് മുരുകന്റെ ആത്മാർത്ഥത ബോധ്യപ്പെടുന്നത്. യഥാർത്ഥത്തിൽ പണം മോഷ്ടിച്ച കുട്ടിയെയാണ് താൻ രക്ഷിച്ചതെന്ന് അവൻ ഏറ്റുപറയുമ്പോഴാണ് മുരുകൻ അതറിയുന്നത്.കൂട്ടുകാരനെ സാന്ത്വനിപ്പിക്കുന്ന മുരുകൻ വീണ്ടും സ്കൂളിലേയ്ക്കെത്തുന്നു.

ഇതുപോലെ, തെറ്റു തിരുത്തി നന്മയിലേയ്ക്കു തിരിയാനുള്ള വിചാരം കുട്ടികളിലുണ്ടാക്കാൻ പര്യാപ്തമായ വിഷയങ്ങളാണ് എടുക്കേണ്ടതെന്നു പ്രകാശൻമാഷ് കുട്ടികളെ അനുമോദിച്ചുകൊണ്ട് പറഞ്ഞു. രണ്ടു ഗ്രൂപ്പുകൾ അവതരിപ്പിച്ച കഥകളും ശുഭപര്യവസായികളായിരുന്നു. ആരോഗ്യകരമായ സന്ദേശം ഉൾക്കൊള്ളുന്ന സമീപനരീതിയാണ് കൈക്കൊള്ളേണ്ടതെന്ന് ചില കുട്ടികൾ അഭിപ്രായപ്പെടുകയുണ്ടായി.

നാലാമത്തെ ഗ്രൂപ്പുകാർ അവതരിപ്പിച്ചത്-'ഭക്ഷ്യസുരക്ഷ' എന്ന ദേശീയ പ്രശ്നത്തെ അടിസ്ഥാനമാക്കിയുള്ള ഇതിവൃത്തമാണ്. മുരിയാട് നെൽകൃഷി സമരത്തെ ബന്ധപ്പെടുത്തിയുള്ള ഒരു കഥയാണവർ മെനഞ്ഞെടുത്തത്. നെൽപ്പാടങ്ങൾ കൃഷിചെയ്യാതെ മണ്ണും മണലും ഊറ്റിയെടുത്ത് വിറ്റുകാശാക്കുവർക്കെതിരെയുള്ള മുന്നറിയിപ്പായി ഒരു ലഘുകഥ. ഒരു കർഷകത്തൊഴിലാളി കുടുംബത്തിലെ കുട്ടി നെൽകൃഷിയെക്കുറിച്ചുള്ള ഒരു പ്രോജക്ട് സ്കൂളിൽ തയ്യാറാക്കുന്നതാണ് കഥ. കർഷകത്തൊഴിലാളിയായിരുന്ന കുട്ടിയുടെ അമ്മ വാർക്കപ്പണിക്ക് രാവിലെ പോകുമ്പോൾ കുട്ടി പ്രോജക്ട് തയ്യാറാക്കുകയായിരുന്നു. അച്ഛന് ഭക്ഷണം കൊടുത്തിട്ട് സ്കൂളിലേയ്ക്ക് പോയാൽ മതിയെന്ന അമ്മയുടെ നിർദ്ദേശം അനുസരിക്കുന്ന കുട്ടി. കൃഷിയില്ലാത്ത പാടത്തു പണിതുകൊണ്ടിരുന്ന അച്ഛൻ. അരിയില്ലാത്തതുകൊണ്ട് നാലഞ്ചുദിവസമായി കപ്പ പുഴുങ്ങിയതാണ് ഭക്ഷണം. അന്നും കപ്പതന്നെയായതിനാൽ അതു തിന്നാതെ മകനെ തിരിച്ചേല്പിച്ചു. റേഷൻ കടയിൽ ചെന്ന് അരിവാങ്ങിയിട്ടു സ്കൂളിൽ പോയാൽ മതിയെന്ന് നിർദ്ദേശിക്കുന്നു. റേഷൻ കടയിൽ 'അരിയെത്തിയിട്ടില്ല'

എന്ന ബോർഡ് തൂങ്ങിക്കിടക്കുന്നതു കണ്ട കുട്ടി സ്കൂളിലേയ്ക്ക് ഓടിപ്പോകുന്നതിനിടയിൽ പുസ്തകസഞ്ചിയോടുകൂടി തോട്ടിൽ വീഴുന്നു. ചെളിയും ചേറും കഴുകിക്കളഞ്ഞ് സ്കൂളിലെത്തുന്നു. ടീച്ചർ പ്രോജക്ട് മേശപ്പുറത്തുവയ്ക്കാൻ ആവശ്യപ്പെട്ടു. പ്രോജക്ട് ചെളി പുരണ്ട് വികൃതമായി വായിക്കാൻ പറ്റാതായിരിക്കുന്നു. വരും കാലങ്ങളിൽ അരിയാഹാരം ഉപേക്ഷിക്കേണ്ടിവരുമോ എന്ന തലക്കെട്ടു മാത്രം മായാതെ കിടക്കുന്നു. ആ അക്ഷരത്താളുകൾ നോക്കുന്ന ടീച്ചറും കുട്ടിയും. ആ അക്ഷരങ്ങൾ പ്രേക്ഷകരുടെ നേരെ ചോദ്യചിഹ്നമായി കിടക്കുന്നു.

കുട്ടികളുടെ അനുഭവങ്ങളുമായി ബന്ധപ്പെടുത്തിയുണ്ടാക്കിയ ഈ കഥയെയും പ്രകാശൻമാഷ് അഭിനന്ദിച്ചു. വ്യക്തിപരമായ അനുഭവങ്ങളെ ആസ്പദമാക്കിയുള്ള കഥകളും സാമൂഹിക പ്രശ്നങ്ങളെ അടിസ്ഥാനമാക്കിയുള്ള കഥകളും കുട്ടികൾക്ക് അവതരിപ്പിക്കാൻ കഴിഞ്ഞുവല്ലോ. അവരുടെ നിരീക്ഷണപാടവം ആദരിക്കപ്പെടേണ്ടതാണെന്ന് അദ്ദേഹം കൂട്ടിച്ചേർത്തു.

അവസാനത്തെ മൂന്ന് ഗ്രൂപ്പുകളും അവതരിപ്പിച്ച കഥകളെല്ലാം മുപ്പതുമിനിറ്റിനുള്ളിൽ തീർക്കാവുന്നവയാണെന്ന് നിശ്ചയിച്ചു. അതിനനുസരിച്ച് ഓരോ കഥയ്ക്കും വൺലൈൻ സിനോപ്സിസുണ്ടാക്കുവാൻ നിർദ്ദേശിച്ചു. ഇതിൽ കഥ നടക്കുന്ന സ്ഥലം, സമയം, ഓരോ സ്ഥലത്തും നടക്കുന്ന സംഭവം, അതിൽ പങ്കെടുക്കുന്ന കഥാപാത്രങ്ങൾ എന്നിവയുണ്ടാകണമെന്ന് അനിൽ സാർ നിർദ്ദേശിച്ചു; അതിന്റെ ഒരു രൂപഘടന അദ്ദേഹം ഞങ്ങൾക്ക് കാണിച്ചുതരികയും ചെയ്തു. എല്ലാ കുട്ടികളും ഗ്രൂപ്പുകളായി തിരിഞ്ഞ്, വൺലൈൻ ഉണ്ടാക്കാൻ തുടങ്ങി. കഥയിലെ കഥാപാത്രങ്ങൾക്കെല്ലാം പേരു നൽകി. ഓരോരുത്തരുടേയും പ്രായം കണക്കാക്കി. അവരുടെ വേഷം, സംസാരഭാഷ, അവർ ചെയ്യുന്ന കാര്യം എന്നിവ സംഭവക്രമത്തിൽ ചുരുക്കി എഴുതാൻ തുടങ്ങി.

മാളവികയും കൂട്ടരും എഴുതിയത് അനിൽസാറിന് കാണിച്ചുകൊടുത്തു. വായിച്ചുനോക്കിയശേഷം അനിൽസാർ എല്ലാവരോടുമായി പറഞ്ഞു.

“ശില്പമുണ്ടാക്കുന്നത് കണ്ടിട്ടുണ്ടോ നിങ്ങൾ?”

“ഉവ്വ്.”

“എന്തുകൊണ്ടാണ് ശില്പമുണ്ടാക്കുക?”

"മരംകൊണ്ടും കരിങ്കല്ലുകൊണ്ടും.. .പിന്നെ... മണ്ണുകൊണ്ടും" ആരോ പൂരിപ്പിച്ചു.

"ശില്പി എന്താണ് ചെയ്യുന്നത്?"

"ഉളിയും ചുറ്റികയും ഉപയോഗിച്ച് കൊത്തിക്കളയും."

"മരമായാലും കല്ലായാലും മണ്ണായാലും ശില്പി ചെയ്യുന്നത് ആവശ്യമില്ലാത്തത് കളയുകയാണ്, അല്ലേ? മരത്തിനുള്ളിലും കല്ലിനുള്ളിലുമിരിക്കുന്ന മനോഹരമായ ശില്പത്തെ കാഴ്ചയിലേയ്ക്ക് കൊണ്ടുവരുന്നു. ആവശ്യമില്ലാത്തതെല്ലാം കൊത്തിക്കളഞ്ഞുകൊണ്ടാണ് ശില്പം ഉണ്ടാക്കുന്നത്. അല്ലേ?"

ഞങ്ങളെല്ലാവരും സമ്മതിച്ചു.

"സിനിമയ്ക്ക് തിരക്കഥയെഴുതുമ്പോഴും നിങ്ങളുടെ മനസ്സിൽ ഈ ബോധമുണ്ടാകണം. കഥയ്ക്ക് അവശ്യം വേണ്ടതായ സ്ഥലം, സമയം, കഥാപാത്രങ്ങൾ, സംഭാഷണം എല്ലാം ശരിയാംവണ്ണം ഉപയോഗിക്കണം."

"സാർ, ക്ലാസ്സുമുറിയിലേയ്ക്ക് ഒരു കുട്ടി ബസ്സിറങ്ങി ഓടി വരുന്നത് എങ്ങനെയാണ് എഴുതേണ്ടത്?" അരുൺദേവിന്റെ സംശയം അതായിരുന്നു.

"പറഞ്ഞുതരാം. അരുൺ തിരക്കഥ എഴുതുന്നതിനു മുമ്പുള്ള കാര്യങ്ങൾ പൂർത്തിയാക്കിയോ?"

അരുൺദേവ് തലചൊറിഞ്ഞുകൊണ്ട് ഇല്ലെന്ന് ആംഗ്യം കാണിച്ചു.

"നിങ്ങൾക്ക് തിരക്കഥയുടെ ക്ലാസ്സെടുക്കാൻ ഒരു സാറ് ഇന്നു വരും. അദ്ദേഹം അതെല്ലാം വിശദമായി പറഞ്ഞുതരും. എങ്കിലും എന്റെ കാഴ്ചപ്പാടിൽ അതെങ്ങനെ അവതരിപ്പിക്കാമെന്നു പറഞ്ഞുതരാം. ഓരോരുത്തർക്കും അവരവരുടേതായ അവതരണശൈലികൾ ഉണ്ടാകും. രണ്ടു സീനിൽ ഇതവതരിപ്പിക്കാനാണ് ഞാൻ ശ്രമിക്കുന്നത്. ശ്രദ്ധിച്ചോളൂ..."

ആദ്യത്തെ സീൻ. സ്കൂളിനു മുന്നിലുള്ള ബസ്സ് സ്റ്റോപ്പ്. പകൽ. രാവിലെ. ബസ്സു വന്നു നിൽക്കുന്നു. രണ്ടോ മൂന്നോ കുട്ടികളും ഒരദ്ധ്യാപികയും ഇറങ്ങുന്നു. വാച്ചിലേയ്ക്ക് നോക്കി ഓടുന്ന സ്കൂൾ വിദ്യാർത്ഥി.

രണ്ടാമത്തെ സീൻ. ക്ലാസ്സു മുറി. പകൽ.

പേരുവിളിച്ചുകൊണ്ടിരിക്കുന്ന അദ്ധ്യാപകൻ. ഹാജർ പറയുന്ന ഒന്നോ രണ്ടോ കുട്ടികൾ. ക്ലാസ്സ് മുറിയുടെ വാതില്ക്കൽ ഓടിവന്നു

നിൽക്കുന്ന അതേ സ്കൂൾ വിദ്യാർത്ഥി. ക്ലാസ്സിലേയ്ക്ക് പ്രവേശിക്കുവാനായി അനുവാദം ചോദിക്കുന്നു. അദ്ധ്യാപകൻ ഗൗരവത്തോടെ വിദ്യാർത്ഥിയെ നോക്കുന്നു. തലകുനിക്കുന്ന വിദ്യാർത്ഥി.

അനിൽസാർ ഇത് അവതരിപ്പിച്ചുകഴിഞ്ഞ ശേഷം ഞങ്ങളെ എല്ലാവരേയും ശ്രദ്ധിച്ചു.

"ഇതുപോലെയല്ലാതെ പല വഴികളിലൂടെയും ഇക്കാര്യം അവതരിപ്പിക്കാനാവില്ലേ?"

കുട്ടികൾ സമ്മതിച്ചു.

"കുട്ടി ബസ്സിറങ്ങി ഓടുന്നതിന്റെ തുടർച്ചയോ കൂടെയിറങ്ങിയവരുടെ വിശദാംശങ്ങളോ സ്കൂളിന്റെ മുറ്റത്തുകൂടെയും വരാന്തയിലൂടെയും മറ്റും ഓടിയതോ ഒന്നും ഞാനവതരിപ്പിച്ചില്ല. നിങ്ങളത് ശ്രദ്ധിച്ചോ?"

"ഉവ്വ്."

"ബസ്സിറങ്ങിയ കുട്ടി ഓടാൻ തുടങ്ങുന്നതിന്റെയും ക്ലാസ്സ് മുറിയുടെ മുന്നിൽ ഓട്ടമവസാനിപ്പിക്കുന്നതിന്റെയും രണ്ടേ രണ്ടു ദൃശ്യങ്ങൾ കൊണ്ട് എത്രയെത്ര കാര്യങ്ങളാണ് നിങ്ങൾ ഭാവനയിലൂടെ പൂർത്തിയാക്കിയതെന്നു മനസ്സിലായല്ലോ."

ഞങ്ങൾ തലകുലുക്കി അംഗീകരിച്ചു.

"യാഥാർത്ഥ്യമെന്ന തോന്നലുണ്ടാക്കുകയും ഭാവനയിലൂടെ മനസ്സിൽ പൂർത്തിയാക്കുകയും ചെയ്യുന്ന പ്രവൃത്തിയാണ് കല. ചില സൂചകങ്ങൾകൊണ്ട് ആശയം വ്യക്തമാക്കാൻ നമുക്ക് കഴിയാറില്ലേ.? സിനിമയിൽ ഇതു നല്ലതുപോലെ ഉപയോഗിക്കാനുള്ള സാദ്ധ്യതകളുണ്ട്."

അനിൽസാർ പറഞ്ഞതിന്റെ തുടർച്ചയായി പ്രകാശൻമാഷും അതെല്ലാമൊന്ന് ആവർത്തിച്ചുറപ്പിക്കാൻ വേറെയും ചില ഉദാഹരണങ്ങൾ പറഞ്ഞുതന്നു.

"സംഭവത്തിന്റെ സ്വാഭാവികമായ തുടർച്ച കാണിക്കുന്നതിന് ആവശ്യമായ മുഹൂർത്തങ്ങൾ ഉപയോഗിക്കണം. ഉദാഹരണമായി ഞാനൊരു സന്ദർഭം പറയാം. കാലിൽ തറച്ച ദർഭമുന എടുക്കാനെന്ന വ്യാജേന ദുഷ്യന്തനെ തിരിഞ്ഞു നോക്കിനിൽക്കുന്ന ശകുന്തളയുടെ ഒരു രവിവർമ്മച്ചിത്രം നിങ്ങൾ കണ്ടിട്ടില്ലേ? എത്ര ഉജ്ജ്വലമായ ഒരു മുഹൂർത്തമാണത്. അതുപോലെ നിർണ്ണായകവും ഒഴിവാക്കാനാവാത്തതുമായ മുഹൂർത്തങ്ങൾ കണ്ടെത്തണം. തുടർപ്രവൃത്തികൾ കാഴ്ചക്കാരന്റെ മനസ്സിലാണ് ഉണ്ടാകേണ്ടത്. ഇവ്വിധത്തിൽ പ്രവൃത്തികൾ

തെരഞ്ഞെടുക്കാനുള്ള തന്ത്രവും കഴിവുമാണ് ഓരോരുത്തർക്കും വേണ്ടത്."

"സാറേ സിനിമയിൽ വിമാനമിറങ്ങി വരുന്നത് കാണിക്കാറുള്ളത് അതുപോലെയല്ലേ?" അലൻ ഒരു ഉദാഹരണം അവതരിപ്പിക്കുകയായിരുന്നു.

"വിമാനം റൺവേയിലൂടെ പോകുന്നത് കാണിച്ചശേഷം നിശ്ചലമായ വിമാനത്തിന്റെ വാതിൽ തുറന്ന് പുറത്തുവരുന്നവരിൽ ഒരാളെ മാത്രം വ്യക്തമായി പിന്തുടരുമ്പോൾ ആ കഥയിലെ ഒരു സുപ്രധാന കഥാപാത്രമാണതെന്ന് നാം തിരിച്ചറിയുന്നു. അല്ലേ? കഥയുടെ വികാസത്തിനുവേണ്ടി അത്യാവശ്യമായ ദൃശ്യങ്ങളും ചലനങ്ങളുമേ ചിത്രീകരിക്കേണ്ടതുള്ളു എന്നാണ് നാം പറഞ്ഞതിന്റെ ചുരുക്കം. ഇനി അല്പസമയത്തെ വിശ്രമമാകാം. വിശ്രമത്തിനുശേഷം എല്ലാവരും ഇവിടെത്തന്നെ വരണം."

പ്രകാശൻമാഷ് ഞങ്ങളോടൊപ്പം അവിടെനിന്നും നടന്നുനീങ്ങി.

"ഏതു വികാരമാണ്, അതുമല്ലെങ്കിൽ ഏതു ഭാവമാണ് പ്രേക്ഷകനിലുണ്ടാകേണ്ടത് എന്ന നിശ്ചയം വേണം. അതിനനുസരിച്ചുള്ള ദൃശ്യവിതാനമാണ് ഒരുക്കേണ്ടത്. ഇത് മനസ്സിൽ കണ്ടുവേണം ലൊക്കേഷൻ നിശ്ചയിക്കാനും കഥാസന്ദർഭം മെനഞ്ഞെടുക്കാനും ശ്രമിക്കേണ്ടത്. വിശ്രമത്തിനു ശേഷം തിരിച്ചെത്തിയപ്പോൾ അനിൽസാർ ഓർമ്മിപ്പിച്ചു."

മേൽക്കാണിച്ച കഥകൾക്ക് വ്യത്യസ്തതലങ്ങളിൽ തിരക്കഥാരൂപമുണ്ടാക്കാമെന്ന് അനിൽസാർ വ്യക്തമാക്കി. വിവാഹമോചനത്തിന്റെയും പുനഃസമാഗമത്തിന്റെയും കഥ പറയുമ്പോൾ ഏത് ആംഗിളിൽനിന്നാണ് കഥ കാണേണ്ടതെന്ന് ആദ്യം നിശ്ചയിക്കണം. അതിന്റെ ട്രീറ്റ്മെന്റ് എങ്ങനെയാകണമെന്ന് തീരുമാനിക്കണം. കഥാനായികയായ കുട്ടിയുടെയും ക്ലാസ്സ് ടീച്ചറുടെയും അച്ഛനമ്മമാരുടെയും കൂട്ടുകാരുടെയും വീക്ഷണങ്ങളിലൂടെ കഥ അവതരിപ്പിക്കാവുന്നതാണ്. ഒരു കഥയ്ക്കുതന്നെ വിവിധ വ്യാഖ്യാനങ്ങൾ, വിവിധ രൂപഭാവങ്ങൾ ഉണ്ടാക്കാനാകുമെന്നു കുട്ടികൾ ചർച്ചയിൽ വ്യക്തമാക്കി. പ്രേക്ഷകരുടെ വീക്ഷണകോണിലൂടെ കഥ അവതരിപ്പിക്കുമ്പോൾ എങ്ങനെയിരിക്കുമെന്ന് ഒന്നു ശ്രമിച്ചുനോക്കാൻ അനിൽസാർ പറഞ്ഞു. കഥ തുടങ്ങേണ്ടത് എവിടെനിന്നാണ് എന്നത് പ്രധാനപ്പെട്ട പ്രശ്നമാണ്. അത് ആദ്യം നിശ്ചയിക്കണം. കഥയിൽ സംഭവിക്കുന്ന പ്രധാന കാര്യങ്ങൾ, കഥയുടെ പര്യവസാനം ഇവയെല്ലാം നിശ്ചയിക്കേണ്ടിയിരിക്കുന്നു. സാഹിത്യസൃഷ്ടിയായ കഥയോ നോവലോ കവിതയോ എഴുതുന്ന

രീതിയിൽനിന്നും തികച്ചും വിഭിന്നമാണ് തിരക്കഥാരചനയെന്ന് കുട്ടികൾക്കു ബോധ്യപ്പെട്ടു. കഥ നടക്കുന്ന സ്ഥലം, സമയം, ഇന്റീരിയർ അഥവാ അകം, ഔട്ട്ഡോർ അഥവാ പുറം ആണോ എന്നെല്ലാം സൂചിപ്പിച്ചുകൊണ്ട് ഒരു സീൻ ഓർഡർ അഥവാ വൺലൈൻ ഉണ്ടാക്കുവാൻ ഞങ്ങൾ പരിശ്രമിച്ചു. ഞങ്ങളുടെ ഗ്രൂപ്പ് ഉണ്ടാക്കിയ വൺലൈൻ അനിൽസാർ എല്ലാവർക്കും വേണ്ടി വായിച്ചു.

സീൻ 1
ക്ലാസ് റൂം 6 ബി
Int

കണക്ക് പഠിപ്പിച്ചുകൊണ്ടിരിക്കുന്ന മീര ടീച്ചർ, ഡസ്കിൽ മുഖമമർത്തി കരയുന്ന ആതിരയെ ശ്രദ്ധിക്കുന്നു. കരയുന്നതെന്തിനാണെന്ന് ചോദിക്കുന്നു. അവളുടെ അച്ഛനുമമ്മയും വിവാഹമോചനം നേടിയെന്ന വാർത്ത മറ്റൊരു കുട്ടി പറയുന്നു. ടീച്ചർ ആതിരയെ കൂട്ടിക്കൊണ്ടു പോകുന്നു.

സീൻ 2
സ്റ്റാഫ് റൂം
പകൽ Int

ആതിരയോട് കാര്യങ്ങൾ ചോദിച്ചു മനസ്സിലാക്കുന്ന ടീച്ചർ. അച്ഛൻ സ്കൂളിൽ വരുമെന്നും ടി.സി. വാങ്ങുമെന്നും ആരതി വ്യസനത്തോടെ ടീച്ചറോട് പറയുന്നു.

സീൻ 3
സ്കൂൾ കോമ്പൗണ്ട്-മരത്തണൽ
പകൽ Ext

ആതിരയുടെ കൂട്ടുകാർ ആതിരയ്ക്ക് ഭക്ഷണം പങ്കുവച്ചുകൊടുക്കുന്നു. അവൾ പിരിഞ്ഞുപോകുന്നതിലുള്ള ദുഃഖം പ്രകടിപ്പിക്കുന്നു.

സീൻ 4
ഓഫീസ് റൂം
പകൽ Int

ആതിരയുടെ അച്ഛൻ ഹെഡ്മിസ്ട്രസ്സുമായി സംസാരിക്കുന്നു. ആതിരയെ ഓഫീസിലേയ്ക്ക് കൊണ്ടുവരുന്നു. അവൾ സ്കൂൾ മാറാൻ തയ്യാറാകുന്നില്ല. അച്ഛൻ കോപാകുലനാകുന്നു.

സീൻ 5
സ്കൂൾ കോമ്പൗണ്ട്-മരത്തണൽ
പകൽ Ext

കൂട്ടുകാരികളുടെ അടുത്തേയ്ക്ക് ഓടി വരുന്ന ആതിര. അവൾ കൂട്ടുകാരികളെ കെട്ടിപ്പിടിച്ച് കരയുന്നു.

സീൻ 6
ക്ലാസ്സുമുറി
പകൽ Int

ആതിരയുടെ ബാഗും സാധനങ്ങളും എടുക്കുന്ന അച്ഛൻ. ആതിരയുടെ കൂട്ടുകാരുടെ അഭ്യർത്ഥനകളെ നിരസിക്കുന്ന അച്ഛൻ. ബാഗുമായി പുറത്തേയ്ക്കു നടക്കുന്ന അച്ഛൻ.

സീൻ 7
സ്കൂൾ കോമ്പൗണ്ട്-മരത്തണൽ
പകൽ Ext

ആതിരയുടെ അടുത്തേയ്ക്ക് ബാഗും സാധനങ്ങളുമായി വരുന്ന അച്ഛൻ ആതിരയെ വിളിക്കുന്നു. അവൾ കൂട്ടുകാരെ കെട്ടിപ്പിടിച്ചുകരയുമ്പോൾ അച്ഛൻ അവിടെ നിന്നും ബലമായി കൂട്ടിക്കൊണ്ടുപോകുന്നു.

സീൻ 8
സ്കൂൾ കോമ്പൗണ്ട്
പകൽ Ext

ആതിരയെ കാറിൽ കയറ്റിക്കൊണ്ടുപോകുന്നത് കണ്ട് കൂട്ടുകാരികൾ കണ്ണുതുടയ്ക്കുന്നു.

സീൻ 9
ക്ലാസ്സ് റൂം
Int പകൽ

ആതിര തയ്യാറാക്കിയ റിപ്പോർട്ടിനെപ്പറ്റി പറയുന്ന ടീച്ചർ. ഈ പേപ്പർ എങ്ങനെയാണ് അവളെ ഏല്പിക്കുകയെന്ന് പറയുമ്പോൾ ഒരു കുട്ടി അവളുടെ അവസ്ഥയെക്കുറിച്ച് സൂചിപ്പിക്കുന്നു. സ്കൂളിൽ പോകാതെ വാശിപിടിച്ച് കഴിയുകയാണെന്നും അവളുടെ അച്ഛനും ജോലിക്കു പോകാറില്ലെന്നും പറയുന്നു.

സീൻ 10
സ്കൂൾ കോമ്പൗണ്ട്
പകൽ Ext

കാറിൽ വന്നിറങ്ങുന്ന ആതിരയും അവളുടെ അച്ഛനും അമ്മയും. ആഹ്ലാദവതിയായി അച്ഛനമ്മമാരുടെ കൂടെ തിരിച്ചുവരുന്ന ആതിരയെ കണ്ട് കൂട്ടുകാരിൽ ഒരാൾ ഓടിയെത്തി വാരിപ്പുണരുന്നു. ആതിര കാരണം അച്ഛനമ്മമാരുടെ പിണക്കം തീർന്നെന്നും വീണ്ടും അവളിഷ്ട പ്പെടുന്ന സ്കൂളിലേയ്ക്ക് കൊണ്ടുവന്നെന്നും അറിയിക്കുന്നു.

വൺലൈൻ വായിച്ചുകഴിഞ്ഞപ്പോൾ രാഹുലും വരുൺദേവും എണീറ്റുനിന്നു.

"സാറേ, ഇത് സീൻ ഓർഡർ അല്ലേ?"

"ഞാൻ നേരത്തെ സൂചിപ്പിച്ചത് ഓർക്കുന്നില്ലേ? വൺലൈനിന്റെ ബെയ്സിൽ നിന്ന് സീൻ ഓർഡർ ഉണ്ടാക്കാമെന്ന്. ആ സീൻ നമ്പറും മറ്റും മാറ്റിയശേഷം ഒന്നു വായിച്ചുനോക്കൂ. അപ്പോളത് വൺലൈനായി മാറും."

"ഓകെ... നമ്മുടെ ആദ്യത്തെ സിനിമ ഇതുതന്നെ."

എല്ലാവരും എണീറ്റുനിന്നു കൈയടിച്ചു. പ്രകാശൻമാഷ് എണീറ്റു നിന്നു.

"എല്ലാവരും ഇരിക്കൂ.." പ്രകാശൻമാഷ് പറഞ്ഞു.

വൺലൈൻ ആയതേയുള്ളു. നിങ്ങളുടെ പ്രതികരണം കണ്ടാൽ സിനിമ പിടിച്ചുകഴിഞ്ഞെന്നു തോന്നും. ഇനിയും എത്രയോ കടമ്പകൾ കടക്കാനുണ്ട്. അവയോരോന്നും വിശദമായി ചർച്ച ചെയ്യണം. എല്ലാ വർക്കും പത്തുമിനിറ്റ് വിശ്രമം. കുട്ടികൾ ആർപ്പുവിളിച്ചുകൊണ്ട് പുറ ത്തേയ്ക്കോടി.

ബ്ലൂ പ്രിന്റ്

കുട്ടികൾക്ക് ഇഷ്ടമുള്ള ചില കളികളുണ്ട്. സമയമാകുമ്പോൾ കൂട്ടുകാർ തയ്യാറായിവന്ന് അവിടവിടെ തമ്പടിക്കും. രക്ഷിതാക്കളുടെ കൺവെട്ടിച്ചുവേണം അവിടെയെത്താൻ. സ്കൂളു വിട്ടുവന്നാൽ ആദ്യം മേൽകഴുകണം. പിന്നെ കാപ്പി കുടിയ്ക്കാമെന്നാണ് നിമയമെങ്കിലും മിക്ക ദിവസവും ഈ നിയമം ലംഘിക്കുകയാണ് പതിവ്. നിയമം ലംഘിക്കുമ്പോഴാണ് പുതിയ സംഭവങ്ങളുണ്ടാകുന്നത്. സന്തോഷവും സ്വാതന്ത്ര്യവും അനുഭവപ്പെടുന്നത്. കാപ്പികുടി കഴിഞ്ഞാൽ അര മണിക്കൂർ ടി.വി. കാണാനുള്ള അനുവാദമുണ്ട്. ഈ സമയത്തൊക്കെ ടി.വി.യിലെ പരിപാടികൾ കാണാൻ ആരെങ്കിലും മെനക്കെടുമോ? ചെറിയൊരു ബ്രേക്കിനുശേഷം പരിപാടികൾ തുടരുമെന്ന് എഴുതിക്കാണിക്കുന്നതുപോലെ സ്കൂളിലെ പഠനപരിപാടിയുടെ തുടർച്ചയായ ട്യൂഷൻ പരിപാടിയാണ് പിന്നീട്. എല്ലാം കഴിഞ്ഞ് വീട്ടിലെത്തിയാൽ സ്കൂളിലേയും ട്യൂഷൻ ക്ലാസ്സിലേയും ഹോംവർക്കുകൾ. സ്കൂൾ വിദ്യാഭ്യാസകാലം വല്ലാത്തൊരു സമ്മർദ്ദത്തിന്റെയും അടിച്ചമർത്തലുകളുടെയും പീഢനകാലമാണ്. അങ്ങനെയാണ് യുവജനോത്സവത്തിന്റെ ഉപന്യാസമത്സരത്തിൽ പങ്കെടുത്തുകൊണ്ട് താൻ എഴുതിവച്ചത്. ആത്മാർത്ഥമായിത്തന്നെയാണ് അങ്ങനെയെഴുതിയത്. സന്ധ്യകൾക്കെല്ലാം ഇത്രയും പ്രസാദവും ഭംഗിയുമുണ്ടെന്ന് ഇപ്പോളാണ് അറിയുന്നത്. ഈ ക്യാമ്പ് തീരാതിരിക്കട്ടെയെന്ന് ഡയറിക്കുറിപ്പിൽ പലയിടത്തും എഴുതിയിടണമെന്നു തോന്നി.

പുതിയ തരം കളികൾ പരിചയപ്പെടുത്തിക്കൊണ്ട് ക്രൈസ്റ്റ് കോളേജിലെ അരവിന്ദൻസാർ വന്നു. ഫിസിക്കൽ എഡ്യുക്കേഷൻ ഡിപ്പാർട്ട്മെന്റിലെ ആ സാറിന്റെ നിർദ്ദേശപ്രകാരം പല കളികളിലും ഞങ്ങൾ ഏർപ്പെട്ടു. ബുദ്ധിയെയും മനസ്സിനെയും ശരീരത്തേയും പ്രചോദിപ്പിക്കുന്ന കളികൾ. എത്ര തന്ത്രപൂർവ്വമാണ് അരവിന്ദൻസാർ അത്

കാണിച്ചുതന്നത്. മാത്രമല്ല സത്യജിത് റേയുടെ കുട്ടിക്കാലത്തെക്കുറിച്ചും ഇഷ്ടപ്പെട്ട കളികളെക്കുറിച്ചുമെല്ലാം അദ്ദേഹം സംസാരിക്കുകയും ചെയ്തു. 'സത്യജിത് റേ'യെന്നു കേട്ടപ്പോൾ ഞാൻ അരുൺഗോപനെ ഓർത്തു. കഴിഞ്ഞ ദിവസം പഥേർ പാഞ്ചാലി കാണുമ്പോൾ മാളവിക വിങ്ങിക്കരയുന്നത് അരുൺഗോപൻ എനിക്ക് കാണിച്ചുതന്നിരുന്നു. എന്റെയും കണ്ണുനിറഞ്ഞിരിക്കുന്നതു കണ്ടപ്പോഴാണ് അവൻ മറ്റുള്ളവരേയും ശ്രദ്ധിച്ചത്. മിക്കവരും കണ്ണുകളൊപ്പുന്നതു കണ്ട് അവൻ ഒന്നു കിടുങ്ങി. ധൃതിയിൽ ഒരാത്മപരിശോധന നടത്തിയിട്ടുണ്ടാകണം. എല്ലാവരുടെയും മനസ്സലിയിപ്പിച്ച രംഗം എന്തുകൊണ്ടാണ് തന്നെ സ്പർശിക്കാതെ പോയതെന്ന് അവൻ ആലോചിച്ചിരിക്കും. തന്റെ സിനിമാസ്വാദനത്തിൽ എന്തോ കുഴപ്പമുണ്ടെന്ന് സ്വയം തോന്നിക്കാണും. പിന്നെ അവൻ നിശ്ശബ്ദനായി. സിനിമയിലേയ്ക്ക് മനസ്സ് നൽകുന്നതു കണ്ടു. അവന്റെ മാറ്റം കണ്ട് എനിക്ക് രസം തോന്നി.

"സത്യജിത് റേയ്ക്ക് ഏറ്റവും ഇഷ്ടപ്പെട്ട കളി? ആർക്കും അറിയില്ലാ?" മാഷ് ചോദ്യം ആവർത്തിക്കുകയാണ്...

"സാർ, ക്രിക്കറ്റ് കളി." അരുൺഗോപൻ ചാടിയെഴുന്നേറ്റു പറഞ്ഞു.

"അരുൺ പറഞ്ഞതിനോട് നിങ്ങൾ യോജിക്കുന്നുണ്ടോ?"

"കൽക്കത്തക്കാർ പൊതുവെ ക്രിക്കറ്റ് കളിയോട് താത്പര്യമുള്ളവരാണ്." ആരോ പറഞ്ഞു,

"ഈഡൻ ഗാർഡൻ ഗ്രൗണ്ട് ഉള്ളപ്പോൾ... താല്പര്യമുണ്ടാകാതെ വയ്യല്ലോ? "അരുൺ ഗോപൻ ഒന്നു സ്മാർട്ടാകാൻ നോക്കി.

"സത്യജിത്റേയുടെ വീട് ഈ ഗ്രൗണ്ടിന്റെ അടുത്താണോ?"

മിഥുൻ ചോദിച്ചു.

"നിങ്ങൾ തന്നെ പറയ്." അരവിന്ദൻമാഷ്.

"അത് ഉറപ്പിച്ചു പറയാൻ പറ്റില്ല."അരുൺ ഗോപൻ.

"എന്നാൽ ഞാൻ പോയിട്ടുണ്ട്. കോളേജിലെ കുട്ടികളെയും കൊണ്ട്." അരവിന്ദൻമാഷ് വിശദീകരിക്കാൻ തുടങ്ങി.

കൽക്കത്തയിൽ നൂറാം നമ്പർ ഗഡ്പാര റോഡിലെ വീട്ടിൽ അഞ്ചു വയസ്സുവരെ സത്യജിത് റേ താമസിച്ചു. വീടിന്റെ മുന്നിലെ മതിലിന്മേൽ 'യു റായ് ആന്റ് സൺസ് പ്രിന്റേഴ്സ് ആന്റ് ബ്ലോക്ക് മേക്കേഴ്സ്' എന്ന് എഴുതിവച്ചിട്ടുണ്ടായിരുന്നു. സത്യജിത് റേയുടെ ഒരു മുത്തച്ഛനായ കുലദാ രഞ്ജൻ റായ് മരിച്ചുപോയവരുടെ ചിത്രം വലുതാക്കി വരച്ചു കൊടുക്കുമായിരുന്നു. പുരാണകഥകൾ പറഞ്ഞുകൊടുത്തിരുന്ന

അദ്ദേഹം വലിയ ക്രിക്കറ്റുകളിക്കാരനുമായിരുന്നു... ബംഗാളി ടീം അക്കാലത്തെ പ്രശസ്ത ടീമായിരുന്നു. ടൗൺ ക്ലബ്ബിനുവേണ്ടി ജനറൽ സായിപ്പിന്റെ ടീമിനെതിരെ കളിച്ചതിന്റെ വീമ്പുപറയുമായിരുന്നു അദ്ദേഹം. വയസ്സുകാലത്തും ഈഡൻ ഗാർഡൻ ഗ്രൗണ്ടിലെത്തി ക്രിക്കറ്റ് കണ്ടിരുന്ന മുത്തച്ഛനെപ്പറ്റി ബാല്യകാലസ്മരണകളിൽ സത്യ ജിത് റേ പറയുന്നുണ്ട്.

"ഇപ്പോൾ എന്തായി? ഞാൻ പറഞ്ഞത് ശരിയായില്ലേ?" അരുൺ ഗോപൻ തെളിഞ്ഞുനിന്നുകൊണ്ട് എല്ലാവരോടും ചോദിച്ചു.

ഒരു കൂവലോടുകൂടി എല്ലാവരും അവനെ ഒതുക്കിയിരുത്തി. കളി കഴിഞ്ഞ് ഞങ്ങൾ തിരിച്ചെത്തിയപ്പോൾ ഒരാൾ അവിടെയിരിക്കുന്നതു കണ്ടു. തിരക്കഥയെക്കുറിച്ച് ക്ലാസ്സെടുക്കാൻ വന്ന തിരക്കഥാകൃത്താ യിരുന്നു അത്. ഞങ്ങളോരോരുത്തരേയും പരിചയപ്പെട്ട ശേഷം അദ്ദേ ഹവും സ്വയം പരിചയപ്പെടുത്തി. രവികുമാർ ഓരോരുത്തരും എഴു തിയ 'വൺലൈൻ' അദ്ദേഹം വായിച്ചു. സാറിന്റെ ചുറ്റും ഞങ്ങൾ ഒത്തുകൂടി. നാലു ഗ്രൂപ്പുകളുടേയും കഥകൾ അദ്ദേഹം പരിശോധിച്ചു കഴിഞ്ഞിരിക്കുന്നു.

"സാറിന് ഏതു ഗ്രൂപ്പിന്റെ കഥയാ ഇഷ്ടമായത്?"

വരുൺദേവിന്റെ ചോദ്യം ശ്രദ്ധിക്കാതെ അദ്ദേഹം വായന തുടർന്നു. ചോദ്യം ഏറ്റില്ലെന്നു കണ്ടപ്പോൾ വരുൺദേവ് ചെറുതായൊന്ന് ഇളി ഭ്യനായി.

"കുപ്പി, പാട്ട പെറുക്കി നടക്കുന്നവരുടെ കഥയാണെങ്കിൽ നല്ല വിഷ്വൽ ഇഫക്ട് ഉണ്ടാകും. അല്ലേ?" അലക്സ് പോളിന്റെ അഭിപ്രായ ത്തോട് ചിലർ യോജിച്ചെങ്കിലും ശബരിയും മിഥുനും എതിർത്തു.

"അതില് ഒന്നുല്ല്യഷ്ടാ. അത് ഒരു പേട്ട കഥയാ."

കുട്ടികൾ കൂട്ടംകൂടി നിൽക്കുന്നത് കണ്ടിട്ടാകണം ഹിറ്റ്ലർ എന്ന വട്ടപ്പേരിൽ അറിയപ്പെടുന്ന മാഷ് അവിടേയ്ക്ക് വന്നു. അദ്ദേഹത്തിന്റെ ശരിയായ പേര് ആർക്കും അറിയില്ലായിരുന്നു.

"എന്താ ഇവിടെ എല്ലാരും കൂട്ടം കൂടീട്ടുണ്ടല്ലോ?"

കുട്ടികൾ ധൃതിയിൽ അവിടെനിന്ന് ഓടിപ്പോയി. അപ്പോഴാണ് അവിടെ ഇരിക്കുന്ന തിരക്കഥാകാരൻ സാറിനെ കണ്ടത്.

"സാറിവിടെ ഉണ്ടായിരുന്നോ? അതാ പിള്ളേരിങ്ങനെ ഒട്ടിപ്പിടിച്ച് നിന്നത്? ഇവറ്റകൾക്ക് എളതരം കൊടുത്താ പിന്നെ തലയില് കേറ് ചെവി തിന്നും ട്ടോ. അടുപ്പിക്കരുത്."

അദ്ദേഹം ഹിറ്റ്ലർമാഷിന്റെ വാക്കുകൾ ശ്രദ്ധിക്കാതെ വായന തുടരുകയാണ്. ഹിറ്റ്ലർ പതുക്കെ അവിടെ ഇരുന്നു. ചുറ്റുമൊന്ന് നോക്കി. സ്വകാര്യമായി ചോദിച്ചു.

"സാറേ... ഈ സിനിമേല് കഥയെഴുതിയാ ലക്ഷങ്ങള് കിട്ടുംന്ന് പറയണണ്ടല്ലോ...ശരിയാണോ?"

അദ്ദേഹം ഹിറ്റ്ലറെ ഒന്നു നോക്കി. വീണ്ടും വായനയിലേയ്ക്കു തന്നെ തിരിഞ്ഞു.

"നമ്മടെ ഒരു ഗഡി. ഒരു തിരക്കഥ എഴുതീത്രെ. പുള്ളിക്കാരന് അഞ്ചു ലക്ഷം കിട്ടീന്നാ കേട്ടത്. ഈ എം.ടി.ക്ക് പത്തും പതിനഞ്ചും ഒക്കെ കൊടുക്കണംന്ന് കേൾക്കുന്നുണ്ടല്ലോ. ഇത്രയൊക്കെ ഒരു പടത്തിന് കഥയെഴുതിയാ കിട്ട്വോ?"

"എനിക്കറിയില്ല. എത്ര കിട്ടുമെന്ന് എം.ടി.യോടുതന്നെ ചോദിക്കണം."

ചോദ്യം ചോദിക്കുക എന്നതു മാത്രമേ ഹിറ്റ്ലർക്ക് ലക്ഷ്യമുള്ളു. ഉത്തരമറിയണമെന്ന താത്പര്യമോ നിർബന്ധമോ ഇല്ല. എല്ലാ ചോദ്യങ്ങളുടെയും ഉത്തരം അദ്ദേഹത്തിന്റെ പക്കലുണ്ട്.

"അല്ലാ ഇതിനൊക്കെ ആരാ റേറ്റ് നിശ്ചയിക്കുന്നത്? ഇഷ്ടംള്ളത് ചോദിക്കന്നേ...ല്ലേ...ഈ സിനിമക്കാരെ ഒരെണ്ണത്തിനേം വിശ്വസിക്കാൻ കൊള്ളില്യാന്ന് പറയ്ണ്ടല്ലോ... ശരിയാണോ സാറേ?"

സാറ് ഒരു ചെറുചിരിയോടെ മാഷെ നോക്കി. പ്രതികരണമില്ലാതായപ്പോൾ ഹിറ്റ്ലർ അദ്ദേഹത്തെ അല്പനേരം സൂക്ഷിച്ചുനോക്കി. പതുക്കെ ചോദിച്ചു.

"സാറിനും കഥയെഴുത്തു തന്നെയാണോ പണി? അതോ ഡയറക്ഷണോ?"

"എഴുതാറുണ്ട്."

നിശ്ശബ്ദനിമിഷങ്ങൾ. ഒറ്റവാക്കിലൂടെയുള്ള മറുപടികൾ. ഹിറ്റ്ലർക്ക് ശ്വാസംമുട്ടുന്നതുപോലെ തോന്നി.

"അപ്പോ സാറിന്റെ പേരെങ്ങനെയാ?"

പുസ്തകത്തിൽനിന്ന് കണ്ണെടുക്കാതെ അയാൾ മറുപടി നൽകി.

"രവികുമാർ."

വീണ്ടും നിശ്ശബ്ദത. തന്റെ ആഗമനോദ്ദേശ്യം പ്രകടിപ്പിക്കാനാവാതെ ഹിറ്റ്ലർ മാഷ്. ഒടുവിൽ സഹികെട്ട ഒരു നിമിഷത്തിൽ അയാൾ വെട്ടിത്തുറന്ന് ചോദിച്ചു.

"സാറേ, പറ്റുമെങ്കിൽ നമുക്കൊരു ചാൻസ്ണ്ടാക്കിത്താന്നേ. കമ്മീഷൻ തരാന്നേ."

മറുപടിയായി രവികുമാർ പൊട്ടിച്ചിരിച്ചു.

"ന്റെ കയ്യില് ഒരുഗ്രൻ കഥയുണ്ട് സൂപ്പർ ഹിറ്റാകും. മോഹൻലാലോ മമ്മുട്ടിയോ അഭിനയിക്കണം . അത് നിർബന്ധാ."

മാഷ് ഒന്നു നിർത്തി രവികുമാർസാറിന്റെ അടുത്തേയ്ക്ക് നീങ്ങിയിരുന്നു.

"ഈ തിരക്കഥയെഴുതാനുള്ള സൂത്രം ഒന്നു പറഞ്ഞുതാ സാറേ. ഒരെണ്ണങ്ങട് വന്നാ മതി. പിന്നെ എന്നെ പിടിച്ചാ കിട്ടില്ല്യാ."

"കുട്ടികൾക്ക് പറഞ്ഞുകൊടുക്കുന്നുണ്ടല്ലോ. മാഷ്ക്കും പഠിക്കാം." രവികുമാർ ചിരിച്ചുകൊണ്ടു പറഞ്ഞു.

ഹിറ്റ്ലർ മാഷ് പേനയും കടലാസ്സും അന്വേഷിച്ചുപോയി. മാഷ് പോകുന്നതും നോക്കി തലയിൽ കൈവച്ച് നിസ്സഹായനായിരുന്നു, തിരക്കഥാകൃത്ത് രവികുമാർ.

ഒരു പാൻഷോട്ടിന്റെ ആംഗ്യത്തോടെ അരുൺദേവിന്റെ കൈ സഞ്ചരിച്ച് ഒരിടത്ത് നിശ്ചലമായി. ഒളിച്ചിരുന്നു ശ്രദ്ധിക്കുന്ന കുട്ടികൾ വായ് പൊത്തി ചിരിക്കുന്നു.

ഒരു കൈയിൽ കടലാസും പേനയും മറുകയ്യിൽ ഒരു കസേരയുമായി വരുന്ന ഹിറ്റ്ലർ. ചെറിയൊരു സങ്കോചത്തോടെ കുട്ടികൾക്കു പിന്നിൽ കസേരയിട്ട് അദ്ദേഹം ഇരിക്കുന്നു. ശബരി ഒന്നിടങ്കണ്ണിട്ടു ഹിറ്റ്ലറെ നോക്കി. ചാപ്ലിനെ അനുകരിച്ച് പേന കൊണ്ട് വടി വീശുന്നപോലെ കാണിച്ച് രാഹുലിന്റെ മുന്നിലേയ്ക്കിട്ടു. പേനയെടുക്കുന്നതിനിടയിൽ ഹിറ്റ്ലർ പിന്നിലിരിക്കുന്നുണ്ടെന്ന് സൂചന കൊടുത്തു. കുട്ടികൾ പരസ്പരം രഹസ്യസന്ദേശം കൈമാറി.

രവികുമാർ മാളവികയെ ചൂണ്ടിക്കൊണ്ട് പറഞ്ഞു:

"കുട്ടി ഇതുവരെ പറഞ്ഞ കാര്യങ്ങൾ ഒന്നു ചുരുക്കിപ്പറയാമോ?"

മാളവിക താൻ കുറിച്ചെടുത്ത നോട്ട്സിലേയ്ക്ക് ഒന്നു കണ്ണോടിച്ചു. വായിക്കാൻ തുടങ്ങി.

"എഴുതിയത് വായിക്കാനല്ല പറഞ്ഞത്. കേട്ടത് ചുരുക്കി പറഞ്ഞാൽ മതി." രവികുമാർ ആവർത്തിച്ചു. മാളവിക ഓർമ്മയിൽനിന്ന് ആദ്യത്തെ കാര്യം പറഞ്ഞു. "പ്രമേയത്തിന്റെ ആഴവും ചൈതന്യവും കണ്ടെത്തണം."

"ഓകെ. തിരക്കഥ എഴുതുമ്പോൾ ശ്രദ്ധിക്കേണ്ട ചില കാര്യങ്ങളിൽ ഒന്നാണിത്. ഇനി ഇതിനോട് ബന്ധപ്പെട്ട് എന്തെങ്കിലും പറയാനുണ്ടോ?"

രാഹുൽ എഴുന്നേറ്റുനിന്നു പറഞ്ഞു.

"പ്രമേയത്തിന് കാലിക പ്രസക്തി ഉണ്ടാകണം. സാമൂഹികവും മാനുഷികവുമായ പ്രാധാന്യമുണ്ടാകണം. പ്രശ്നങ്ങളെ അത് ആഴത്തിൽ അപഗ്രഥിക്കണം."

അരുൺദേവ് പറഞ്ഞു: "സാമൂഹികപ്രാധാന്യം വേണം. മനുഷ്യനന്മയെ വളർത്തുന്നതാകണം." തുടർന്ന് ഓരോരുത്തരും പറയാൻ തുടങ്ങി.

"ഓകെ. കൃത്രിമമല്ലാത്തതും ജീവസ്സുറ്റതുമായ വിഷയങ്ങളാകണം." പ്രകാശൻമാഷ് മാളവികയുടെ വാക്കുകളെ പിന്തുണച്ചുകൊണ്ട് പറഞ്ഞു.

"വിഷയങ്ങൾ റിയലായാലും ഇമേജിനറിയായാലും സ്വാഭാവികമായിരിക്കണം. വിശ്വസനീയവും യുക്തിഭദ്രവുമായിരിക്കണം." അലൻവിൻസെന്റ് പ്രകാശൻമാഷ് പറഞ്ഞതിനു പിന്നാലെ ഒന്നുകൂടി ഉറപ്പിച്ചുപറഞ്ഞു.

"എന്താ തന്റെ പേര്?" രവികുമാർ ചിരിച്ചുകൊണ്ട് ചോദിച്ചു.

"അലെൻ വിൻസന്റ്..."

"ഏതു ക്ലാസിലാ പഠിക്കുന്നത്?"

"പതിനൊന്നാം ക്ലാസ്സിൽ..."

"ഇരിക്കൂ..."

"അലൻ വിൻസെന്റ് സിനിമയെക്കുറിച്ച് ധാരാളം വായിക്കാറുണ്ട്, അല്ലേ?"

അലൻ ചിരിച്ചു. പ്രമോദ് ചാടിയെണീറ്റ് പറഞ്ഞു.

" സർ... കഥാപാത്രങ്ങളെ അവതരിപ്പിക്കുമ്പോൾ ശ്രദ്ധിക്കേണ്ടതെന്തൊക്കെയാണ്?"

"ഒരു നല്ല തിരക്കഥാകൃത്ത് കഥാപാത്രങ്ങൾക്ക് തന്റേതായ ഡൈമെൻഷൻസ് നൽകിയായിരിക്കും അവതരിപ്പിക്കുക. ഒഴുക്കൻ കഥാപാത്രങ്ങൾ (flat characters) ക്കു പകരം ത്രിമാനസ്വഭാവമുള്ള കഥാപാത്രങ്ങളെയാവണം സൃഷ്ടിക്കേണ്ടത് (round characters). പറയാത്ത വാക്കുകളിലൂടെ, ഒതുക്കിയ വികാരങ്ങളിലൂടെ പ്രേക്ഷകമനസ്സിന്റെ വാതിലുകൾ തുറക്കാൻ കഴിയണം."

“സാറേ, ഈ Flat Characters, Round Characters എന്നൊക്കെ പറഞ്ഞാൽ ഞങ്ങളുടെ കാര്യം ഫ്ളാറ്റാകും.”

വരുൺദേവ് എണീറ്റുനിന്ന് തുറന്നടിച്ചു. അവനെ പിന്താങ്ങിക്കൊണ്ട് ചിലർ കൈയടിച്ചു.

“സിനിമയില് വാചകമടിച്ച് വാചകമടിച്ച് കുറെ കഴിയുമ്പോ സംസാരിക്കുന്ന യന്ത്രമാകുന്ന കഥാപാത്രങ്ങളെ കണ്ടിട്ടുണ്ടല്ലോ. കാഴ്ചവട്ടത്തിൽനിന്നും മറഞ്ഞാൽ അത്തരം കഥാപാത്രങ്ങളും ഓർമ്മയിൽ നിന്ന് മറഞ്ഞുപോകും. കഥയുടെ ഉള്ളറകളിലേയ്ക്ക് ഇറങ്ങിച്ചെല്ലുന്നതിന് ഇത്തരം കഥാപാത്രങ്ങൾക്കാവില്ല. ഇത്തരം കഥാപാത്രങ്ങളെ ഫ്ളാറ്റ് കാരക്ടേഴ്സ് എന്നു പറയാം. വാക്കു മാത്രമല്ല, നില്പ്, നോട്ടം, നിശ്വാസം, നിശ്ശബ്ദത തുടങ്ങി ശരീരചലനങ്ങൾ മുഴുവനും അർത്ഥവ്യാപ്തി ഉളവാക്കുംവിധം നിർണ്ണായകമായ പ്രവൃത്തികളിലൂടെയും വാക്കുകളുടെ വികാരസാന്ദ്രമായ അവതരണത്തിലൂടെയും സഹൃദയരുടെ മനസ്സിൽ നിറഞ്ഞുനിൽക്കണം. വാക്കും പ്രവൃത്തിയും പുറംകാഴ്ചയ്ക്കപ്പുറത്തേയ്ക്ക് മനസ്സിന്റെ ഉള്ളറകളിലേയ്ക്ക് നയിക്കാൻ കഴിയുന്നവയാകണം. കഥാഗതിയിൽനിന്നും അടർത്തിമാറ്റാൻ സാധിക്കാത്ത ഇത്തരം കഥാപാത്രങ്ങൾക്ക് ത്രിമാനസ്വഭാവമുണ്ടാകും. ഇവരാണ് റൗണ്ട് കാരക്ടേഴ്സ്... സംസാരിക്കുമ്പോഴും വാക്കുകൾക്കിടയിലെ വിടവുകളിലൂടെ ഇവർക്ക് സംസാരിക്കാനാകും”

“സാർ, ഇതേക്കുറിച്ചറിയാൻ എന്താണ് വഴി?” അലൻവിൻസന്റ് ചോദിച്ചു.

“ഇത്തരം അടിസ്ഥാന കാര്യങ്ങളെക്കുറിച്ച് മനസ്സിലാക്കാൻ നിരവധി ഗ്രന്ഥങ്ങളുണ്ട്. അവയിലൊക്കെ ഇത്തരം കാര്യങ്ങൾ പരാമർശിക്കുന്നുമുണ്ട്. ‘എം.ടി.യുടെ തിരക്കഥകൾ’ എന്ന കൃതിയുടെ ആമുഖത്തിൽ ‘കാണാവുന്ന സാഹിത്യം’ എന്ന ഭാഗം വായിച്ചു നോക്കൂ. അപ്പോൾ ഞാൻ പറഞ്ഞ വസ്തുതകൾ തനിക്ക് മനസ്സിലാകും. കൂടാതെ ധാരാളം ഇംഗ്ലീഷ് പുസ്തകങ്ങളുമുണ്ട്.”

മാളവികയോട് ഇരിക്കുവാൻ ആംഗ്യം കാണിക്കുവാൻ തുടങ്ങുമ്പോഴേയ്ക്കും രക്ഷപ്പെട്ട ഭാവത്തിൽ അവളിരുന്നു. ഒരു ഫുൾഷീറ്റ് പേപ്പറെടുത്ത് രവികുമാർ സാർ നേർപകുതിയായി മടക്കി. എല്ലാവരോടും ഓരോ ഷീറ്റ് പേപ്പറെടുത്ത് അതുപോലെ മടക്കുവാൻ ആവശ്യപ്പെട്ടു.

“നമ്മൾ തിരക്കഥയെഴുതുവാൻ തുടങ്ങുകയാണ്.”

എല്ലാവരും നിവർന്നിരുന്നു. പേപ്പറെടുത്ത് നേർപകുതിയിൽ മടക്കി.

"നമുക്ക് അറിവുണ്ടാകുന്നത് എങ്ങനെയാണ്? ഓരോരുത്തരായി പറയ്."

ഉത്തരം പറയാൻ സംശയിച്ചുകൊണ്ട് എല്ലാവരും സാറിനെ നോക്കി. നിശ്ശബ്ദതയെ ഭഞ്ജിച്ചുകൊണ്ട് രവികുമാർ പറഞ്ഞുതുടങ്ങി.

"എല്ലാവർക്കും അറിവുണ്ടാകുവാൻ ഈശ്വരൻ ചില കാര്യങ്ങൾ അനുഗ്രഹിച്ചു തന്നിട്ടുണ്ട്. ആർക്കു പറയാം അതെന്താണെന്ന്?"

മോഹൻലാലിന്റെ ആരാധകനായ രാഹുൽ എണീറ്റു നിന്നു.

"പഞ്ചേന്ദ്രിയങ്ങൾ അല്ലേ, സാർ. അഞ്ചു വാതിലുകൾ."

"താൻ പറഞ്ഞ പഞ്ചേന്ദ്രിയങ്ങൾ തന്നെയാണ് ഞാനുദ്ദേശിച്ചത്!"

"ഈ പഞ്ചേന്ദ്രിയങ്ങളിലൂടെ ലഭിക്കുന്ന അനുഭവങ്ങളെ നമ്മൾ രണ്ടു ചാലുകളിലേയ്ക്കായി മാറ്റുന്നു. കൈയിലിരിക്കുന്ന പേപ്പർ നിവർത്തിക്കൊണ്ടാണ് രവികുമാർ സാർ അതു പറഞ്ഞത്. കാഴ്ചയില്ലാത്തവന് കാതുതന്നെ കണ്ണിന്റെ ധർമ്മവും നിർവ്വഹിക്കാൻ സഹായിക്കുന്നതുപോലെ തിരക്കഥാകൃത്ത് രണ്ട് ചാനലൂകളിലൂടെ പഞ്ചേന്ദ്രിയങ്ങളുടെ ധർമ്മം നിർവ്വഹിക്കണം."

രാഹുൽ ചുറ്റും നോക്കി. എത്തും പിടിയും കിട്ടാത്തതുപോലെ ഒരാംഗ്യം കാണിച്ചു. അതു ശ്രദ്ധിച്ച രവികുമാർ പറഞ്ഞു.

"ഞാൻ വിശദമാക്കാം..."

ഈ കടലാസ് നേർപകുതിയാക്കി മടക്കിയല്ലോ. ഇതിൽ ആദ്യപകുതി കണ്ണിന്റെ ധർമ്മം നിർവ്വഹിക്കുന്ന വിഷ്വലുകൾ എഴുതാനുള്ള ഇടം...മറുപകുതി, കാതിന്റെ ധർമ്മം. അതായത് നാമെന്തെല്ലാമാണോ കേൾക്കുന്നത് അത് എഴുതാനുള്ള ഇടമാണ്. ശക്തമായ ഈ രണ്ട് ഇന്ദ്രിയങ്ങളെയും അർത്ഥപൂർണ്ണമായും ബുദ്ധിപരമായും ഉപയോഗിക്കുവാൻ കഴിയുന്നവന് നല്ല തിരക്കഥയെഴുതാൻ കഴിയും. അതു നല്ല സിനിമയ്ക്കുള്ള അടിത്തറയാവുകയും ചെയ്യും.

നവീൻ അജിത്തിനെ തോണ്ടി പിന്നിലേയ്ക്കൊന്നു നോക്കുവാൻ ആംഗ്യം കാണിച്ചു. കസേരയിൽ കൂർക്കം വലിച്ചുറങ്ങുന്ന ഹിറ്റ്ലർ. അജിത്തിന് ചിരി പൊട്ടി.

മാതൃകാപാഠം

ചായകുടിക്കാനുള്ള സമയമാണെന്നറിഞ്ഞു. കുട്ടികളിൽ പലർക്കും ചായയോട് വലിയ താത്പര്യമില്ല. പ്രകാശൻ മാഷും അനിൽ സാറും രവികുമാർ സാറുമെല്ലാം ചായക്കപ്പുമായി ഒരിടത്ത് വന്നിരിക്കുന്നതു കണ്ടു. രവികുമാർ സാർ എഴുതിയ തിരക്കഥകളെക്കുറിച്ചും അദ്ദേഹം പ്രവർത്തിച്ച സിനിമകളെക്കുറിച്ചും ചോദിച്ചറിയാനാണ് ഞങ്ങൾ അവിടെ എത്തിച്ചേർന്നത്.

ഒരു കൈയിൽ ചായയും മറുകൈയിൽ പഴംപൊരിയുമായി ഹിറ്റ്ലർ മാഷ് ഞങ്ങൾക്കിടയിൽ വന്നുകയറി. ഞങ്ങളുടെ സ്വകാര്യ ലക്ഷ്യങ്ങൾ തട്ടിത്തെറിപ്പിച്ചുകൊണ്ട് അദ്ദേഹം ഒരു കയ്യേറ്റക്കാരനെപ്പോലെ സംസാരിക്കാൻ തുടങ്ങി. ആരും ശ്രദ്ധിക്കുന്നില്ലെന്നറിഞ്ഞ് സ്വയം ഒന്നടങ്ങി. അല്പസമയം പ്രകാശൻ മാഷുടെയും കൂട്ടുകാരുടെയും സംഭാഷണങ്ങൾ ശ്രദ്ധിച്ചുനിന്നു. പിന്നെ ഹിറ്റ്ലർമാഷ് ചില സംശയങ്ങളുമായി അവർക്കിടയിലേയ്ക്ക് നുഴഞ്ഞുകയറി

"മാഷേ, കഥയും നോവലും വാങ്ങണപോലെ എന്താ തിരക്കഥകൾ വാങ്ങാത്തത്? തിരക്കഥയ്ക്ക് വായനക്കാരില്ലേ?"

ചോദ്യം ചോദിച്ചതോടെ ഉത്തരവാദിത്തം കഴിഞ്ഞു എന്ന മട്ടിൽ ഹിറ്റ്ലർ മാഷ് വേറെ കാര്യങ്ങളിലേയ്ക്ക് വഴുതിപ്പോയി. മറുപടി കേൾക്കുന്നതിനുമുമ്പ് മാഷ്ടെ പോക്കുകണ്ട് അനിൽ സാറും പ്രകാശൻ മാഷും ചിരിച്ചു.

"തിരക്കഥകൾ വായിക്കുന്നതിനേക്കാൾ സുഖം സിനിമ കാണുന്നതല്ലേ സാർ?"

അനാമികയെന്ന കുട്ടി തന്റെ അഭിപ്രായം പ്രകടിപ്പിച്ചു.

"തിരക്കഥകൾ മാത്രമല്ല എന്തും വായിക്കുന്നതിനേക്കാൾ സുഖവും എളുപ്പവും കാണുന്നതല്ലേ?"

രവികുമാർ സാർ തിരിച്ച് ചോദിക്കുകയാണുണ്ടായത്.

"നളചരിതം കഥകളി കാണുന്നതാണോ ഉണ്ണായിവാര്യർ എഴുതിയ ആട്ടക്കഥ വായിക്കുന്നതാണോ രസം?"

പ്രകാശൻ മാഷ് ഞങ്ങളോടെല്ലാവരോടുമായി ചോദിച്ചു.

"കഥകളി കാണുന്നതുതന്നെയാണ് സാർ." മാളവിക പറഞ്ഞു.

"കഥയോ നോവലോ വായിക്കുമ്പോൾ നമ്മുടെ ഉള്ളിലാണ് അനുഭൂതികൾ വിരിയുന്നത്. നമ്മുടെ ഭാവനയ്ക്കും അനുഭവത്തിനും അനുസൃതമായാണ് ആസ്വാദനതലം വികസിച്ചുവരുന്നത്. ഒരു കഥാപാത്രത്തിന്റെ രൂപം, ഭാവം, പ്രകൃതി എന്നിവയെല്ലാം വായനക്കാരിൽ വ്യത്യസ്തമായ രീതിയിലായിരിക്കും രൂപംകൊള്ളുക. ഓരോരുത്തരും മനസ്സിൽ വരയ്ക്കുന്ന ചിത്രത്തിന് ഒരു ഐകരൂപ്യമുണ്ടായിരിക്കണമെന്നില്ല." അനിൽ സാർ തന്റെ വീക്ഷണം വിശദീകരിക്കുകയായിരുന്നു.

"അപ്പോൾ സിനിമയാകുമ്പോൾ എങ്ങനെയാ സാറേ?"

"സിനിമാസ്വാദനത്തിൽ എന്താണ് സംഭവിക്കുന്നത്? ഒന്നാലോചിച്ചു നോക്കൂ..."

അനിൽ സാർ കുട്ടികളോട് ചോദിച്ചു.

"നടന്മാരുടെ രൂപവും ഭാവവും കഥാപാത്രങ്ങൾക്കും സംഭവിക്കുന്നു." അലൻ പറഞ്ഞു.

"അതെ, സിനിമയിൽ കഥാപാത്രങ്ങൾ മനസ്സിനകത്തല്ല രൂപപ്പെടുന്നത്, പുറത്താണ്. പുറത്തെ കാഴ്ചയാണ് ഉള്ളിലേയ്ക്കു പ്രവേശിക്കുന്നത്."

"അപ്പോൾ സാഹിത്യാനുഭവം വാനയക്കാരന്റെ ഉള്ളിലും സിനിമാനുഭവം കാഴ്ചക്കാരന്റെ പുറത്തുമാണ് സംഭവിക്കുന്നത്... അനിൽ സാർ പറഞ്ഞത് മനസ്സിലായോ?" പ്രകാശൻ മാഷ് കുട്ടികളോടു ചോദിച്ചു.

കുട്ടികൾ കുറെയൊക്കെ മനസ്സിലാക്കിയെന്ന് അവരുടെ പ്രതികരണങ്ങളിൽനിന്ന് ഊഹിക്കാൻ കഴിഞ്ഞു. സിനിമ ഒരു വിഷ്വൽ മീഡിയം ആയതിനാൽ കാഴ്ചയുടെ പ്രസക്തിയെക്കുറിച്ചുള്ള ന്യായങ്ങൾ എല്ലാവരുടെ മനസ്സിലും നിറഞ്ഞു നില്പുണ്ട്.

അലൻ വിൻസന്റും അലക്സ് പോളും മാഷന്മാരുടെ അടുത്ത് വിടാതെ കൂടി. തിരക്കഥാകൃത്തുക്കൾ മനഃപാഠമാക്കേണ്ട വസ്തുതകൾ ഒരു കടലാസിലെഴുതുകയായിരുന്നു അവർ. രവികുമാർ സാറിന്റെ നിർദ്ദേശമനുസരിച്ച് ഒരു വൈറ്റ് സ്ട്രിപ് കാർഡിൽ അവർ എഴുതി.

"Show, Don't tell" ഇതുതന്നെ രണ്ടും മൂന്നും പ്രാവശ്യമെഴുതി ചുമരിൽ ഒട്ടിക്കുവാൻ നിർദ്ദേശിച്ചു. ചില കുട്ടികളെല്ലാം ഇതു പകർത്തിയെഴുതുന്നതു കണ്ടു. മനസ്സിലായിട്ടോ അല്ലാതെയാണോ എന്നൊന്നും നിശ്ചയമില്ല.

ദൃശ്യങ്ങളിലൂടെ കഥ പറയാനുള്ള ഒരു വിചാരമാണ് തിരക്കഥാകൃത്തിന് ഉണ്ടായിരിക്കേണ്ടത്. അതിൽ ഊന്നൽ നൽകുന്നതിനു വേണ്ടിയാണ് അലനും അലക്സും പരിശ്രമിക്കുന്നത്.

"ഈ പറയുന്നതു മുഴുവനും ശരിയല്ല. പണ്ടൊക്കെ വലിയ നാടകങ്ങളും സിനിമയാക്കിയിരുന്നല്ലോ. അതൊക്കെ മികച്ച വിജയം നേടിയിട്ടുണ്ട്. ഇല്ലേ?"

പ്രമോദ് അവർക്കരികിൽ വന്നിരുന്നു. Don't tell എന്ന് പറയുന്നതിനോട് അവനു യോജിക്കാനാവുന്നില്ല. പ്രമോദിന്റെ സംശയം പിന്നിൽ നിന്നിരുന്ന അനിൽ സാർ ശ്രദ്ധിച്ചു.

"ശരിയാണ് പ്രമോദ്... സിനിമാപ്രവർത്തകർ എല്ലാ തരത്തിലുമുള്ള തന്ത്രങ്ങളും കഥ പറയുന്നതിനായി കണ്ടെത്തി. പക്ഷേ പിന്നീട് കൂടുതൽ കൂടുതൽ സിനിമാറ്റിക് ആയി കഥ പറയാനുള്ള വഴികൾ കണ്ടെത്തി. പ്രധാനപ്പെട്ട രണ്ടു മൂന്നു വഴികൾ പറയാം. അതു കേൾക്കുമ്പോൾ നിങ്ങൾക്ക് മനസ്സിലാകും."

സ്ഥലവും സമയവും മുറിച്ചുമാറ്റിക്കൊണ്ട് ചില തന്ത്രങ്ങളുണ്ട്. അവിടെ കിടക്കുന്ന ഒരു പുസ്തകത്തിന്റെ ചട്ടയിൽ മാഷ് എഴുതി:

"Cutting through space and time."

എഴുതുന്നതിനിടയിൽ മാഷ് പറയാൻ തുടങ്ങി:

"ഞാൻ ചില ദൃശ്യങ്ങൾ വിശദീകരിക്കാം. അവ എന്ത് ആശയമാണ് ഉണ്ടാക്കുന്നതെന്ന് നിങ്ങൾ പറയണം."

ദൃശ്യം ഒന്ന്: വർണ്ണാഭവും അലങ്കാരപ്രൗഢവുമായ തലസ്ഥാനം, കൈറോ.

രണ്ട്: അവിടെ ഒരു പട്ടാള മേധാവി മേലുദ്യോഗസ്ഥൻ പറയുന്ന കാര്യം ശ്രദ്ധിക്കുന്നു. ദൗത്യം സ്വീകരിക്കുന്നു.

മൂന്ന്: മേലുദ്യോഗസ്ഥന്റെ പുകയില പൈപ്പ് കത്തിച്ചുകൊടുത്ത തീപ്പെട്ടിക്കൊള്ളി ഊതിക്കെടുത്തുന്നു.

നാല്: പിന്നെ കാണുന്നത് നൂറു കണക്കിന് മൈലുകൾ അകലെ ജ്വലിച്ചുയരുന്ന സൂര്യോദയം.

അഞ്ച്: പകൽ വെളിച്ചത്തിൽ അതേ ഓഫീസർ ഒരു ഒട്ടകപ്പുറത്തിരുന്ന് മണലാരണ്യം താണ്ടുന്നു. ആ ദൗത്യത്തിനായുള്ള പുതിയ പ്രയാണം. (ലോറൻസ് ഓഫ് അറേബ്യ)

"ഈ അഞ്ചു ദൃശ്യങ്ങൾ ഒന്നു ശ്രദ്ധിച്ചു പഠിക്കൂ... അപ്പോൾ ഞാൻ പറഞ്ഞതു മനസ്സിലാകും. Cutting through space and time എന്താണ് അർത്ഥമാക്കുന്നത് എന്ന്..."

മാഷ് അല്പനിമിഷം നിശ്ശബ്ദനായി. പിന്നെ പറഞ്ഞു:

"ഖണ്ഡങ്ങളായി കിടക്കുന്ന സ്ഥലകാലങ്ങളെ നമ്മുടെ ബോധമണ്ഡലമാണ് ഇണക്കിച്ചേർത്ത് ദൃശ്യങ്ങൾക്ക് അർത്ഥഘടനയുണ്ടാക്കുന്നത്."

"ആ ദൃശ്യങ്ങൾ ഒന്നു പറയൂ." രവികുമാർ സാർ പറഞ്ഞു.

അലൻ തന്നെയാണ് പറഞ്ഞത്. "ഒന്ന് കൈറോ നഗരം... പട്ടാള മേധാവിയുടെ ദൗത്യം സ്വീകരിക്കുന്നത്. പിന്നെ പുകയില പൈപ്പ് കൊളുത്തുന്ന തീ... സൂര്യോദയം... ഒട്ടകപ്പുറത്ത് മണൽക്കാട് താണ്ടുന്നത്..."

മഹാനഗരത്തിൽനിന്നും മണൽക്കാട്ടിലേയ്ക്കുള്ള പരിവർത്തനത്തിനിടയ്ക്ക് പുകയില പൈപ്പു കൊളുത്തുന്ന തീ... തീയിൽനിന്ന് സൂര്യോദയം.. സമയവും ദൂരവും കടന്നുപോയത് ഒരൊറ്റ ദൃശ്യത്തിലൂടെ വ്യക്തമായിരിക്കുന്നു.

"സമയവും സ്ഥലവുമൊക്കെ മാറിമാറിപ്പോകുന്നതിന് ചുരുങ്ങിയ ദൃശ്യങ്ങൾ മതിയെന്നു മനസ്സിലായല്ലോ." രവികുമാർ സാർ ഒന്ന് ഉറപ്പിക്കുകയായിരുന്നു. കാഴ്ചയുടെ ഇടങ്ങൾ മാറുന്നതോടൊപ്പം സ്ഥിരമായ ഭാവങ്ങളും താത്ക്കാലികമായ ഭാവങ്ങളും മാറുമെന്നു മനസ്സിലായല്ലോ. ഈ മാറ്റങ്ങൾ ഉളവാക്കാൻ ഇപ്പോൾ പലവിധത്തിലുള്ള സാങ്കേതികവിദ്യകളും വളർന്നുവന്നിട്ടുണ്ട്. സ്പെഷ്യൽ ഇഫക്ടുകൾ കൊണ്ടും കമ്പ്യൂട്ടർ ഗ്രാഫിക്സ് കൊണ്ടും വളരെ വലിയ വിപ്ലവം തന്നെ ദൃശ്യമാധ്യമങ്ങളിൽ ഉണ്ടാക്കാൻ കഴിഞ്ഞിട്ടുണ്ടല്ലോ."

പ്രകാശൻ മാഷ് എഴുന്നേറ്റു.

"സാറേ, രാവിലെത്തന്നെ ഇത്ര കട്ടിയുള്ള വിഷയം വേണോ ? കുട്ടികൾക്ക് ദഹനക്കേടു വരും."

എല്ലാവരും ചിരിച്ചു.

"എന്നാൽ അടുത്ത പരിപാടികളിലേയ്ക്കു പ്രവേശിക്കാം... ന്താ?"

"രണ്ടു വാക്കുകളിൽ പറഞ്ഞു നിർത്താം. മാഷേ... സിനിമ എന്ന കലാരൂപത്തെ സംബന്ധിച്ച് പ്രധാനമായി മൂന്നു ഘടകങ്ങൾ നന്നായി ശ്രദ്ധിക്കണം." രവികുമാർസാർ പറഞ്ഞവസാനിപ്പിക്കാൻ ഒരുങ്ങുകയാണ്. "ഞാനെടുത്ത ക്ലാസ്സ് ശ്രദ്ധിച്ചവർക്ക് പറയാൻ പറ്റും. നിങ്ങള് പറയൂ."

അലനും കൂട്ടരും പരസ്പരം സ്വകാര്യമായി ആലോചിച്ചു.

"ചോദ്യത്തിന് ഉത്തരം പറഞ്ഞാലേ നിങ്ങളെ ഇവിടെ നിന്നും വിടൂ."

പ്രകാശൻ മാഷ് അവരെ വീറുപിടിപ്പിക്കാൻ നോക്കി.

"കാഴ്ച, കേൾവി, വാക്ക് ഈ മൂന്നു കാര്യങ്ങളെയും ലയിപ്പിച്ച് കഥ പറയണം. കാഴ്ചക്കാർക്ക് എന്തെങ്കിലുമൊരനുഭവം ഉണ്ടാക്കാൻ പ്രാപ്തമാംവിധം അവരുടെ ഉള്ളിലേയ്ക്ക് കാര്യങ്ങൾ എത്തിക്കാൻ കഴിയണം. എന്തൊക്കെയാണ്? ഒന്നുകൂടി പറയൂ."

"കാഴ്ച... കേൾവി... വാക്ക്..."

"ഓകെ, വെരിഗുഡ്. വെരിഗുഡ്."

"സിനിമ ഇമേജുകൾ കൊണ്ടാണ് എഴുതേണ്ടത്. വാക്കുകളെക്കൊണ്ടല്ല." അലൻ പറഞ്ഞു.

"ശരിയാണ്."

"ഒരു സ്ക്രീൻ പ്ലേ എന്നു പറയുന്നത് ഒരു സിനിമയുടെ ബ്ലൂ പ്രിന്റാണ്." മാളവിക പറഞ്ഞു.

"തീർച്ചയായും."

"സ്ക്രിപ്റ്റിൽ ഒരു നിമിഷത്തെ ചിത്രീകരിക്കാൻ തുടങ്ങുമ്പോൾ ആദ്യം വിഷ്വൽ. തുടർന്നാണ് സൗണ്ട് ഇഫക്ട് അല്ലെങ്കിൽ സംഭാഷണം. ഇക്കാര്യം മനസ്സിൽ വച്ചുകൊണ്ടു വേണം തിരക്കഥയെഴുതാൻ." അലക്സ്പോൾ പറഞ്ഞു.

എല്ലാവരും എഴുന്നേറ്റു. അപ്പോഴേയ്ക്കും കുറെ കുട്ടികൾ പ്രാഥമിക കൃത്യങ്ങളെല്ലാം കഴിഞ്ഞ് റെഡിയായി വരാൻ തുടങ്ങിയിരുന്നു.

പ്രഭാതഭക്ഷണം കഴിച്ച് എല്ലാവരും ആഡിയോ വിഷ്വൽ റൂമിലെത്തി. രവികുമാർസാർ ലാപ്ടോപ്പിൽ എന്തോ ടൈപ്പ് ചെയ്തു.

അക്ഷരങ്ങൾ സ്ക്രീനിൽ തെളിയാൻ തുടങ്ങി. സ്ക്രീൻ രണ്ടായി പകുത്ത കടലാസാക്കിയിരിക്കുന്നു. സ്ക്രീനിൽ കണ്ടതു ഞങ്ങൾ പേപ്പറിലേയ്ക്ക് പകർത്താൻ തുടങ്ങി.

കാഴ്ച		കേൾവി
സീൻ 73		
പകൽ/പ്രഭാകരൻപിള്ളയുടെ വീട് മുറ്റം Ext		
രാമൻ ആ മുറ്റത്തേയ്ക്ക് കയറി വന്നു. പരിസരത്ത് ആരുമില്ല.		
രാമൻ വീടിന്റെ മുൻഭാഗത്തേയ്ക്ക് നടന്നു.		
അവൻ അവിടെനിന്ന് ഉമ്മറത്തേയ്ക്ക് കണ്ണോടിച്ചു. ഒരു സ്ത്രീ ഇറങ്ങിവന്നു. കലങ്ങിയ മുഖം. പാറുന്ന മുടിയിഴകൾ.		
അവർ അവനോട് കുറേക്കൂടി അടുത്തു വന്നു.		
വാതിൽക്കൽനിന്ന് അവർ അവനെ നോക്കി.		
രാമൻ മുറ്റത്താണ്. അവൻ അവരെ ഒരിക്കൽക്കൂടി നോക്കി. തലകുനിച്ചു.		
രാമൻ	:	എന്നെ അറിയാവോ?
ഉടനെ മറുപടി ഉണ്ടായില്ല. തലയുയർത്തിനോക്കി. പ്രഭാകരൻ പിള്ളയുടെ ഭാര്യ. അവർ ഒരു മെഴുകു പ്രതിമ പോലെ അവനെ നോക്കിനിന്നു.		
പ്രഭാകരൻപിള്ളയുടെ ഭാര്യ	:	അറിയാം.
രാമൻ ഞെട്ടി. അവനു പിന്നെ എന്തുപറയണമെന്നറിയില്ല. രാമൻ തലകുനിച്ചുനിന്നു.		
പ്രഭാകരൻപിള്ളയുടെ ഭാര്യ	:	പൊയ്ക്കോ.

രാമൻ ഞെട്ടി. തലയുയർത്തി നോക്കി.

പ്രഭാകരൻപിള്ളയുടെ ഭാര്യ : ഇവിടിനി നിൽക്കണ്ടാ.

രാമൻ അവരെത്തന്നെ ഭയത്തോടെ നോക്കിനിന്നു.

പ്രഭാകരൻപിള്ളയുടെ ഭാര്യ : എവിടെയെങ്കിലും പൊയ്ക്കോ.

അവരുടെ ശബ്ദം ഇടറി. അവർ ഒരു പൊട്ടിത്തെറിയുടെ വക്കത്താണ്.

പ്രഭാകരൻപിള്ളയുടെ ഭാര്യ : എനിക്കു നിന്നെ കാണണ്ടാ!

പിന്നെ അവർ അകത്തേയ്ക്കു കയറി മുൻവശത്തെ വാതിൽ ശബ്ദത്തോടെ അടഞ്ഞു.

രാമൻ. അവൻ വീട്ടിൽനിന്നും രണ്ടടി പിറകോട്ട് നീങ്ങിനിന്നു. എങ്ങും ഒരനക്കവുമില്ല. താഴ്ത്തിയ ജനാലവിരികൾ.

രാമന്റെ നോട്ടം ഒരു ജനാലയിൽ ഉടക്കി നിന്നു.

ജനാലവിരി ഒരല്പം വശത്തേയ്ക്ക് നീങ്ങി. അവിടെ ഒരു കുരുന്നു മുഖം. അവനെത്തന്നെ തുറിച്ചുനോക്കുന്ന രണ്ടു കണ്ണുകൾ. പ്രഭാകരൻ പിള്ളയുടെ മകൻ. അവന്റെ നോട്ടത്തിൽ ഒരു തരം വല്ലാത്ത ഗൗരവമുണ്ട്. രാമൻ വല്ലാതായി.

ജനാലയ്ക്കൽ മറ്റൊരു മുഖം കൂടി. പ്രഭാകരൻ പിള്ളയുടെ മകൾ. ആ നാലുകണ്ണുകളും ഒരേ ബിന്ദുവിലേയ്ക്ക് - രാമനിലേയ്ക്ക്.

അവൻ ചുണ്ടുകടിച്ചു. തല കുനിച്ചു. തലയുയർത്തുമ്പോൾ അവന്റെ കണ്ണുകൾ നിറഞ്ഞിരുന്നു. വലിയ നീർത്തുള്ളികൾ. രാമൻ തിരിഞ്ഞു.

Cut to

പ്രഭാകരൻ പിള്ളയുടെ വളപ്പിനപ്പുറത്ത് പറമ്പുകളിൽ... അകലെ റോഡിൽ... പാടവരമ്പത്ത്.. മനുഷ്യർ ...പരുക്കൻ മുഖങ്ങൾ.. കാഴ്ച കാണാനെത്തിയവർ.

Cut Back

രാമൻ, നിറയാൻ തുടങ്ങിയ കണ്ണുകൾ തുടച്ച് അവരെ നോക്കി. ജനക്കൂട്ടം കാഴ്ചക്കാരെപ്പോലെ. അവരുടെ മുഖം ഒരു മറയ്ക്കപ്പുറത്താണ്.

Cut

"പി. പത്മരാജന്റെ 'പെരുവഴിയമ്പലം' എന്ന സിനിമയിലെ അവസാനത്തെ സീനാണ് നമ്മളിപ്പോൾ കണ്ടത്..." രവികുമാർ സാർ പറഞ്ഞുതന്നു.

"ഈ തിരക്കഥയിലെ ആദ്യത്തെ സീനിൽ ചിത്രീകരിക്കുന്നത് കവലയിൽ ബസ്സിറങ്ങി വരുന്ന പ്രഭാകരൻപിള്ളയെയാണ്. ബലാത്സംഗക്കേസിൽ മൂന്നു മാസത്തെ ശിക്ഷ കഴിഞ്ഞുവരുന്ന പ്രഭാകരൻപിള്ളയെ ഭയപ്പെടുന്ന നാട്ടുകാർ. കഥയവസാനിക്കുമ്പോഴേക്കും അതേ കവലയിൽ കാളവണ്ടിയിൽ വന്നിറങ്ങുന്ന രാമനെ നമുക്കു കാണാം. പ്രഭാകരൻപിള്ളയെ കൊന്നതിനുശേഷം ഒളിവിൽ കഴിഞ്ഞിരുന്ന രാമൻ അവിടെ വന്നിറങ്ങുമ്പോഴുണ്ടാകുന്ന പ്രതികരണം കുട്ടികൾ ശ്രദ്ധിച്ചു. സ്ക്രീനിൽ തെളിഞ്ഞ അക്ഷരങ്ങളിലേയ്ക്ക് രവികുമാർ അവരെ നയിച്ചു.

"കുട്ടികളേ, സ്ക്രീനിൽ കാണുന്ന കാര്യങ്ങൾ ആദ്യം ശ്രദ്ധിച്ച് വായിക്കുക. എഴുത്ത് പിന്നെയാകാം."

സീനിനെ സംബന്ധിച്ചുള്ള കാര്യങ്ങൾ ഓരോരുത്തരായി പറയാനാവശ്യപ്പെടുന്നു. മാളവിക ചാടിയെണീറ്റ് പറഞ്ഞു.

“പ്രഭാകരൻപിള്ളയുടെ വീടിന്റെ മുറ്റത്താണ് പ്രധാനമായും ചിത്രീകരണം നടക്കുന്നത്. Exterior ആണ് പ്രധാനമായും ചിത്രീകരിക്കുന്നത്. രാമൻ, പ്രഭാകരൻപിള്ളയുടെ ഭാര്യയും രണ്ടു കുട്ടികളുമാണ് ഈ സീനിൽ ആവശ്യമുള്ളത്.”

“അടുത്തയാൾ ബാക്കി കാര്യങ്ങൾ പറയണം.”

രാഹുൽ എണീറ്റുനിന്നു.

“സാർ, രാമൻ ഇതിൽ എന്നെ അറിയുമോ എന്ന ഒരേ ഒരു ഡയലോഗ് മാത്രമേ പറഞ്ഞുള്ളു. പക്ഷേ പ്രഭാകരൻപിള്ളയുടെ ഭാര്യയുടെ വാക്കുകൾക്കുള്ള മറുപടിയായി നോട്ടത്തിലൂടെയും ചില ആംഗ്യത്തിലൂടെയും രാമൻ മറുപടി പറയുന്നുണ്ടല്ലോ. രാമന് നന്നായി അഭിനയിക്കാനുണ്ട്, അല്ലേ സാർ...”

രാഹുലിന്റെ അഭിപ്രായം എല്ലാവരും അംഗീകരിച്ചു.

“അഭിനയിക്കുക എന്നല്ല പറയേണ്ടത്. ശരിയായി പ്രതികരിക്കുകയോ പെരുമാറുകയോ ആണ് ചെയ്യുന്നത്. വൈകാരികഭാവം നഷ്ടപ്പെടാതെ സ്വാഭാവിക രീതിയിൽ പ്രതികരിക്കുവാൻ സാധിച്ചാൽ മാത്രമേ പ്രേക്ഷകൻ വിശ്വസിക്കുകയുള്ളു. അല്ലേ?”

രവികുമാർ സാർ വിശദീകരിച്ചു.

എല്ലാ കുട്ടികളും ശരിവച്ചു.

"Emotional continuity നഷ്ടപ്പെടാതിരിക്കാൻ ചിലപ്പോൾ ഒരു നോട്ടം കൊണ്ടോ പ്രതികരണം കൊണ്ടോ സാധിച്ചേക്കും. അതു ശ്രദ്ധിച്ചുവേണം ചിത്രീകരിക്കുവാൻ.”

രാഹുൽ ചോദിച്ചു: “എന്താ സാർ ഈ ഇമോഷണൽ കണ്ടിന്യുവിറ്റി?”

“സിനിമയുടെ അന്തർധാരയായിട്ടുള്ളത് വികാരമാണ്. ആ വികാരങ്ങളുടെ ഒരു തുടർച്ച സിനിമയിൽ കാണാൻ സാധിക്കും. ഓരോ പ്രവൃത്തിയും ഉണ്ടാക്കുന്ന വികാരങ്ങൾ ആണ് പ്രേക്ഷകമനസ്സിലേയ്ക്ക് ലയിച്ചുചേരുന്നത്. ഇവയ്ക്ക് നിയതമായ തുടർച്ചയുണ്ടായിരിക്കും.” രവികുമാർ സാർ പറഞ്ഞു.

“സാധാരണ സന്തോഷത്തിൽ തുടങ്ങി കരച്ചിലിലാണ് ചില സിനിമകൾ അവസാനിക്കാറുള്ളത്..” രാഹുൽ പറഞ്ഞു.

“ആഹ്ലാദം, രോഷം, സഹതാപം, സങ്കടം, ഹാസ്യം ഇങ്ങനെ നവ രസങ്ങൾ മിന്നിമറയുന്നത് പ്രേക്ഷകനെ മാത്രം ശ്രദ്ധിച്ചിരുന്നാൽ കാണാൻ സാധിക്കും. ഈ രസങ്ങൾ ഉണ്ടാകണമെങ്കിൽ വികാര ങ്ങളെ അവസരോചിതമായി ആവിഷ്ക്കരിക്കുന്ന രംഗങ്ങളുണ്ടായിരി ക്കണം” പ്രകാശൻ മാഷ് പറഞ്ഞു.

“സാറേ, ചില സിനിമകളിൽ സ്റ്റണ്ട് നടക്കുമ്പോൾ അതിനോടു കൂടി തമാശകളും അവതരിപ്പിക്കാറുണ്ടല്ലോ. അപ്പോൾ തുടർച്ച നഷ്ട പ്പെടില്ലേ?”

“ആ രംഗങ്ങളിലുണ്ടാക്കുന്ന ഹാസ്യം ആ സ്റ്റണ്ടിന്റെ പിരിമുറുക്കം കുറച്ച് പ്രേക്ഷകന് ഒന്ന് ആശ്വസിക്കാനും രസിക്കാനും കഴിയുന്നവ യായിരിക്കണം. അത്തരം സിനിമകളിലെ സ്റ്റണ്ടുകൾ അതിശയോക്തി പരമായിരിക്കുകയും ചെയ്യും. ഒരർത്ഥത്തിൽ ആ സ്റ്റണ്ടും ഹാസ്യരം ഗങ്ങളും ഓരോരോ വികാരവിചാരങ്ങളായിരിക്കും ഉണ്ടാക്കുക. അതു കൊണ്ട് അവയ്ക്ക് കണ്ടിന്യുവിറ്റി അനുഭവപ്പെടും.”

“കിരീടം എന്ന സിനിമയിൽ കീരിക്കാടൻ ജോസിനെ അടിച്ചു വീഴ്ത്തുന്ന രംഗം നിങ്ങൾ ഓർക്കുന്നുണ്ടോ?” അനിൽ സാർ ചോദിച്ചു.

“ഉവ്വ് സാർ.”

“അവിടെ ഒരു ഹാസ്യരംഗം ചേർത്താൽ എന്തായിരിക്കും സ്ഥിതി?”

“അവിടെ ഒരു ഹാസ്യരംഗം ചേർക്കാൻ പറ്റില്ല സാർ...” രാഹുൽ സമ്മതിച്ചു.

“ഇമോഷണൽ കണ്ടിന്യുവിറ്റി എന്നതിനെപ്പറ്റി നിങ്ങൾക്കിപ്പോൾ ഒരു ധാരണയുണ്ടായിട്ടുണ്ടാകും, അല്ലേ? ശോകം എന്ന വികാ രത്തെയുണർത്തി അതു പരിപൂർത്തിയിലെത്തി ആവിഷ്ക്കരിച്ചതിനു ശേഷം പതുക്കെ മാത്രമേ അടുത്ത ഘട്ടത്തിലേയ്ക്കു പ്രവേശിക്കാൻ പാടുള്ളൂ. അതിന് ഭംഗംവരുന്ന രംഗങ്ങൾ ഇടയ്ക്കു ചേർക്കാൻ പാടില്ല. ഇക്കാര്യം എഴുത്തുകാരൻ ശ്രദ്ധിക്കേണ്ടതാണ്.”

“സാർ, വായിക്കുമ്പോഴുണ്ടാകുന്ന ഈ അനുഭവം ചിത്രീകരിക്കു മ്പോൾ ഉണ്ടാകുമോ? കുറെയൊക്കെ നഷ്ടപ്പെടില്ലേ?”

“ഇതിന്റെ മറുപടി പത്മരാജന്റെ വാക്കുകളിൽനിന്നു മനസ്സി ലാക്കൂ.” രവികുമാർ സാർ പറഞ്ഞു.

"തിരക്കഥ എഴുതുമ്പോൾ എഴുത്തുകാരന്റെ തലച്ചോറിലൂടെ സെക്കന്റിൽ ഇരുപത്തിനാല് ഫ്രെയിം എന്ന തോതിൽ ദൃശ്യങ്ങളോടുന്നുണ്ട്."

"തിരക്കഥ ഫിലിമിലേയ്ക്കു പകർത്തിയതിനുശേഷം പോലും അതിൽ വെട്ടിത്തിരുത്തലുകൾ ഉണ്ടാവുക സാധാരണമാണ്. എഴുതുന്ന വരികൾ പലപ്പോഴും ലൊക്കേഷനിൽ ആവശ്യമില്ലാതെ വരുന്നു. എഡിറ്റിംഗ് ടേബിളിൽ അവയിൽ പലതും അർത്ഥശൂന്യമായി മാറുന്നു."

"എഴുത്തുകാരന്റെ വാക്കുകളിൽനിന്നും സംവിധായകന്റെ ദൃശ്യങ്ങളിലേയ്ക്കു മാറ്റുമ്പോൾ പല സംഗതികൾക്കും മാറ്റമുണ്ടാകും. ആ സീനിന്റെ ടോട്ടൽ മൂഡും വികാരവും ചോർന്നുപോകാത്ത വിധം എഡിറ്റു ചെയ്യാൻ ആവശ്യമായ ഷോട്ടുകളിലാകും സംവിധായകന്റെ ശ്രദ്ധ."

"നാമിപ്പോൾ വായിച്ച ഈ സീനിൽ എന്തെങ്കിലും പ്രത്യേകത കാണുവാൻ കഴിഞ്ഞിട്ടുണ്ടോ? ആർക്കാണ് പറയാനാവുക?"

"അലങ്കാരങ്ങളോ വളച്ചുകെട്ടലുകളോ ഒന്നും കാണാൻ കഴിഞ്ഞില്ല." ശബരിയാണതു പറഞ്ഞത്.

"ഒരേയൊരു വാക്കു മാത്രമേ ഉപമയായി ഉപയോഗിച്ചിട്ടുള്ളൂ."

ശബ്ദം കേട്ട് തിരിഞ്ഞുനോക്കിയപ്പോൾ ബാലഗോപാലൻ മാഷ്.

ഹരീഷ് മാഷും പ്രിയംവദ ടീച്ചറുമെല്ലാം ക്ലാസ്സ് കേൾക്കാൻ വന്നിരിക്കുന്നുണ്ടെന്ന് അപ്പോഴാണ് മനസ്സിലായത്.

"മാഷ് പറഞ്ഞതു ശരിയാണ്. 'മെഴുകുപ്രതിമപോലെ അവനെ നോക്കിനിന്നു' എന്നു പറയുന്നുണ്ട്. പ്രഭാകരൻപിള്ളയുടെ ഭാര്യയുടെ നിർവ്വികാരതയും നിസ്സംഗതയും കാണിക്കുവാൻ ആ വാക്ക് ഏറ്റവും പ്രസക്തമാണെന്നാണ് എന്റെ അഭിപ്രായം." ഹരീഷ് മാഷ് പ്രതികരിച്ചു.

"കുട്ടികൾ എന്തു പറയുന്നു?"

"ശരിയാ... അതുകൊണ്ട് ഞങ്ങൾക്ക് എളുപ്പം മനസ്സിലാക്കാൻ കഴിഞ്ഞു. അഭിനയിക്കുന്നവർക്കും ആ പ്രയോഗം പ്രയോജനപ്പെടും."

"ഇതാണ് തിരക്കഥയുടെ ശക്തി. ഈ സീനിൽ ഏതെങ്കിലും വാക്യമോ ദൃശ്യമോ വെട്ടിക്കളയാനുണ്ടോ?"

കുട്ടികൾ ഒന്നടങ്കം പറഞ്ഞു..

“ഇല്ല.”

“ഒരു വാക്കോ ദൃശ്യമോ ശബ്ദമോ ചലനമോ അനാവശ്യമായാൽ സിനിമയിലത് വലിയ കല്ലുകടിയാകും. ആസ്വാദനത്തിലെ രസച്ചരട് മുറിക്കും. ഉദാഹരണമായി ഒരു കാര്യം പറയട്ടെ. കണ്ണിലെ കൃഷ്ണ മണിയുടെ ചലനം എത്ര ചെറിയ കാര്യമാണ്. പക്ഷേ സിനിമയിലത് വളരെ വളരെ വലിയ കാര്യമായി മാറുന്നു. സ്ക്രീൻ മുഴുവൻ നിറഞ്ഞു നിൽക്കുന്ന കണ്ണ്. എത്രയെത്ര ഇരട്ടി വലിപ്പത്തിലാണ് പ്രേക്ഷകരുടെ മനസ്സിലെത്തുന്നത്. നടന്റെ കൃഷ്ണമണിയൊന്നു ചലിച്ചാൽ മതി. അതിന്റെ അർത്ഥം പ്രേക്ഷകഹൃദയങ്ങളിലെത്തും. അപ്പോൾ ചെറിയ കാര്യങ്ങളായാലും നല്ല ശ്രദ്ധയോടെ അവതരിപ്പിക്കണം. മനസ്സി ലായോ?”

എല്ലാവരും സമ്മതിച്ചു.

പ്രൊഡക്ഷൻ ഹൗസ്

തിരക്കഥകൾ കേട്ട് മുത്തശ്ശിമാവ് തലയാട്ടി ചിരിക്കുന്നു. കസേരയിലിരുന്ന് മുകളിലേയ്ക്കു നോക്കിക്കൊണ്ടു കിടക്കുമ്പോൾ കാറ്റിൽ മാവിലകളുടെ സംഘനൃത്തം കാണാം. നാലു ഗ്രൂപ്പുകളുടെയും തിരക്കഥകൾ നന്നായിട്ടുണ്ട്. ഒന്നാം ഗ്രൂപ്പുകാരുടെ തണൽമരങ്ങളും രണ്ടാം ഗ്രൂപ്പുകാരുടെ മുരുകൻ 6 ബിയും മൂന്നാംഗ്രൂപ്പുകാരുടെ നെല്ലും നാലാം ഗ്രൂപ്പുകാരുടെ ഗോൾഡൻ ഡോണും... എല്ലാം ഒന്നിനൊന്ന് മികച്ചതു തന്നെ. ഓരോ വിഷയത്തെയും വ്യത്യസ്തകോണിലൂടെ കാണുന്നു...

തിരക്കഥ ആദ്യം കേൾക്കേണ്ടത് സംവിധായകനും നിർമ്മാതാവുമാണ്. പണം മുടക്കുന്നവരുടെ താത്പര്യങ്ങൾക്കനുസരിച്ചാണല്ലോ സിനിമയുണ്ടാക്കുന്നത്. ജില്ലാ പഞ്ചായത്തിന്റെയും സ്കൂൾ അധികൃതരുടെയും താത്പര്യങ്ങൾക്കനുസരിച്ചുള്ള വിഷയമായിരിക്കും തിരഞ്ഞെടുക്കുക. തിരക്കഥകൾ അവതരിപ്പിക്കുന്നതു കേൾക്കാൻ ഹെഡ്മിസ്ട്രസ്സും പി.ടി.എ. പ്രസിഡണ്ട് തങ്കപ്പൻനായരും മറ്റു ചിലരും എത്തിയിട്ടുണ്ട്.

എയ്ഡ്സ് രോഗം ബാധിച്ച് അച്ഛനമ്മമാർ മരിച്ചുപോയ ഒരു കുട്ടിയുടെ കഥയാണ് നാലാം ഗ്രൂപ്പുകാരുടെ ഗോൾഡൻ ഡോൺ. ഹെഡ്മിസ്ട്രസ്സിനും ചില മാഷമ്മാർക്കും കുട്ടികൾക്കും ആ തിരക്കഥയോടായിരുന്നു പ്രതിപത്തി.

എയ്ഡ്സ് രോഗം ബാധിച്ച അക്ഷയ്, അനന്തു എന്നീ കുട്ടികൾക്ക് സ്കൂളിൽ നേരിടേണ്ടിവന്ന അനുഭവങ്ങൾ നിങ്ങൾ ഓർക്കുന്നുണ്ടാകും. എയ്ഡിസിനെകുറിച്ചുള്ള തെറ്റിദ്ധാരണകൾ ദൂരീകരിക്കാനും ഈ സിനിമ ഉപകരിക്കും.

“ആദ്യം ഇത് നിർമ്മിക്കാം എന്നാണ് എന്റെ അഭിപ്രായം.” – പി.ടി.എ. പ്രസിഡണ്ട് തങ്കപ്പൻനായർ അർത്ഥശങ്കയില്ലാത്തവിധം വിഷയം അവതരിപ്പിച്ചു.

കുറച്ചുനേരം ഒരു നിശ്ശബ്ദത പരന്നു... ഓരോരുത്തരും പരസ്പരം സ്വകാര്യം പറയുവാൻ തുടങ്ങി... ഓരോരുത്തരും തയ്യാറാക്കിയ തിരക്കഥകളുടെ പ്രസക്തിയും പ്രാധാന്യവും അടിയറവയ്ക്കാൻ ആർക്കും ഇഷ്ടമല്ല...

"നാലു സിനിമകളും നമുക്കെടുക്കണം... എങ്കിലും സന്ദർഭത്തിന്റെ പ്രാധാന്യമനുസരിച്ച് ഹെഡ്മിസ്ട്രസിന്റെയും പി.ടി.എ. പ്രസിഡണ്ടിന്റെയും അഭിപ്രായം സ്വീകരിക്കണമെന്നാണ് എന്റെ നിർദ്ദേശം." പ്രകാശൻ മാഷ് ഒരു തീരുമാനം പ്രഖ്യാപിച്ചു. എല്ലാവരും അംഗീകരിച്ചു. അങ്ങനെ ഞങ്ങളുടെ ക്യാമ്പിന്റെ ആദ്യത്തെ പ്രൊഡക്ഷൻ തീരുമാനമായി. 'ഗോൾഡൻ ഡോൺ.'

കുട്ടികളെഴുതിയ തിരക്കഥയും കുട്ടികൾ നിർദ്ദേശിച്ച പേരും. അതിൽ വലിയ മാറ്റങ്ങളൊന്നും വരുത്തേണ്ടെന്ന് എല്ലാവരും അഭിപ്രായപ്പെട്ടു.

"നമുക്ക് തിരക്കഥയെ നല്ലൊരു സംവിധായകനെ ഏല്പിക്കണം. കുട്ടികളുടെ സിനിമാനിർമ്മാണക്യാമ്പിലെ രീതിയല്ല മുഖ്യധാരാ സിനിമയിൽ കാണുന്നത്. ഇഷ്ടപ്പെട്ട ഒരു സംവിധായകന്റെ അവസരത്തിനുവേണ്ടി വർഷങ്ങളോളം കാത്തിരിക്കുന്ന നിർമ്മാതാക്കളുടെ കഥകൾ കേട്ടിട്ടുണ്ട്."

"എം.ടി.വാസുദേവൻനായർ, ശ്രീനിവാസൻ, പി.പത്മരാജൻ, രഞ്ജിത്ത്, ലോഹിതദാസ് തുടങ്ങിയ പ്രശസ്തരൊക്കെ മലയാള സിനിമാലോകത്തുണ്ടല്ലോ. ഇവരെപ്പറ്റി എന്തു പറയുന്നു കുട്ടികളേ?"

ബാലഗോപാലൻമാഷ് ചർച്ചയിൽ സജീവമായി ഇടപെടാൻ തന്നെയാണ് വന്നിട്ടുള്ളത്.

"സാർ, അവർ തിരക്കഥാകൃത്തുക്കളായിരുന്നു. നല്ല സംവിധായകരുമായിരുന്നു." അലനും അരുൺദേവും ഒരുമിച്ചാണ് പറഞ്ഞുതുടങ്ങിയത്. അലൻ ഒടുവിൽ മുഴുവനാക്കി.

"അപ്പോൾ നല്ല തിരക്കഥാകൃത്തിനു നല്ല സംവിധായകനുമാവാം. അല്ലേ?"

"അങ്ങനെ ഒരു സിദ്ധാന്തമൊന്നും ഉണ്ടാക്കാൻ സാധിക്കില്ല."

"ഇവർക്കൊന്നും നിർമ്മാതാവിനെ തേടി അലയേണ്ടി വന്നിട്ടുണ്ടാവില്ല, അല്ലേ സാർ?"

"നല്ല എഴുത്തുകാരെയും സംവിധായകരെയും നിർമ്മാതാക്കൾക്ക് ആവശ്യമാണ്. അതു നമുക്ക് ഉറപ്പിച്ചുപറയാം."

“സംവിധായകരെപ്പറ്റിയാണ് പറഞ്ഞുതുടങ്ങിയത്. ചർച്ച വഴിമാറിപ്പോകുന്നു. കാര്യത്തിലേയ്ക്ക് കടക്കണം എല്ലാവരും.”

രവികുമാർ സാർ എല്ലാവരുടെയും ശ്രദ്ധ ക്ഷണിച്ചു.

‘ഗോൾഡൻ ഡോൺ’ എഴുതിയ ഗ്രൂപ്പുകാർ തങ്ങളുടെ തിരക്കഥയുടെ കോപ്പികൾ അപ്പോഴേയ്ക്കും ഫോട്ടോസ്റ്റാറ്റെടുത്ത് കൊണ്ടുവന്നിരുന്നു. എല്ലാ ഗ്രൂപ്പുകൾക്കും ഓരോ കോപ്പി നൽകി. ഒരെണ്ണം ഫയലിൽവച്ച് പ്രകാശൻ മാഷിനെ ഏല്പിച്ചു. ഒരെണ്ണം സംവിധായകനെ ഏല്പിക്കാൻ റെഡിയാക്കി.

“ഈ സ്യൂട്ട്കേയ്സിനെ നമ്മൾ സ്ക്രിപ്റ്റ് ബോക്സ് എന്നാണ് വിളിക്കുക.”

സ്ക്രിപ്റ്റ് ബോക്സിൽ വൺലൈനും തിരക്കഥയും വച്ചു. ഇനി സംവിധായകൻ തയ്യാറാക്കുന്ന ഷൂട്ടിംഗ് സ്ക്രിപ്റ്റ് (സ്കെച്ചുകൾ) ഉണ്ടെങ്കിൽ അവയും വയ്ക്കും. എന്നിട്ട് ഇത് സഹസംവിധായകനെ ഏല്പിക്കും. സിനിമയുടെ മുഴുവൻ ജോലികളും തീരുന്നതുവരെ ആ സഹസംവിധായകന്റെ കസ്റ്റഡിയിലായിരിക്കും ഈ സ്ക്രിപ്റ്റ് ബോക്സ്.

ഒരു സ്യൂട്ട്കേയ്സ് മേശപ്പുറത്തുവച്ചുകൊണ്ട് അനിൽസാർ വിശദീകരിച്ചു. സ്യൂട്ട്കേയ്സ് തുറന്ന് ഓരോ ഫയലുകളിലായി വൺലൈനും തിരക്കഥയും വച്ചു. മറ്റൊരു ഫയലിൽ ഷൂട്ടിംഗ് സ്ക്രിപ്റ്റ്. സ്കെച്ചുകൾ അടങ്ങിയ വേറൊരു ഫയൽ. ഇവയുടെയെല്ലാം കോപ്പിയെടുത്ത് ക്യാമറാമാൻ, മറ്റു സാങ്കേതികവിദഗ്ദ്ധർ എന്നിവർക്കും നൽകുന്നത് നല്ലതാണ്. നിർമ്മാണ നിർവ്വഹണം നടത്തുന്ന നിർമ്മാതാവിന്റെ പ്രതിനിധി, ക്യാമറാമാൻ, സംഗീതസംവിധായകൻ, ഗാനരചയിതാവ്, ആർട്ട് ഡയറക്ടർ, നൃത്തസംവിധായകൻ, മേക്കപ്പ്മാൻ, എഡിറ്റർ, സൗണ്ട് റെക്കോർഡിസ്റ്റ് എന്നിവരേയും തിരക്കഥ വായിപ്പിച്ചു കേൾപ്പിക്കുന്നത് നല്ലതാണ് എന്ന് അനിൽ സാർ പറഞ്ഞു.

“ഷൂട്ടിംഗ് സ്ക്രിപ്റ്റും തിരക്കഥയും വേറെ വേറെയാണോ സർ...?”

ചോദ്യം കേട്ട് തിരിഞ്ഞുനോക്കിയപ്പോൾ ഹിറ്റ്ലർ മാഷ്.. കുട്ടികൾ അമർത്തി ചിരിച്ചു...

ഹിറ്റ്ലർ...ഹിറ്റ്ലർ... എന്നിങ്ങനെയുള്ള നേർത്ത വിളികൾ അവിടവിടെ പൊങ്ങിയെങ്കിലും പുള്ളിക്കാരൻ അതൊന്നും ശ്രദ്ധിക്കാതെ പരമസാത്വികനായി മാതൃകാവിദ്യാർത്ഥിയായി മാറിയിരിക്കുന്നു...

“തിരക്കഥാകൃത്ത് എഴുതിവച്ചത് അതേപടി ഫിലിമിലേയ്ക്കു പകർത്തിയാൽ സംവിധായകന് പിന്നെന്താ പണി?”

അനിൽ സാറിന്റെ ചോദ്യം ഹിറ്റ്ലർ മാഷിനോടു തന്നെയായിരുന്നു.

“നല്ല തിരക്കഥയാണെങ്കിൽ പിന്നെ സംവിധായകന് പണി എളുപ്പമായില്ലേ? അതെടുത്ത് ക്യാമറാമാന്റെ കയ്യിൽ കൊടുത്താൽ മതിയല്ലോ. പിന്നെ എല്ലാവരേം ഒന്നു കോ-ഓർഡിനേറ്റ് ചെയ്യണം... അത്രയല്ലേ വേണ്ടൂ...”

“അങ്ങനെയും ചില സംവിധായകർ ഉണ്ടായിരുന്നു. അവരെ സംവിധായകർ എന്നല്ല, സംഘാടകർ എന്നാ പറയാ... സംവിധായകന്റെ മനസ്സില് മുഴുവൻ സിനിമയുമുണ്ടാകണം... തനിക്കു കിട്ടിയ സ്കെലിട്ടൻ അഥവാ രൂപരേഖയായി വേണം തിരക്കഥയെ കരുതാൻ. അതിനെ ക്രിയാത്മകമായി വികസിപ്പിക്കണം. കടലാസിൽ എഴുതപ്പെട്ട വാക്കുകൾക്കപ്പുറത്തേയ്ക്ക് വികസിപ്പിക്കണം. കഥയെ മാററിയെടുക്കണം.”

“അപ്പോ ഷൂട്ടിംഗ് സ്ക്രിപ്റ്റ് എന്നു പറയുന്ന സാധനം എന്തൂട്ടാ?” ഹിറ്റ്ലർ മാഷ് ചോദിച്ചു.

“ഷൂട്ടിംഗിനുവേണ്ടി ഓരോ സീനും എടുത്ത് ഷോട്ടുകൾ രേഖപ്പെടുത്തി വയ്ക്കും.വിശദമായ ഈ സ്ക്രിപ്റ്റിനെയാണ് ഷൂട്ടിംഗ് സ്ക്രിപ്റ്റ് എന്നു പറയുക. ഇത് സംവിധായകന്റെ വീക്ഷണത്തിലൂടെ ആയിരിക്കും എഴുതുക. സാങ്കേതികമായ സഹായത്തിന് ക്യാമറാമാന്റെ അഭിപ്രായങ്ങളും പരിഗണിക്കാറുണ്ട്.”

“ഷൂട്ടിംഗ് സ്ക്രിപ്റ്റിൽ എന്തൊക്കെ കാര്യങ്ങളാണ് ഉണ്ടാവുക?” മിഥുനാണ് ചോദിച്ചത്.

“ക്യാമറയുടെ ആംഗിൾ, അതായത് ക്യാമറ വയ്ക്കേണ്ട ഇടം, ഷോട്ടുകളുടെ സ്വഭാവം എന്നിവ സൂചിപ്പിക്കും.”

“ഇതൊക്കെ ക്യാമറാമാൻ വരുമ്പോൾ നിങ്ങൾ വിശദമായി ചോദിച്ചു മനസ്സിലാക്കണം കേട്ടോ.”

“സാറിനറിയാവുന്ന കാര്യങ്ങൾ പറഞ്ഞു താ.” അരുൺദേവ് ആവശ്യപ്പെട്ടു.

“എനിക്കറിയാവുന്ന ചില കാര്യങ്ങൾ ഞാൻ പറയാം.” രവികുമാർ സാർ പറഞ്ഞു.

“ഐ ലെവൽ, ലോ ലെവൽ എന്നൊക്കെ പറയുന്നതു കേട്ടിട്ടില്ലേ. അതൊക്കെത്തന്നെയാണ് ക്യാമറ വയ്ക്കേണ്ട ഇടങ്ങൾ. ഐ ലെവൽ ആംഗിൾ. നമ്മളൊക്കെ സാധാരണ കാണുന്ന രീതിയിൽ ക്യാമറവയ്ക്കുന്നതിനെയാണ് അങ്ങനെ പറയുന്നത്. സാധാരണകാഴ്ചയുടെ ലെവലിൽ വരുന്ന ദൃശ്യങ്ങളായിരിക്കും ഇതിൽ. നിൽക്കുമ്പോഴും

ഇരിക്കുമ്പോഴുമൊക്കെ അതേ ലെവലിൽ തന്നെയായിരിക്കും ക്യാമറ വയ്ക്കുക..."

"മറ്റൊന്ന് ലോ ആംഗിൾ. ഒരു ചെറിയ കുട്ടി അവന്റെ അച്ഛനെ നോക്കുന്നതുപോലെ താഴെനിന്ന് മുകളിലേയ്ക്കു നോക്കിക്കാണുന്ന ആംഗിളാണത്. ഈ വീക്ഷണരീതിയിലൂടെ വളരെ വലിയ ആശയങ്ങൾ ധ്വനിപ്പിക്കാനാവുമെന്ന് ദൃശ്യങ്ങൾ പഠിക്കുമ്പോൾ നിങ്ങൾക്കു മനസ്സിലാകും. അധികാരവും അഹംബോധവുമൊക്കെ ഒരൊറ്റ ദൃശ്യം കൊണ്ട് സാധിച്ചെടുക്കാം എന്നതാണ് ഈ ആംഗിളിന്റെ സവിശേഷത. ഇതിന്റെ നേർ വിപരീതദിശയിലുള്ള ആംഗിളാണ് ഹൈ ലെവൽ ആംഗിൾ. ഉയർന്ന പ്രതലത്തിൽനിന്ന് താഴേയ്ക്കു നോക്കിക്കാണുന്ന ദൃശ്യവിതാനമാണിത്. ടോപ്പ് ആംഗിൾ കൊണ്ടും വ്യത്യസ്തമാനം ഉണ്ടാക്കാവുന്നതാണ്. ആകാശത്ത് വട്ടമിട്ടുപറക്കുന്ന ഒരു പരുന്തിന്റെ വീക്ഷണംപോലെയുള്ള കാഴ്ചയുടെ വിതാനം... വിമാനത്തിൽനിന്നും കാണുന്ന കാഴ്ചയും ഇതിനു സമാനമായി വരുന്ന ഏരിയൽ ഷോട്ടാണ്. മറ്റൊരു ആംഗിളാണ് ഗ്രൗണ്ട് ലെവലിൽ ഉള്ളത്. തറനിരപ്പിൽനിന്നുള്ള കാഴ്ചകൾക്ക് പ്രത്യേക ഇഫക്ടുകളുണ്ടാക്കാൻ കഴിയുമല്ലോ."

ഹിറ്റ്ലർ മാഷ് എന്തോ ചോദിക്കുവാൻ എഴുന്നേറ്റെങ്കിലും ചോദ്യം മറന്നു പോയതുപോലെ അവിടെത്തന്നെ ഇരുന്നു.

"ഷോട്ടുകളെക്കുറിച്ചും ഷൂട്ടിംഗ് സ്ക്രിപ്റ്റിൽ എഴുതാറുണ്ടല്ലോ, അല്ലേ?" അലൻ ചോദിച്ചു.

"ലോങ് ഷോട്ട്, മീഡിയം ഷോട്ട്, ക്ലോസപ്പ് ഷോട്ട്, മൂവിംഗ് ഷോട്ട്, ക്രെയിൻ ഷോട്ട്, ഫെയ്ഡ് ഇൻ, ഫെയ്ഡ് ഔട്ട്, ഡിസോൾവ് എന്നിങ്ങനെ ഓരോ ഷോട്ടും വിശദമായി ഷൂട്ടിംഗ് സ്ക്രിപ്റ്റിൽ എഴുതാറുണ്ട്. ഷൂട്ടിംഗ് സ്ക്രിപ്റ്റിന്റെ ഒരു മാതൃക എന്റെ ലാപ്ടോപ്പിലുണ്ട്. ഞാനതു കാണിച്ചുതരാം..."

"സർ... ഷൂട്ടിംഗ് സ്ക്രിപ്റ്റ് ഉണ്ടാക്കുന്നതിനു മുമ്പ് ലൊക്കേഷൻ കാണുന്നതു നല്ലതല്ലേ? സ്ക്രിപ്റ്റിൽ വിശദാംശങ്ങൾ എഴുതാൻ അതു സഹായിക്കില്ലേ?"

"തീർച്ചയായും... ലൊക്കേഷൻ കണ്ടു നിശ്ചയിച്ചതിനു ശേഷം നമുക്ക് ഷൂട്ടിംഗ് സ്ക്രിപ്റ്റ് എഴുതിയാൽ മതി..."

"അതിനുശേഷമാണ് ചില സംവിധായകർ സ്റ്റോറി ബോർഡ് ഉണ്ടാക്കുന്നത്. സ്ക്രീനിലെ ഷോട്ടിന്റെ സ്കെച്ചുകൾ വരച്ചുണ്ടാക്കുന്നു. എസ്റ്റാബ്ലിഷ്മെന്റ് ഷോട്ട്, കോമ്പിനേഷൻ ഷോട്ട്, സജഷൻ ഷോട്ട്

എന്നിവയെല്ലാം സ്കെച്ചുകളിലൂടെ വരച്ചുവയ്ക്കും. സ്വയം വരയ്ക്കാനായില്ലെങ്കിൽ ചില സംവിധായകർ ചിത്രകാരന്മാരെക്കൊണ്ട് വരപ്പിച്ചു വയ്ക്കാറുമുണ്ട്."

"സത്യജിത് റേ തയ്യാറാക്കിയ സ്കെച്ചുകൾ ഞാൻ കണ്ടിട്ടുണ്ട് സാർ." അലൻ പറഞ്ഞു.

"സത്യജിത് റേയുടെ സ്കെച്ചുകൾ പ്രസിദ്ധീകരിച്ചിട്ടുണ്ട്. മലയാളത്തിൽ സംവിധായകനായ ഭരതന്റെ സ്കെച്ചുകൾ വളരെയധികം ശ്രദ്ധയാകർഷിച്ചിട്ടുള്ളതാണ്. വൈശാലി എന്ന ചിത്രത്തിന്റെ സ്കെച്ചുകൾ നിങ്ങൾ ആരെങ്കിലും കണ്ടിട്ടുണ്ടോ?"

"ഉവ്വ് സാർ."

"സാർ, നമ്മൾ ഇതുവരെ സംവിധായകനെയും സംവിധാനസഹായികളെയും കണ്ടെത്തിയിട്ടില്ല."

"സാർ ആരാ നമ്മുടെ സിനിമ സംവിധാനം ചെയ്യുന്നത്?"

"എല്ലാവരും ഇവിടെ ശ്രദ്ധിക്കൂ.... നമ്മളുണ്ടാക്കുന്ന ഈ സിനിമയുടെ സംവിധായകനെ ഇപ്പോൾ കണ്ടെത്താൻ പോകുന്നു." പ്രകാശൻ മാഷ് വിളിച്ചുപറഞ്ഞു.

അമ്പത് പേരും പെട്ടെന്ന് നിശ്ശബ്ദരായി... ഓരോരുത്തരുടെ മുഖത്തും ഒരന്വേഷണത്തിന്റെ തിരനോട്ടം.

"ആരായിരിക്കും ഈ സിനിമയുടെ സംവിധായകൻ? സിനിമയുടെ എല്ലാ ഘടകങ്ങളേയും സമന്വയിപ്പിച്ചുകൊണ്ട് നയിക്കുന്ന ശക്തനായ കപ്പിത്താനാണ് സംവിധായകൻ. മാത്രമല്ല എല്ലാവരേക്കാളുംമുമ്പ് സിനിമ മനസ്സിൽ കാണുന്നവനുമാണ്. കാഴ്ചയും കേൾവിയും വാക്കും ഉചിതമായും പരമാവധി ശക്തിയിലും ഉപയോഗിക്കാൻ അറിയുന്നവനായിരിക്കും സംവിധായകൻ." രവികുമാർ സാർ പറഞ്ഞു.

"പറയൂ...ആരെയാണ് സംവിധായകനായി നിർദ്ദേശിക്കുന്നത്?"

കുട്ടികൾ അങ്ങോട്ടുമിങ്ങോട്ടും നോക്കി. തലങ്ങും വിലങ്ങുമായുള്ള അന്വേഷണം. ഹിറ്റ്ലർ മാഷ് എഴുന്നേറ്റുനിന്നു പറഞ്ഞു.

"കുട്ടികൾ തന്നെ വേണംന്ന് നിർബന്ധണ്ടോ? മാഷെ... പിള്ളേരാവുമ്പോ ഇതൊക്കെ ഒരു കളിതമാശയായിട്ടാ കാണാ.. വലിയ ഉത്തരവാദിത്തംള്ള പണിയാ..."

"എന്താ മാഷ്ക്ക് നോട്ടംണ്ടോ?"

മാഷ്ടെ മുഖത്ത് ചെറിയ ഒരു അരുണിമ.

“എല്ലാവരും സമ്മതിച്ചാ ഞാനാ ഉത്തരവാദിത്തം ഏറ്റെടുക്കാം. നല്ല വെഷമംള്ള പണിയാ എങ്കിലും...”

“ഇതു കുട്ടികളുടെ സിനിമാ നിർമ്മാണക്യാമ്പല്ലേ. മാഷെങ്ങനെ ഇതിന്റെ ഉള്ളിൽ വന്നുപെട്ടുവെന്ന് ആരെങ്കിലും ചോദിച്ചാ എന്താ മറുപടി പറയാ?”

പ്രകാശൻ മാഷും അനിൽ സാറും പൊട്ടിച്ചിരിച്ചു. ചിരി കുട്ടികളിലേയ്ക്കും പടർന്നു. ഒരു നിമിഷം കൊണ്ട് ആകെ ബഹളമയമായി.

“കൊളാക്കണ്ടാന്ന് വിചാരിച്ചു പറഞ്ഞതാ. ഇവിടെ പറയണ കാര്യം എനിക്കു തന്നെ മനസ്സിലാവ്ണില്ല. പിന്നെയല്ലേ കുട്ടികൾക്ക്...” ഹിറ്റ്ലർ പ്രതികരണം അറിയിച്ചു.

“മാഷേ ഈ വക കാര്യങ്ങള് മുതിർന്നവർക്കു മനസ്സിലാക്കാനാ പ്രയാസം. കുട്ടികൾക്കു വേഗം മനസ്സിലാകും.” പ്രകാശൻ മാഷ് മറുപടി പറഞ്ഞ് കാര്യത്തിലേയ്ക്കു കടന്നു. നിങ്ങൾക്ക് വിശ്വാസമുള്ള ഒരാളുടെ പേര് പറയൂ. വേഗം വേണം.

“എന്റെ മനസ്സിൽ ഒരാളുണ്ട്. പക്ഷേ, നിങ്ങളുടെ അഭിപ്രായം കേട്ടിട്ടേ ഞാനതു പറയൂ.” പ്രകാശൻ മാഷ് എല്ലാവരോടുമായി പറഞ്ഞു.

നവീൻ എണീറ്റുനിന്നു. എല്ലാവരും കൈയടിച്ചു.

നവീൻ ഉടനെ കൈ ഉയർത്തി പറഞ്ഞു.

“ഞാനല്ല... ഞാനൊരു പേര് പറയാനാ എണീറ്റത്...”

“പറയൂ.”

“അലൻ വിൻസന്റ്.”

എല്ലാവരും എണീറ്റു നിന്നു. അഭിനന്ദിച്ചുകൊണ്ട് കുട്ടികൾ ഓടി വന്ന് അലനെ കെട്ടിപ്പിടിച്ചു.

“നിങ്ങളുടെ തീരുമാനം ശരിയായ തീരുമാനം...” പ്രകാശൻ മാഷ് അംഗീകരിച്ചു.

“ഇനി മൂന്നോ നാലോ സഹസംവിധായകർ, ഒരു അസോസിയേറ്റ് ഡയറക്ടർ...”

“പ്ലീസ്... അലൻ തന്നെ നിർദ്ദേശിക്കൂ.”

“മാളവിക”

“അലക്സ് പോൾ”

“പ്രമോദ്”

"നവീൻ"

"മാളവിക... നീ അസോസിയേറ്റ് ഡയറക്ടറാവണം."

"ഒരാൾ സ്ക്രിപ്റ്റിന്റെ ചുമതല..."

നവീൻ മുന്നോട്ടു വന്ന് സ്ക്രിപ്റ്റ് ബോക്സെടുത്തു.

"ഒരാൾ ആക്ഷൻ കണ്ടിന്യുവിറ്റി നോക്കണം."

"ചുമതലകൾ പറഞ്ഞുതരണം സർ.."

"ആക്ഷൻ കണ്ടിന്യുവിറ്റി നോക്കുന്നയാൾ ഓരോ സീനിലും അഭിനയിക്കുന്നവർ നിൽക്കുന്ന പൊസിഷൻ, ചെയ്ത പ്രവൃത്തികൾ, അതു നിർത്തുമ്പോൾ അവരുടെ മുഖം, കൈകൾ, ഒക്കെ ഏതു ദിശയിലായിരുന്നുവെന്നെല്ലാം രേഖപ്പെടുത്തിവയ്ക്കണം. പ്രമോദിന് ഈ ചുമതലയാവാമല്ലോ?"

"സാറേ, ഞാനിതുവരെ ഷൂട്ടിംഗ് പോലും കണ്ടിട്ടില്ല. പറഞ്ഞുതരുന്നതുപോലെ ചെയ്യാം."

"ഓരോ സീൻ ചിത്രീകരിക്കുമ്പോഴും ശ്രദ്ധിക്കണം. സീൻ അവസാനിക്കുമ്പോൾ ഓരോരുത്തരുടേയും പൊസിഷൻ ശ്രദ്ധിച്ച് രേഖപ്പെടുത്തിവയ്ക്കണം. നേരത്തെ പറഞ്ഞ കാര്യങ്ങളെല്ലാം ഒരു ചാർട്ട് തയ്യാറാക്കി രേഖപ്പെടുത്തിവയ്ക്കണം. ഉദാഹരണത്തിന് ആക്ഷൻ കണ്ടിന്യുവിറ്റി ചാർട്ട്. ആ ചാർട്ടിൽ നോക്കിയാൽ കാര്യങ്ങൾ ഓർമ്മിക്കാൻ കഴിയണം. ഒരു രംഗത്തിന്റെ ചിത്രീകരണം പല ഘട്ടങ്ങളിലും ഉണ്ടാകാൻ ഇടയുള്ളതുകൊണ്ട് ഇക്കാര്യം പ്രത്യേകം ശ്രദ്ധിക്കണം. സ്റ്റിൽ ഫോട്ടോകൾ നോക്കിയാലും കണ്ടിന്യുവിറ്റി മനസ്സിലാക്കാം." അനിൽ സാർ കൂട്ടിച്ചേർത്തു.

"ഡ്രസ്സ് കണ്ടിന്യുവിറ്റിയും അതുപോലെ പ്രധാനപ്പെട്ട കാര്യമാണ്. അത് അലക്സ്പോൾ ശ്രദ്ധിക്കുമല്ലോ. ഇതിനും ഒരു ചാർട്ട് സീൻ അനുസരിച്ച് ഉണ്ടാക്കിവയ്ക്കണം."

"സാർ ഞാനെന്തൊക്കെയാണ് ശ്രദ്ധിക്കേണ്ടത്?" അലക്സ്പോൾ ചോദിച്ചു.

"കഥാപാത്രങ്ങൾ ഓരോ ദിവസവും ഉപയോഗിക്കുന്ന വസ്ത്രങ്ങൾ സീനിനനുസരിച്ച് ശ്രദ്ധിച്ച് രേഖപ്പെടുത്തിവയ്ക്കണം. ചിലപ്പോൾ ഒരു ലൊക്കേഷനിൽ പല സീനുകൾ എടുത്തേക്കാം. വസ്ത്രങ്ങൾ ധരിച്ചിരുന്ന രീതിയും ശ്രദ്ധിക്കണം."

"ഡ്രസ്സ് കണ്ടിന്യുവിറ്റി ചാർട്ട്. ഇതിനും സ്റ്റിൽസ് സഹായകമാകും."

“മാളവികയുടെ ജോലികളും നിശ്ചയിച്ചോളൂ. ലൊക്കേഷൻ ചാർട്ടും, ആർട്ടിസ്റ്റ് ചാർട്ടും മാളവിക തയ്യാറാക്കണം.”

“സാർ ലൊക്കേഷൻ ചാർട്ട് എങ്ങനെയാണ് ഉണ്ടാക്കുക?”

“ഓരോ സീനും ചിത്രീകരിക്കാൻ ഉദ്ദേശിക്കുന്ന ഇടങ്ങൾ വിശദമായി രേഖപ്പെടുത്തി വയ്ക്കണം.”

“ഉദാഹരണമായി നേരത്തെ പറഞ്ഞില്ലേ. പെരുവഴിയമ്പലത്തിൽ ഒന്നാമത്തെ സീനും അറുപത്തി ഒമ്പതാമത്തെ സീനും ഒരേ കവലയാണെന്ന്. രണ്ടു രീതിയിലാണ് അവിടെ ചിത്രീകരണം നടക്കുന്നത്. വ്യത്യസ്ത ആർട്ടിസ്റ്റുകളാണ് അതിൽ പങ്കെടുക്കുന്നത്. ഇതൊക്കെ ശ്രദ്ധിച്ചുകൊണ്ടായിരിക്കണം ചാർട്ട് തയ്യാറാക്കേണ്ടത്.”

ഉദാഹരണമായി പ്രഭാകരൻപിള്ളയുടെ വീട്. രണ്ട് ജെ., അഞ്ച്, ഇരുപത്തിയഞ്ച് സീനുകളിലാണ് വരുന്നത്. രണ്ടിൽ അഭിനയിക്കുന്നവരല്ല അഞ്ചിലുള്ളത്. ഇരുപത്തഞ്ചിലും വ്യത്യാസമുണ്ട്. സംഭവങ്ങളും വിഭിന്നങ്ങളാണ്. ആ ലൊക്കേഷനിൽ ഈ സീനുകൾ പകലും രാത്രിയുമൊക്കെയായി ചിത്രീകരിക്കുന്നു. ഇക്കാര്യങ്ങൾ രേഖപ്പെടുത്തിവയ്ക്കുന്നു. ഇതുപോലെ പരമുനായരുടെ വീട്. രാമുവിന്റെ വീട് എന്നിവയും.

കവല	:	സീൻ 1, 69.
പ്രഭാകരൻപിള്ളയുടെ വീട്	:	സീൻ 2ജെ, 5, 25
പരമുനായരുടെ വീട്	:	സീൻ 23, 24, 27, 28
രാമുവിന്റെ വീട്	:	സീൻ 10, 14, 30, 60

ഇങ്ങനെ ഈ സിനിമയിൽ ഉള്ള ലൊക്കേഷനുകൾ വിശദമായി സൂചിപ്പിക്കണം. ഇതുപോലെത്തന്നെ ആർട്ടിസ്റ്റ് ചാർട്ടും തയ്യാറാക്കണം.

ആർട്ടിസ്റ്റ് ചാർട്ട്

പ്രഭാകരൻപിള്ള	:	സീൻ 1, 2എ, ബി, 5, 6, 7
രാമൻ	:	സീൻ 6, 8, 10, 15, 19, 20, 26, 28
പരമുനായർ	:	സീൻ 6, 8, 11, 14, 30, 40, 50, 52
വിശ്വംഭരൻ	:	സീൻ 6, 17, 30

ഇങ്ങനെ ഓരോ കഥാപാത്രവും ഏതെല്ലാം സീനുകളിൽ വരുന്നു, ഓരോ സീനിലും അവർ ചെയ്യുന്ന കാര്യങ്ങൾ, അവരുടെ വസ്ത്രം മറ്റു പ്രോപ്പർട്ടികൾ. ഉദാഹരണത്തിന് കണ്ണട, കുട, ബാഗ് തുടങ്ങിയവയെല്ലാം മുൻകൂട്ടി തയ്യാറാക്കുന്നതിനു ശ്രദ്ധിക്കണം. സീനിന്റെ കോപ്പികളെടുത്ത് ഈ ചാർട്ടനുസരിച്ച് ഫയൽ ചെയ്ത് സൂക്ഷിക്കണം.

സംവിധായകൻ ഇവയെല്ലാം പരിശോധിച്ച് ബോധ്യപ്പെടണം. പോരായ്മകളുണ്ടെങ്കിൽ നിർദ്ദേശിക്കണം. സിനിമയുടെ പോസ്റ്റ് പ്രൊഡക്ഷനിൽ വെള്ളം കുടിക്കാതിരിക്കണമെങ്കിൽ പ്രീപ്രൊഡക്ഷനും പ്രൊഡക്ഷനും ചിട്ടയായി പ്രവർത്തിക്കണം. ആവശ്യമായ ശ്രദ്ധയും തയ്യാറെടുപ്പുമില്ലെങ്കിൽ വലിയ നഷ്ടം സംഭവിക്കും.

നമുക്കിപ്പോൾ സംവിധായകനും സഹസംവിധായകനുമായി. ഇനി നിശ്ചയിക്കാനുള്ളത് ഏറ്റവും പ്രധാനപ്പെട്ടവരിൽ മുഖ്യനായ ആളെയാണ്. ക്യാമറാമാൻ. ഛായാഗ്രഹണം തികച്ചും സാങ്കേതികജ്ഞാനം ആവശ്യപ്പെടുന്ന വിഭാഗമാണ്. ക്യാമറയെക്കുറിച്ചും അവകൊണ്ട് ചിത്രീകരിച്ചാലുണ്ടാകുന്ന റിസൾട്ടിനെക്കുറിച്ചും നല്ല ധാരണയുള്ളവനായിരിക്കണം. രാവും പകലും ഷൂട്ടു ചെയ്യണം. വെളിച്ചം കൂടുതലുള്ളപ്പോഴും കുറവുമുള്ളപ്പോഴും ചിത്രീകരണം നിർവഹിക്കേണ്ടിവരും. പ്രകാശത്തെക്കുറിച്ച് നല്ല അവബോധമുണ്ടെങ്കിൽ മാത്രമേ നല്ല ക്യാമറാമാനാകൂ. ക്യാമറയുടെ പൊസിഷൻ, ഷോട്ടുകളുടെ പ്രത്യേകതകൾ, ലെൻസുകൾ, ഇവയെക്കുറിച്ചുള്ള പരിജ്ഞാനം ആവശ്യമാണല്ലോ. സാങ്കേതികജ്ഞാനത്തോടൊപ്പം തന്റെ വിഷയത്തിന്റെ സവിശേഷതയും വൈകാരികതയും മനസ്സിലാക്കാനുള്ള ബുദ്ധിയുണ്ടാകണം. കഥയായാലും കാര്യമായാലും വിഷയത്തിന്റെ അന്തസ്സത്ത ഉൾക്കൊള്ളാവുന്നതും പരിരക്ഷിക്കാവുന്നതുമായ ദൃശ്യങ്ങൾ കണ്ടെത്താൻ കഴിയണം.

കാര്യങ്ങൾ മനസ്സിലായപ്പോൾ ശബരി തന്റെ വഴി കണ്ടെത്തി. ക്യാമറാ സഹായിയായി പ്രവർത്തിക്കാൻ തയ്യാറായി എഴുന്നേറ്റു നിന്നു.

"തികച്ചും സാങ്കേതികജ്ഞാനം ആവശ്യമുള്ളതുകൊണ്ട് നമുക്ക് ഒരു ക്യാമറായൂണിറ്റിനെയും ക്യാമറാമാനേയും ഏർപ്പാടു ചെയ്യാം." പ്രകാശൻ മാഷ് അറിയിച്ചു.

"ശബരിയും ഒന്നുരണ്ടു കൂട്ടുകാരും അവരൊത്തു പ്രവർത്തിച്ചാൽ മതി."

ഛായാഗ്രഹണവിഭാഗത്തെക്കുറിച്ച് തീരുമാനമായപ്പോൾ അടുത്ത കാര്യത്തിലേയ്ക്കു കടക്കാമെന്നു പറഞ്ഞു. തിരക്കഥാവിഭാഗത്തെ നിശ്ചയിക്കാനായി ഒരുക്കം തുടങ്ങാം. സംഗീതം, എഡിറ്റിംഗ്, കലാസംവിധാനം എന്നിങ്ങനെ വിവിധ വിഭാഗങ്ങളെ തിരഞ്ഞെടുത്തു.. ഓരോ വിഭാഗത്തിനും ഓരോ കുട്ടിയുടെ പേരെഴുതിവച്ചു. തിരക്കഥയെ ബ്രേക്ക് ഡൗൺ ചെയ്ത് ലൊക്കേഷനുകൾ, ആർട്ടിസ്റ്റുകൾ എന്നിവയ്ക്ക് അനുസൃതമായി ചാർട്ടുകൾ തയ്യാറാക്കി വയ്ക്കണമെന്നു

തീരുമാനിച്ചു. സംവിധായകരും സഹസംവിധായകരും ആ ജോലിക്കു തയ്യാറായി. കലാസംവിധായകനായി വരുൺദേവിനെയാണ് നിശ്ചയിച്ചത്. തിരക്കഥ വായിച്ചു ഓരോ സീനിലേയ്ക്കും ആവശ്യമായ പ്രോപ്പർട്ടി ലിസ്റ്റ് തയ്യാറാക്കിവയ്ക്കാൻ പറഞ്ഞു. സീൻ തുടങ്ങുന്നതിനു മുമ്പ് തന്നെ കലാസംവിധായകൻ എല്ലാം സജ്ജമാക്കി വയ്ക്കണം.

പ്രോപ്പർട്ടി ലിസ്റ്റ് (പെരുവഴിയമ്പലം എന്ന സിനിമയിലെ 69-ാം സീനിലേയ്ക്ക് വേണ്ടിവന്നത്) മാതൃകയാക്കുന്നതിനുവേണ്ടി തയ്യാറാക്കി.

കാളവണ്ടി, നാടൻ ചായക്കടയ്ക്ക് ആവശ്യമായ സാധനങ്ങൾ, ബെഞ്ച്, അലമാര, ചായ ഗ്ലാസ്സ്, കെറ്റിൽ, അരിപ്പ, അലമാരിയിൽ ബിസ്ക്കറ്റ്, പലഹാരങ്ങൾ, ചുരുക്കത്തിൽ ആ സീനിൽ ആവശ്യമായി വരുന്ന എല്ലാ സാധനങ്ങളും കഥാപാത്രങ്ങളുടെ സ്വഭാവ പ്രത്യേകതകൾ കൂടി കണക്കിലെടുത്ത് എഴുതിവച്ചു. ഇതുപോലെ നാമെടുക്കുന്ന ഓരോ സീനിന്റെയും പ്രോപ്പർട്ടി ലിസ്റ്റുണ്ടാക്കണമെന്നു മനസ്സിലായി.

"ഇപ്പോൾ എങ്ങനെയുണ്ട് വരുൺദേവ്? ഒരു സിനിമ പിടിക്കണമെങ്കിൽ എത്രമാത്രം തയ്യാറെടുപ്പുകൾ വേണമെന്നു മനസ്സിലായില്ലേ?"

"തിരക്കഥ നിങ്ങൾ എല്ലാവരും കേട്ടിട്ടുണ്ടാകുമല്ലോ. ഇനി പ്രീപ്രൊഡക്ഷനിൽ എന്തൊക്കെ കാര്യങ്ങളാണ് വരുന്നത്? ഷൂട്ടിംഗ് തിയതിയും സമയവും നിശ്ചയിക്കണം. ഷൂട്ട് ചെയ്യാനുള്ള സ്ഥലവും കെട്ടിടങ്ങളും കണ്ടെത്തേണ്ടേ?"

"ഞങ്ങളുടെ വീടിന്റെ പരിസരത്ത് നല്ല സ്ഥലങ്ങളുണ്ട് സാർ. നമുക്കവിടേയ്ക്ക് പോകാം. അവിടെ ഷൂട്ടിംഗിനുള്ള സൗകര്യങ്ങളും ഉണ്ട്."

രാഹുലാണ് നിർദ്ദേശം വച്ചത്. നല്ല സ്ഥലമല്ല, തിരക്കഥ ആവശ്യപ്പെടുന്ന ലൊക്കേഷനാണ് കണ്ടെത്തേണ്ടത്.

"മാളവിക പറയ്... എന്തൊക്കെയാ വേണ്ടത്?"

"കഥാനായകനായ അഖിലിന്റെ വീട്, സ്കൂൾ, ക്ലാസ്സ് റൂം, ഗ്രൗണ്ട്. പിന്നെ...."

അവളുടെ വാക്കുകളിലെ സംശയം, ബോഡി ലാംഗ്വേജിലും കണ്ടു.

"ഉറക്കം തൂങ്ങാതെ കൊറച്ച് ചൊടിയും ചുണയോടും കൂടി പറയ്..." അലൻ കളിയാക്കി.

"എനിക്ക് ഒന്നു കൂടി വായിക്കണം" മാളവിക പറഞ്ഞു.

"ശരി."

"സംവിധായകൻ സ്ക്രിപ്റ്റ് മനപ്പാഠമാക്കണമെന്നാ പറയണത്." പ്രകാശൻ മാഷ് പറഞ്ഞു.

"ലൊക്കേഷൻ പോലെത്തന്നെ പ്രധാനപ്പെട്ടതാണ് അഭിനേതാക്കളെ നിശ്ചയിക്കലും. മുഖ്യധാരാ സിനിമയിൽ സൂപ്പർസ്റ്റാറിന്റെ കോൾഷീറ്റ് കിട്ടുന്നതനുസരിച്ചാണ് മറ്റെല്ലാ കാര്യങ്ങളും. മമ്മൂട്ടി, മോഹൻലാൽ, രജനീകാന്ത്, ഷാരൂഖ്ഖാൻ എന്നിവരുടെ കാര്യത്തിൽ ചിലപ്പോൾ കഥ തന്നെ മാറ്റിയെഴുതേണ്ടിവന്നിട്ടുണ്ടെന്ന് കേട്ടിട്ടുണ്ട്."

"സിനിമയല്ലേ... കിംവദന്തികൾക്കും ഗോസിപ്പുകൾക്കും ക്ഷാമം കാണില്ല."

"ഇപ്പോൾ കാര്യങ്ങൾ ഒരുവിധമായില്ലേ. ഇനി ഒരു ബഡ്ജറ്റുണ്ടാക്കണം." രവികുമാർ പറഞ്ഞു.

"നമുക്കൊരു ബഡ്ജറ്റുണ്ടാക്കണം. അതിനനുസരിച്ചുവേണം കാര്യങ്ങൾ നടത്താൻ." പ്രകാശൻ മാഷ് ഒന്നു കൂടി ഉറപ്പിച്ചു.

"പ്രീപ്രൊഡക്ഷനിൽ എന്തൊക്കെ വരുന്നുണ്ടെന്ന് ഒരിക്കൽക്കൂടി പരിശോധിക്കുന്നത് നല്ലതല്ലേ?" അനിൽ സാർ ചോദിച്ചു.

"എന്നാൽ എല്ലാവരും അതൊക്കെ ഒന്നു റിവ്യൂ ചെയ്യൂ."

തിരക്കഥാരചന പൂർത്തിയായാൽ ആദ്യത്തെ സ്റ്റെപ്പ് റെക്കോർഡിംഗാണ്. സിറ്റുവേഷനനുസരിച്ച് എഴുതിയ ഗാനങ്ങൾ ഉചിതമായ സംഗീതം നൽകി സംഗീതസംവിധായൻ റെക്കോർഡിംഗിനു തയ്യാറാക്കുന്നു. ഗായകന്റെയും ഗായികയുടെയും സ്വരമാധുരിയിൽ ഗാനങ്ങൾ ശാശ്വതവത്കരിക്കുന്ന കൃത്യമാണ് റെക്കോർഡിങ്ങ്. ഒരു സിനിമയുടെ വിളംബരമുഹൂർത്തം കൂടിയാകും അത്. പൂജയും റെക്കോർഡിങ്ങും നടന്ന വാർത്തകൾ കുട്ടികൾ ഓർത്തുപറയാൻ തുടങ്ങി.

"നമ്മൾ ബഡ്ജറ്റിനെക്കുറിച്ചാണ് പറഞ്ഞുവന്നത്..."

"നമ്മുടെ സിനിമയ്ക്കും ഒരു ബഡ്ജറ്റ് വേണ്ടേ?" പ്രകാശൻ മാഷ് ചോദിച്ചു.

"നമുക്ക് ബഡ്ജറ്റുണ്ടാക്കാം." എല്ലാവരും ഏറ്റുപറഞ്ഞു.

"ബഡ്ജറ്റിൽ എന്തൊക്കെ കാര്യങ്ങളാണ് ഉൾപ്പെടുത്തേണ്ടത്? ഓരോരുത്തരായി പറയാൻ ശ്രമിക്ക്...കേൾക്കട്ടെ." രവികുമാർ സാർ നിർദ്ദേശിച്ചു.

"മുഴുവൻ കാര്യങ്ങളും അറിയില്ല സാർ..."

"അതൊക്കെ അനിൽ സാർ പറഞ്ഞുതരും..." പ്രകാശൻ മാഷ് പറഞ്ഞു.

"സ്ക്രിപ്റ്റിന് എത്ര തുക വകയിരുത്തണം?"

ഹിറ്റ്ലർ മാഷ് എണീറ്റുനിന്നു പറഞ്ഞു.

"അഞ്ചുലക്ഷം."

"അതില് നിക്ക്വോ മാഷേ?"

"നിർത്താന്നേ... ഞാൻ ശരിയാക്കിത്തരാം." ഹിറ്റ്ലർ മാഷ് ഉറപ്പുതന്നു.

"നമ്മളിവിടെ കുട്ടികളുടെ സിനിമയല്ലേ എടുക്കുന്നത്. ഏറിപ്പോയാൽ ആയിരമോ രണ്ടായിരമോ ആകാം." പ്രകാശൻ മാഷ് വ്യക്തമാക്കി.

"എന്താ പോരേ?"

ഹിറ്റ്ലർക്ക് ഇഷ്ടമായില്ലെന്ന് മുഖഭാവം കൊണ്ടു മനസ്സിലായി.

"പൂജയ്ക്കും റെക്കോർഡിംഗിനും തന്നെ വലിയൊരു തുക വേണ്ടി വരാറുണ്ട്. നമുക്കിവിടെ ഒരു ചെറിയ ചടങ്ങ് മതിയാകും. അല്ലേ?"

എല്ലാവരും സമ്മതിച്ചു.

"ചെറിയ ചടങ്ങ് മതി."

രണ്ടോ മൂന്നോ ലക്ഷം മുതൽ കോടികൾ വരെയൊക്കെ ചെലവാക്കുന്നവരുണ്ട്. എ.ആർ.റഹ്മാനെ പോലെയുള്ള സംവിധായകരും ലതാമങ്കേഷ്കർ, യേശുദാസ്, ശ്രേയാ ഘോഷാൽ, ചിത്ര, ശങ്കർ മഹാദേവൻ, ഹരിഹരൻ, ശ്രീനിവാസൻ തുടങ്ങിയ ഗായകരുമൊക്കെയാകുമ്പോൾ എത്രവേണമെങ്കിലും ബഡ്ജറ്റ് തുക ഉയരുകയും താഴുകയും ചെയ്യാം.

"ഇനി ബഡ്ജറ്റിൽ വകയിരുത്തേണ്ടത് എന്താണ്?" ഒരു കുട്ടി ചോദിച്ചു.

"നടീനടന്മാർക്കുള്ള പ്രതിഫലം. അമിതാഭ്ബച്ചൻ, ഷാരൂഖ്ഖാൻ, രജനീകാന്ത്, വിജയ്, മമ്മൂട്ടി, മോഹൻലാൽ, ഐശ്വര്യാറായ്, കമലഹാസൻ...ഇവർ ക്കൊക്കെ എന്താ സാർ റേറ്റ്? അരുൺദേവ് ചോദിച്ചു.

"ഓരോരുത്തർക്കും ഓരോ റേറ്റ്. പുറത്തുപറയുന്നതും വാങ്ങുന്നതുമൊക്കെ എത്രയാണെന്ന് അവർക്കു മാത്രമേ അറിയൂ...ഒരു നടന് കൊടുക്കുന്ന പ്രതിഫലംകൊണ്ടുതന്നെ ഒരു സിനിമയെടുക്കാമെന്നു വിശ്വസിക്കുന്നവരുണ്ട്. സൂപ്പർസ്റ്റാറുകളുടെ പ്രതിഫലത്തുകയെ സംബന്ധിച്ച് വിവാദങ്ങൾ പുകയുന്നത് നിങ്ങൾക്കറിയാമല്ലോ. അതിലേയ്ക്കൊന്നും നമുക്ക് കടക്കേണ്ട."

"സിനിമയുടെ പിന്നിലെ ബിഗ്ബിസിനസ്സിനെ സംബന്ധിച്ചുള്ള കഥകളൊന്നും തൽക്കാലം നമ്മളന്വേഷിക്കേണ്ട." ഹിറ്റ്ലർ ഇടയ്ക്കു കയറി പറഞ്ഞു.

പണത്തിന്റെ കാര്യം പറയുന്നിടത്തൊക്കെ പുള്ളിക്കാരൻ ഉഷാറാണ്.

"കുട്ടികളും അദ്ധ്യാപകരും രക്ഷിതാക്കളുമാണ് നമ്മുടെ സിനിമയിൽ അഭിനയിക്കുന്നത്. ആരുംതന്നെ പ്രതിഫലം പറ്റുന്നില്ല. എങ്കിലും എമർജൻസി സാഹചര്യത്തിൽ ആരെയെങ്കിലും വിളിക്കേണ്ടിവന്നാലോ?.. യാത്രക്കൂലിയെങ്കിലും കൊടുക്കേണ്ടേ. ചെറിയൊരു തുക വേണമെങ്കിൽ എഴുതാം. ഒരഞ്ഞൂറു രൂപയെഴുതൂ."

"ഇനി ടെക്നീഷ്യൻസിനുള്ള പ്രതിഫലം... ഇതിൽ കാര്യമായൊന്നും കുറയ്ക്കാനില്ല. ക്യാമറയും ഉപകരണങ്ങളുമെല്ലാം ഏറ്റവും മുന്തിയ തരത്തിലുള്ളതാകണമെന്നില്ലല്ലോ. എങ്കിലും ക്യാമറ വാടക, ക്യാമറാമാനുള്ള പ്രതിഫലം, ക്യാമറ സഹായികൾക്ക് ബത്ത, എഡിറ്റർക്കുള്ള പ്രതിഫലം ഇവയൊന്നും ഒഴിവാക്കാനാവില്ല. ആർട്ട് ഡയറക്ടർ, കോസ്റ്റ്യൂമർ, മേക്കപ്പ്മാൻ, കോറിയോ ഗ്രാഫർ, സ്റ്റിൽ ഫോട്ടോ ഗ്രാഫർ, പി.ആർ.ഒ., ഹെയർ ഡ്രസ്സർ എന്നിവർക്കെല്ലാം പ്രതിഫലം നിശ്ചയിക്കണം. എത്ര ദിവസത്തെ ഷൂട്ടിങ്ങുണ്ടാകും എന്നതിന്റെ അടിസ്ഥാനത്തിൽ ആ തുക എഴുതിയാൽ മതി." രവികുമാർ സാർ പറഞ്ഞു.

"ഷൂട്ടിംഗിന് എത്ര ചെലവു വരും സാർ?" അലൻ ചോദിച്ചു.

"എത്ര ദിവസത്തെ ഷൂട്ടിംഗ് ഉണ്ടാകുമെന്നറിഞ്ഞാൽ അതനുസരിച്ച് ഷൂട്ടിംഗിന് ബഡ്ജറ്റ് തയ്യാറാക്കേണ്ടിവരും."

"യൂണിറ്റിൽ എത്ര ആൾക്കാർ ഉണ്ടാകുമെന്ന് ഒന്നു കണക്കാക്കണം."

"അഭിനേതാക്കൾ, സാങ്കേതികപ്രവർത്തകർ, വാഹനമോടിക്കുന്നവർ, ഭക്ഷണം തയ്യാറാക്കിക്കൊണ്ടുവരുന്നവർ, ക്യാമ്പംഗങ്ങൾ എല്ലാം കൂടി നമ്മുടെ സിനിമക്യാമ്പിൽ അറുപതിൽപ്പരം ആളുകളുണ്ടാകും. ഏറ്റവും ചുരുങ്ങിയത് ഒരാൾക്ക് ഒരു ദിവസത്തേയ്ക്ക് ഭക്ഷണത്തിനും താമസത്തിനുമായി ഏകദേശം എഴുപത് രൂപ ചെലവാകും. പിന്നെ ക്യാമറ വാടക, ക്യാമറാമാന്റെ പ്രതിഫലം, ക്യാമറ സഹായികൾ- രണ്ടുപേരെങ്കിലുമുണ്ടാകും. ആയിരം രൂപ വീതം അവർക്കു നൽകണം"

ലൈറ്റുകൾക്ക് വാടക-ലൈറ്റ് ബോയ്ക്ക് ബത്ത എന്നിവ നൽകണം.

ക്രെയിൻ, ട്രോളി തുടങ്ങിയവ ഉപയോഗിക്കുന്നുണ്ടെങ്കിൽ അതിനു വാടക വേണ്ടിവരും. അതു പ്രവർത്തിപ്പിക്കുന്നവർക്കുള്ള ബത്തയും കണക്കാക്കണം. ഈ ചെലവുകൾ ആനുപാതികമായി കുറഞ്ഞും

കൂടിയുമിരിക്കും. സാങ്കേതിക പ്രവർത്തകരുടെ മികവിനനുസരിച്ച് പ്രതിഫലത്തുകയിലും വ്യത്യാസം വരും.

"ഒരു ദിവസത്തെ ഷൂട്ടിംഗിനായി എത്ര രൂപ വേണ്ടിവരുമെന്നും എല്ലാവരും ഒന്നു കണക്കാക്കി നോക്കുക." അനിൽ സാർ നിർദ്ദേശിച്ചു.

"ഗതാഗതം എന്ന് സ്ക്രീനിൽ എഴുതി കാണിക്കാറുണ്ടല്ലോ സാർ... അതെന്താ?"

"നടന്മാരെയും സാങ്കേതികപ്രവർത്തകരെയും ലൊക്കേഷനിലേയ്ക്ക് യഥാസമയം എത്തിക്കുക. ഒരിടത്തുനിന്ന് ഷിഫ്റ്റ് ചെയ്യുമ്പോൾ സമയം നഷ്ടപ്പെടുത്താതെ എത്രയും പെട്ടെന്ന് അടുത്ത ലൊക്കേഷനിലെത്തിക്കുക. വളരെ ക്ലേശം നിറഞ്ഞ ജോലിയാണിത്. രാത്രിയെന്നോ പകലെന്നോ വ്യത്യാസമില്ലാതെ സന്നദ്ധരായി നിൽക്കുന്ന ഇവരുടെ ജാഗ്രതയും ആത്മാർത്ഥതയും വിലപ്പെട്ടതാണ്. അതുകൊണ്ട് വലിയ സാമ്പത്തികനഷ്ടമാണ് ഒഴിവാക്കാനാവുന്നത്."

"ഒരു ബഡ്ജറ്റുണ്ടാക്കാൻ ശ്രമിക്കാം. ഓരോ ഗ്രൂപ്പുകാരും അവരവരുടെ സിനിമയെ അടിസ്ഥാനമാക്കാൻ ശ്രമിക്കണം, കേട്ടോ." എല്ലാവർക്കും നിർദ്ദേശം നൽകി മൂന്നു സാറന്മാരും മൂന്നു ഗ്രൂപ്പുകളുടെ കൂടെ സഹായിക്കാനായി കൂടി. ചെറിയ ചെറിയ സംശയങ്ങൾ പരിഹരിച്ചും നിർദ്ദേശങ്ങൾ നൽകിയും താത്ക്കാലികമായ ബഡ്ജറ്റുണ്ടാക്കി. മൂന്നു ഗ്രൂപ്പുകളുടെ ബഡ്ജറ്റുകളും രവികുമാർ സാറും അനിൽ സാറും പ്രകാശൻ മാഷും കൂടി പരിശോധിച്ചശേഷം അലന്റെ ഗ്രൂപ്പുകാരുടെ ബഡ്ജറ്റാണ് അവതരിപ്പിക്കാൻ തെരഞ്ഞെടുത്തത്.

അലൻ വിൻസെന്റും സംഘവും ഉണ്ടാക്കിയ ബഡ്ജറ്റ് ചിലർ പകർത്തിയെഴുതാൻ ശ്രമിക്കുന്നതു കണ്ട് ഹിറ്റ്ലർ മാഷ് അവരെ ശകാരിച്ചോടിച്ചു. എന്നിട്ട് മാഷ് അലന്റെ കൈയിൽനിന്നും വാങ്ങി. വിശദമായി പഠിക്കാൻ തുടങ്ങി. മാഷുടെ കൈയിൽനിന്നും ഷാജിമാഷ് അതു വാങ്ങിക്കൊണ്ടു പറഞ്ഞു.

"നാളെ പരീക്ഷയ്ക്ക് എഴുതാനുള്ളതൊന്നുമല്ലല്ലോ... കുട്ടികള് നോക്കി പഠിക്കട്ടെ മാഷേ."

അത് അലന്റെ കൈയിൽത്തന്നെ കൊടുത്തു.

അജിത്ത് ധൃതിയിലൊന്നു കണ്ണോടിച്ചു നോക്കി. അപ്പോഴേയ്ക്കും ഓരോ ഗ്രൂപ്പുകാരും അവരവർ തയ്യാറാക്കിയ ബഡ്ജറ്റ് അവതരിപ്പിക്കണമെന്ന നിർദ്ദേശം വന്നു. അലന്റെ ഗ്രൂപ്പാണ് ആദ്യം അവതരിപ്പിച്ചത്.

എ) പ്രീ പ്രൊഡക്ഷൻ

സ്ക്രിപ്റ്റ്	1,500.00	
ക്ലാസ്സെടുക്കാൻ വന്നവർക്ക് യാത്രച്ചെലവ്	1,500.00	3,000.00

ബി) പ്രൊഡക്ഷൻ

അഭിനേതാക്കൾ (പുറത്തുനിന്നുള്ളവർക്ക്)	2,000.00	
ടെക്നീഷ്യൻസ്	10,000.00	
ഷൂട്ടിംഗ് ചെലവ്-രണ്ടു ദിവസത്തേയ്ക്ക്		
ക്യാമറ, ലൈറ്റ്, ട്രോളി, ക്രെയിൻ, യൂണിറ്റ്		
എന്നിവയുടെ ബത്തയടക്കം	15,000.00	
ഭക്ഷണം, താമസം	10,000.00	
വാഹനവാടക	3,000.00	
ഫോൺ, സ്റ്റേഷനറി	1,000.00	
നോട്ടീസ്, അറിയിപ്പുകൾ	1,000.00	
കോസ്റ്റ്യൂം (വാടക)	1,000.00	
മേക്കപ്പ്	2,500.00	
കലാസംവിധാനം	2,000.00	47,500.00

സി) പോസ്റ്റ് പ്രൊഡക്ഷൻ

ലാബ് വാടക	3,000.00	
എഡിറ്റിംഗ്	5,000.00	
ഡബ്ബിംഗ്	3,500.00	
റീറെക്കോർഡിംഗ്	5,000.00	
ഇഫക്ട്സ് ആന്റ് മിക്സിംഗ്	5,000.00	
ഗ്രാഫിക്സ് (ടൈറ്റിൽ മുതലായവ)	5,000.00	
സി.ഡി.ചാർജ്ജ് തുടങ്ങി പലവക	250.00	26,750.00
ആകെ		77,250.00

"രണ്ടു ദിവസത്തെ ഷൂട്ടിംഗിനും അതിനോടനുബന്ധിച്ചുള്ള പ്രവർത്തനങ്ങൾക്കും കൂടി ഏകദേശം പ്രതീക്ഷിക്കുന്ന ചെലവുകൾ തുടങ്ങിയവയാണ് ബഡ്ജറ്റ്. എക്സ്പെർട്ടുകളുടെ സാന്നിദ്ധ്യം കൊണ്ടും ഉപയോഗിക്കുന്ന സാധനങ്ങളുടെ മികവുകൊണ്ടും (ഉദാഹരണത്തിന്

ക്യാമറ തന്നെ) തുകയിൽ വ്യത്യാസം വരാവുന്നതാണ്. കൂട്ടുവാനും കുറയ്ക്കുവാനുള്ള അവകാശം നമുക്കുണ്ട്." പ്രകാശൻ മാഷ് അലനെ സഹായിച്ചുകൊണ്ട് പറഞ്ഞു.

പ്രകാശൻ മാഷിന്റെയും അനിൽ സാറിന്റെയും സഹായത്തോടെ തയ്യാറാക്കിയ ബഡ്ജറ്റ് വായിച്ചത് എല്ലാവരും അംഗീകരിച്ചു. അലന്റെ അവതരണശൈലിയും ആത്മവിശ്വാസവും പ്രശംസാർഹമാണ്. അവന്ന് ശരിക്കും ഒരു സംവിധായകനാകാനുള്ള ലക്ഷണമുണ്ടെന്ന് കുട്ടികൾ സ്വകാര്യമായി പറഞ്ഞു.

പ്രകാശൻ മാഷ് എണീറ്റുനിന്നു. എല്ലാവരും നിശ്ശബ്ദരായി. നമുക്ക് ജില്ലാ പഞ്ചായത്ത് തരുന്നത് 25,000/- രൂപ. പൂർവ്വവിദ്യാർത്ഥികളും പി.ടി.എ.യും നാട്ടുകാരുമെല്ലാം സഹകരിച്ച് സമാഹരിക്കാമെന്നു പ്രതീക്ഷിക്കുന്നത് 35,000 രൂപ. ഇനിയും പതിനായിരത്തിൽപരം രൂപ ഉണ്ടാക്കണം. എന്താണതിനു വഴി? ആരും ഒന്നും മിണ്ടാതെയായി. പണത്തിന്റെ കാര്യം വരുമ്പോൾ ആവേശം തണുത്തുപോകുന്നത് സാധാരണമാണല്ലോ.

നമുക്ക് രണ്ടു സ്പോൺസർമാരെ കണ്ടെത്താം. പതിനായിരംരൂപ വീതം അവരുടെ കൈയിൽനിന്നും വാങ്ങാം. എല്ലാവരും തങ്കപ്പൻനായരുടെ നിർദ്ദേശത്തെ ആഹ്ലാദത്തോടെ സ്വീകരിച്ചു. തങ്കപ്പൻനായർ ഒരു നിബന്ധന വച്ചു.

"ഒരു കാര്യം നിർബന്ധാ... സിനിമ തുടങ്ങുമ്പോൾ അവരുടെ പേര് ആദ്യം എഴുതി കാണിക്കണം. എന്താ പറ്റ്വോ?"

ബഹളം ഒന്നടങ്ങി. മറ്റു വഴികളില്ലല്ലോ. എല്ലാവരും തങ്കപ്പൻനായരുടെ നിർദ്ദേശം അംഗീകരിച്ചു.

വെളിച്ചത്തിന്റെ വില

ഞാനിപ്പോൾ എവിടെയാണ്? ചുറ്റും എന്താണ് സംഭവിക്കുന്നത്? തിരിച്ചറിയാതെ കാതോർത്തു കിടന്നു. ആരൊക്കെയോ അങ്ങോട്ടു മിങ്ങോട്ടും ധൃതിയിൽ നടക്കുന്ന കാലടിയൊച്ചകൾ. മൂളിപ്പാട്ടുകൾ... ചൂളമടികൾ... ശാസനകൾ... സന്തോഷത്തിന്റെ കൂലംകുത്തിയൊഴുക്ക്.

ഞാനെവിടെയാണ്? ഓർത്തെടുക്കാൻ ശ്രമിച്ചു.

രാത്രിയിൽ യൂണിറ്റുകാരുടെ വാഹനം വന്നപ്പോൾ കൂട്ടുകാർ ഓടി ക്കൂടിയത് ഓർമ്മയിൽ തെളിഞ്ഞു. ക്യാമറകളും ലൈറ്റുകളും റിഫ്ള ക്ടറുകളുമെല്ലാം ഇറക്കിവയ്ക്കുന്നതിന് അവരോടൊപ്പം കൂടിയിരുന്നു. നാലുമണിക്ക് ഉണരുന്നതിനുവേണ്ടി അലാറം വച്ചുകിടന്നതാണ്. ദൈവമേ... ഈ ടൈംപീസ് എന്നെ ചതിച്ചോ? പെട്ടെന്ന് എല്ലാം ഓർമ്മ യിൽ. ഇന്ന് രാവിലെ 6 മണിക്ക് എല്ലാവരും ലൊക്കേഷനിൽ എത്തണ മെന്നായിരുന്നു നിർദ്ദേശം. ഞാൻ ഉറക്കത്തിൽ പെട്ടുപോയോ? പെട്ടെന്ന് കണ്ണുതുറന്നു. എണീറ്റിരുന്നു. കൂട്ടുകാരിൽ ഒട്ടുമിക്കവരും കുളിതേവാരങ്ങൾ കഴിഞ്ഞ് പോകാൻ തയ്യാറായിരിക്കുന്നു. ചിലർ പോയിക്കഴിഞ്ഞു. ഒരുത്തൻപോലും എന്നെ വിളിച്ചില്ല. മഹാപാപികൾ.

പുല്ലുപായ മടക്കി ഒരേറു കൊടുത്തു. പല്ലുതേപ്പും കുളിയും പ്രാഥ മികകൃത്യങ്ങളുമെല്ലാം 'സ്വാഹ'യാക്കി. അലക്കിത്തേച്ച പുത്തൻ ഡ്രസ്സെടുത്തിട്ടു. വീട്ടിൽനിന്ന് പോരുമ്പോൾ അമ്മ പ്രത്യേകം എടുത്തു വച്ചതാണ്. കുട്ടികളും അദ്ധ്യാപകരും സാങ്കേതിക പ്രവർത്തകരും എല്ലാം അങ്ങോട്ടുമിങ്ങോട്ടും ധൃതിയിൽ നടക്കുന്നുണ്ട്. ആർക്കും നേരമില്ല. എന്തെങ്കിലും കാര്യം ചോദിച്ചാൽത്തന്നെ ആരും ശ്രദ്ധിക്കു ന്നുമില്ല. എല്ലാവർക്കും അവരവരുടെ കാര്യങ്ങൾ.

മുഖ്യകഥാപാത്രം ആരാണ് അവതരിപ്പിക്കേണ്ടത് എന്ന് ചർച്ചയുടെ അവസാനം എല്ലാവരും കൂടി നിശ്ചയിച്ചു.

"ഈ കഥാപാത്രമാവാൻ അജിത്ത് തന്നെയാണ് യോജിച്ചത്."

അങ്ങനെ മുഖ്യവേഷം അഭിനയിക്കാൻ എന്നെയാണ് നിശ്ചയിച്ചത്. നേരം വെളുക്കുന്നതിനിടയിൽ തീരുമാനങ്ങൾ മാറിമറിഞ്ഞോ? ചിലപ്പോൾ അതും സംഭവിച്ചിട്ടുണ്ടാകും. അല്ലെങ്കിൽ അവർ എന്നെ വിളിച്ചുണർത്തുമായിരുന്നില്ലേ? സിനിമയെ വിശ്വസിക്കാൻ കൊള്ളില്ലെന്ന് സ്ഥിരം പരാതി പറയാറുള്ളത് ബാലഗോപാലൻ മാഷാണ്. സാക്ഷാൽ 'ഉലകം ചുറ്റും വാലിബൻ'.

ശരിയായിരിക്കുമോ...മാഷെ കളിയാക്കാറുള്ളതിനുള്ള ശിക്ഷയായിരിക്കാം.

"സിനിമയാകുമ്പോ ഒന്നും വിശ്വസിക്കാൻ പറ്റില്ലെടോ. ഞാനും പണ്ടൊരു അഭിനയം കാഴ്ചവച്ചത് നാട്ടിലൊക്കെ പാട്ടാണല്ലോ. "

സിനിമയിലഭിനയിക്കാൻവേണ്ടി നാടുവിട്ടുപോയ കഥ എത്ര പറഞ്ഞാലും മാഷ്ക്ക് മതിയാവില്ല. ആദ്യമായി പറയുന്നതിന്റെ പുതുമ എപ്പോഴും സൂക്ഷിക്കുന്നുമുണ്ട്.

"ഇപ്പോ നൂറ്റിയൊന്നാമത്തെ ആവർത്തിയാ സാറേ എന്നെങ്ങാൻ പറഞ്ഞാൽ..."

"എന്നാ ഒരു പ്രാവശ്യം കൂടി കേട്ടോ. അതുകൊണ്ട് നിന്റെ ചെവിയൊന്നും പൊട്ടിപ്പോകില്ല."എന്നായിരിക്കും മറുപടി.

ബാലഗോപാലൻ മാഷ് ക്ലാസ്സിൽ വരാതെ എന്നും ഓരോ പേരിൽ കറങ്ങിയടിച്ചു നടക്കും. വന്നാൽ പിന്നെ അതുവരെ നടത്തിയ കാര്യങ്ങളുടെ ഗുണ്ടും കതിനയും പൊട്ടിയ്ക്കലാണ്. അങ്ങനെ വീണുപോയതാണ് ഉലകം ചുറ്റും വാലിബൻ എന്ന പേര്. കേൾവിക്കാരുണ്ടോ എന്നത് ബാലഗോപാലൻ മാഷ്ക്ക് ഒരു പ്രശ്നമല്ല.

"ഈ സിനിമാന്ന് പറയണത് മുഴുവൻ കള്ളത്തരാ. വിശ്വസിക്കാൻ കൊള്ളില്ല. എന്തൊരു ശിങ്കൻ റോളായിരുന്നു എനിക്കു കിട്ടിയത്. യോഗം വേണം. യോഗം." സ്വയമൊന്നു നിശ്വസിച്ച ശേഷം പഴം പുരാണത്തിന്റെ ചാക്കുകെട്ടഴിക്കാൻ തുടങ്ങി.

"സെറ്റില് ചെന്നപ്പോ ആദ്യം ആരും എന്നെ തീരെ വകവച്ചിരുന്നില്ല. അഭിനയം കഴിഞ്ഞപ്പോ സംഗതിയാകെ മാറി. മെയിൻ ആർട്ടിസ്റ്റ്... ഹീറോ...! ആരാന്നാ കരുതിയത്. സാക്ഷാൽ എം.ജി.ആർ.

"റൊമ്പ പ്രമാദമായിരുക്ക് അണ്ണാ." എന്നു പറഞ്ഞ് എന്നെ വന്നു കെട്ടിപ്പിടിച്ചു.

"ദേ മേലാകെ കോരിത്തരിക്കുണൂ."

തുടർന്നാണ് ഭാവമാറ്റം. സംസാരത്തിന്റെ ടോൺ മാറും. കള്ളന്മാര്. എഡിറ്റിംഗ് ടേബിളിലെത്തുന്നതുവരെ ഞാനായിരുന്നു മികച്ചുനിന്നത്. പിന്നെയല്ലേ മുറി തുടങ്ങിയത്. മുറിച്ച് മുറിച്ച് വാലും തലയും കളഞ്ഞു. ഹീറോയേക്കാളും വലിയ ആളാകണ്ടാ. ഏഷണി കൂട്ടാൻ ശിങ്കിടികളും. സിനിമ എറങ്ങിക്കഴിഞ്ഞപ്പോ നാട്ടുകാരേക്കൊണ്ട് സൈ്വരക്കേടായി. ബാലഗോപാലൻമാഷ് കാറ്റായിട്ടാ അഭിനയിച്ചതെന്ന്. ഒരു കണക്കിന് ശരിയാ. പത്തു പ്രാവശ്യം സിനിമ കണ്ടീട്ടാ എന്റെ ഷർട്ടിന്റെ കോളറ് തിരിച്ചറിഞ്ഞത്. അത്രേള്ളൂ സിനിമ. വിശ്വസിക്കാൻ കൊള്ളില്ല.

എന്റെ അവസ്ഥയും ഇതുതന്നെയാകുമോ? ഒന്നു തീർച്ചപ്പെട്ടെങ്കിൽ പിന്നെ അതനുസരിച്ചു നടക്കാമല്ലോ. അലൻവിൻസെന്റിനെയും രാഹുലിനെയും വരുൺദേവിനെയും ആരെയും കാണാനില്ല. അവരെവിടെ പോയി?

ഓരോ പാഡുകളിലായി സീനുകൾ അടുക്കിവെയ്ക്കുകയായിരുന്നു മാളവിക. എന്നെ കണ്ടതോടെ അവൾ പറഞ്ഞു:

"ങാ... എണീറ്റോ...എന്തൊരൊറക്കായിരുന്നു. ഉറക്കത്തില് ഡയലോഗുകളൊക്കെ കാച്ചുന്നുണ്ടായിരുന്നൂലോ. നല്ല സ്വപ്നാണെങ്കിൽ തടസ്സപ്പെടുത്തേണ്ടെന്നു കരുതീട്ടാ വിളിക്കാഞ്ഞേ. അഭിനയിക്കാനുള്ളതല്ലേ. മതിയാവോളം ഉറങ്ങട്ടേന്നു വിചാരിച്ചു."

ഓ...ആശ്വാസമായി. എന്നെ ഇതുവരെ ആരും മുറിച്ചുമാറ്റിയിട്ടില്ല. നാണക്കേട് തോന്നി. ഒന്നും മിണ്ടാതെ മാളവികയെ നോക്കിനിന്നു.

"അലനെയും വരുണിനെയുമൊന്നും കാണാനില്ലല്ലോ. "ഞാൻ ചോദിച്ചു.

"അവരൊക്കെ ലൊക്കേഷനിലേയ്ക്ക് നേരത്തെ പോയി. വരുണല്ലേ കലാസംവിധായകൻ. സെറ്റൊക്കെ റെഡിയാവുമ്പോ അജിത്തിനെ വിളിക്കാന്ന് പറഞ്ഞിട്ടാ പോയത്."

സ്ക്രിപ്റ്റ് പാഡ് നോക്കിക്കൊണ്ട് വലിയ സംവിധായികയെപ്പോലെ മാളവിക പറയാൻ തുടങ്ങി.

"ഇന്നെടുക്കുന്ന എല്ലാ സീനിലും നീയുണ്ട്. ആദ്യം ഷൂട്ട് ചെയ്യുന്നത് നിന്റെ വീടാ. അവിടെ നീയും ഒരമ്മൂമ്മയും മാത്രേള്ളൂ. രണ്ടു സീൻ കഴിഞ്ഞാൽ പിന്നെ നേരെ സ്കൂളിലേയ്ക്ക് വരും. അവിടെ ക്ലാസ്സ് റൂം, ഓഫീസ് റൂം, സ്റ്റാഫ് റൂം ഒക്കെ എടുക്കും. ഇന്ന് ആറോ, ഏഴോ സീൻ എടുക്കാൻ കഴിയണമെന്നാ അലൻ പറഞ്ഞത്. നാളെ മുഴുവൻ ഔട്ട്ഡോറിലാ... വഴി, സ്കൂൾ ഗ്രൗണ്ട്, ചവിട്ടുപടികൾ എന്നിവ."

മാളവികയുടെ കൈയിലെ പാഡ് വാങ്ങിനോക്കി. ലൊക്കേഷൻ അനുസരിച്ച് എടുക്കുന്ന രീതിയിൽ അടുക്കിവച്ച സീനുകൾ. ക്രമമനുസരിച്ച് വീണ്ടും അടുക്കിവച്ചു. തീയതിയും സമയവുമൊക്കെ പെൻസിൽകൊണ്ട് അടയാളപ്പെടുത്തിയിരിക്കുന്നു. ആർട്ടിസ്റ്റ്സ് ചാർട്ടിലും മാളവിക പെൻസിൽകൊണ്ട് അടയാളപ്പെടുത്തിയിട്ടുണ്ട്. ഒന്നാം സീനിൽ എന്റെയും അമ്മൂമ്മയുടെയും പേരുകൾ സൂചിപ്പിച്ചിട്ടുണ്ട്. അമ്മൂമ്മയെ രാവിലെ ഏഴരമണിക്ക് ലൊക്കേഷനിൽ എത്തിക്കാൻ നിർദ്ദേശം കൊടുത്തിട്ടുണ്ടെന്നും എഴുതിവച്ചിരിക്കുന്നു.

മാളവികയോട് എനിക്കു ബഹുമാനം തോന്നി. പ്രവൃത്തികൾ എത്ര ഭംഗിയായാണ് ആസൂത്രണം ചെയ്തിരിക്കുന്നത്. കൊച്ചുകൊച്ചു കാര്യങ്ങൾ കൂടി മുൻകൂട്ടി കണ്ടിരിക്കുന്നു. മാത്രമല്ല, ബന്ധപ്പെട്ടവരെ അറിയിക്കുകയും അവരുടെ പ്രതികരണം സൂചിപ്പിക്കുകയും ചെയ്തിട്ടുണ്ട്. ഇക്കാര്യങ്ങളൊക്കെ പ്രൊഡക്ഷൻ കൺട്രോളറെക്കൊണ്ട് ചെയ്യിക്കാൻ നല്ല വൈഭവം വേണം. അച്ഛൻ എന്നും എന്നോട് പറയാറുള്ള ചില കാര്യങ്ങൾ ഞാൻ ഓർത്തു. ഉപദേശമാണെന്നു തോന്നിയാൽ ഞാൻ സ്വയം സ്വിച്ച് ഓഫ് ചെയ്യും. കേൾക്കുന്നതുപോലെ ഇരിക്കും. കൈപ്പത്തികളിൽ മുഖവും താങ്ങി... അച്ഛൻ പറയുന്നത് ഒന്നും കേൾക്കാറില്ല. ഇപ്പോഴാണതിന്റെ പ്രാധാന്യം അറിയുന്നത്. എന്തു കാര്യം ചെയ്യാൻ പോകുമ്പോഴും, ഒരു നിമിഷം കണ്ണടച്ച് അവിടെ നടക്കാനിടയുള്ള കാര്യങ്ങൾ ക്രമമനുസരിച്ച് മനസ്സിൽ കാണണം. അങ്ങനെ കാണുന്ന കാര്യങ്ങൾ ആവശ്യമായ തയ്യാറെടുപ്പുകളോടെ നടത്തണം. ഒരു മൊട്ടുസൂചിയാണെങ്കിൽ പോലും അച്ഛനത് നേരത്തെ തയ്യാറാക്കിവച്ചിരിക്കും. സിനിമയുടെ കാര്യത്തിലും ഇതു വളരെ പ്രാധാന്യമുള്ളതാണെന്നു ബോധ്യപ്പെട്ടു. എല്ലാ വിഭാഗക്കാരും പരസ്പരധാരണയോടെ ആവശ്യമായ തയ്യാറെടുപ്പുകൾ നടത്തിയാൽ മാത്രമേ ഷൂട്ടിങ്ങും പോസ്റ്റ് പ്രൊഡക്ഷനായ എഡിറ്റിംഗ്, ഡബ്ബിംഗ് തുടങ്ങിയ എല്ലാ കാര്യങ്ങളും സുഗമമായി നടക്കുകയുള്ളു.

“ഹലോ, അജിത്ത്.” ഓർമ്മയുടെ ഓളങ്ങളിൽ ഒഴുകിപ്പോയിരുന്ന ഞാൻ പെട്ടെന്ന് ഞെട്ടിയുണർന്നു.

“എന്താ നായകൻ ഓർത്തുനിൽക്കുന്നത്. രണ്ടു പ്രാവശ്യം ഞാൻ വിളിച്ചിട്ടും കേട്ടില്ല. സ്വപ്നം ഇതുവരെ തീർന്നിട്ടില്ലേ?” മാളവികയുടെ കളിയാക്കൽ.

“വരൂ... നായകനെ സെറ്റിലെത്തിക്കേണ്ട ഉത്തരവാദിത്തം എന്റേതാ.”

ഞങ്ങൾക്കുവേണ്ടി ഏർപ്പെടുത്തിയ വാഹനം വന്നുകിടക്കുന്നുണ്ടായിരുന്നു. മേക്കപ്പ്മാനും ഞാനും മാളവികയും പിന്നെ നാലഞ്ചു കുട്ടികളും കയറി. ക്യാമറ യൂണിറ്റുകാർ നേരത്തെത്തന്നെ ലൊക്കേഷനിലേയ്ക്ക് പോയിട്ടുണ്ടായിരുന്നു.

ആൾപാർപ്പില്ലാതെ കാടുപിടിച്ചു കിടന്നിരുന്ന ഒരു ചെറിയ വീടാണ് കണ്ടുവച്ചിരുന്നത്. വീടും പരിസരവും കണ്ടപ്പോൾ ഞാൻ അത്ഭുതപ്പെട്ടുപോയി. കഥയ്ക്കനുസരിച്ച് വീടിന്റെ കാഴ്ചപ്പാടിൽ വ്യത്യാസങ്ങളുണ്ടാക്കിയിരിക്കുന്നു. ശങ്കരൻകുട്ടി മാഷുടെയും വരുൺദേവിന്റെയും നേതൃത്വത്തിൽ നടത്തിയ സംവിധാനം കൊണ്ട് അതു പഴയ വീടാണെന്നു പോലും അറിയാത്ത വിധത്തിലായി.

ഒരു കസേര ആരോ കൊണ്ടിട്ടു. പിന്നാലെ മറ്റൊരു കസേരയുമായി മേക്കപ്പ്മാൻ എന്നു പറയുന്ന ആൾ എന്റെ മുന്നിലിരുന്നു. എന്റെ ഹെയർസ്റ്റൈൽ ആകെ മാറ്റി. മുടിയിഴകൾ വെട്ടി നീളം കുറച്ചു. ഒരു വട്ടക്കണ്ണാടിയിലൂടെ കണ്ട എന്റെ മുഖം എനിക്ക് തന്നെ തിരിച്ചറിയാൻ പറ്റാത്ത വിധം മാറ്റി. കോസ്റ്റ്യൂമർ അപ്പോഴേയ്ക്കും എന്റെ അടുത്തു വന്നു. ഒരു ഷർട്ടും ട്രൗസറും തന്ന് വസ്ത്രം മാറി വരാൻ പറഞ്ഞു. ഡ്രസ്സു മാറുന്നതിനായി അങ്ങോട്ടുമിങ്ങോട്ടും നോക്കുകയായിരുന്നു. രണ്ടു മൂന്നു സഹസംവിധായകർ വേഗം വന്ന് ഒരു ഷീറ്റ് കൊണ്ട് മറയുണ്ടാക്കി. വസ്ത്രം മാറാൻ ആവശ്യപ്പെട്ടു. ധൃതിയിൽ വസ്ത്രം മാറി പുറത്തുവന്നു. ഞാൻ ഇപ്പോൾ കഥാപാത്രമായി മാറിക്കഴിഞ്ഞിരിക്കുന്നു. ഞാൻ വരുമ്പോൾ ധരിച്ചിരുന്ന വസ്ത്രങ്ങൾ കോസ്റ്റ്യൂമർ വാങ്ങി സൂക്ഷിച്ചു. അയാൾ പറഞ്ഞു:

"ഇനി സിനിമ റിലീസ് ചെയ്യുംവരെ നീയിട്ടിരിക്കുന്ന വസ്ത്രങ്ങൾ സൂക്ഷിക്കണം കേട്ടോ. കണ്ടിന്യുവിറ്റിയാ. റീഷൂട്ട് വേണ്ടി വന്നാലും ഇതേ കോസ്റ്റ്യൂം വേണം. ഷൂട്ടിംഗ് കഴിഞ്ഞാൽ വസ്ത്രങ്ങൾ ഇവിടെ ത്തന്നെ സൂക്ഷിക്കണം. മറക്കരുത്."

മേക്കപ്പ്മാൻ അപ്പോഴേക്കും എന്റെ സമീപത്തിരുന്ന പ്രായമായ സ്ത്രീയുടെ മുടിയിഴകൾ അല്പം നരപ്പിക്കുകയും അവരുടെ വേഷം മാറ്റുവാൻ വേണ്ടി ചില വസ്ത്രങ്ങൾ അവർക്കു നൽകുകയും ചെയ്തു കഴിഞ്ഞിരുന്നു.

"നിങ്ങളോടും കൂടിയാ ഞാൻ പറഞ്ഞേ. ഡ്രസ്സ് കണ്ടിന്യുവിറ്റി." ആ സ്ത്രീയെ മേക്കപ്പ്മാൻ വിളിച്ചുകൊണ്ടുപോകുന്നത് കണ്ടു.

അപ്പോഴേയ്ക്കും അലൻ വിൻസന്റ് അടുത്തു വന്നു. അവൻ കഥാസന്ദർഭം വിവരിച്ചതിനുശേഷം ഡയലോഗുകൾ പറഞ്ഞുതന്നു.

പറയിപ്പിച്ചുനോക്കി. ഡയലോഗിന്റെ ആക്സെന്റും ടോണുമെല്ലാം ബോധ്യപ്പെടുത്തി. ഡബ്ബ് ചെയ്യുമ്പോൾ ഇക്കാര്യം ശ്രദ്ധിച്ചാൽ മതിയെന്നും സൂചിപ്പിച്ചു. ഡയലോഗ് കാണാതെ പഠിക്കാൻ പറഞ്ഞ് സീൻ എന്നെ ഏല്പിച്ചുപോയി.

ഡയലോഗ് രണ്ടുമൂന്നു പ്രാവശ്യം വായിച്ചു. കാണാതെ പറഞ്ഞുനോക്കി. ഭാവവും അർത്ഥവും ധ്വനിപ്പിക്കുന്ന രീതിയിൽ സ്വാഭാവികമായി പറഞ്ഞുനോക്കി. സാധാരണ നമ്മൾ സംസാരിക്കുന്ന മട്ടിൽ സംസാരിച്ചാൽ മതിയെന്ന് അനിൽ സാർ ഓർമ്മിപ്പിച്ചു. ലിപ് മൂവ്മെന്റാണ് പ്രത്യേകം ശ്രദ്ധിക്കേണ്ടതെന്ന് സൂചിപ്പിച്ചു.

ക്യാമറയും ലൈറ്റുകളും കൊണ്ടുപോകുന്നതു കണ്ടു. വീടിന്റെ വരാന്തയിൽ ഒരു പന്ത് ചുമരിലേയ്ക്കും നിലത്തേയ്ക്കുമെറിഞ്ഞ് കളിക്കുന്ന ഷോട്ടാണ് ആദ്യമെടുക്കുന്നത്. ക്യാമറ ട്രൈപോഡിൽ ഐ ലെവലിലാണ് വച്ചിരിക്കുന്നത്. ക്യാമറയുടെ ദൃശ്യപരിധി നിർണ്ണയിക്കുവാൻ ഒരു സഹസംവിധായകൻ ക്യാമറയുടെ മുന്നിൽ വന്നു നിന്നു. ക്യാമറമാൻ നിർദ്ദേശങ്ങൾ നൽകി. പൊസിഷൻ നിർണ്ണയിച്ചു. എന്റെ മൂവ്മെന്റിന്റെ പരിധി അടയാളപ്പെടുത്തി. ഞാൻ ചെയ്യാനുദ്ദേശിക്കുന്ന പ്രവൃത്തി സഹസംവിധായകൻ ചെയ്തു കാണിച്ചു. റിഫ്ളക്ടറുകൾ ഷോട്ടിനു സജ്ജമാക്കി.

ക്ലാപ്പ് ബോർഡിൽ സഹസംവിധായകനായ പ്രമോദാണ് ചോക്കുകൊണ്ട് എഴുതിയത്. ഞങ്ങളുടെ സ്കൂളിന്റെ പേരും ഫിലിം ക്ലബ്ബിന്റെ പേരും സിനിമയുടെ പേരും പെയിന്റുകൊണ്ട് എഴുതിയ, ഒന്നര അടിയോളം വലിപ്പമുള്ള, ഒരു പലക. അതിന്റെ മുകൾ ഭാഗത്ത് അതേ നീളത്തിൽ പട്ടികപോലുള്ള ഒരു മരക്കഷണം ഉയർത്തിയടിക്കാവുന്ന തരത്തിൽ പിടിപ്പിച്ചിട്ടുണ്ട്. ക്ലാപ്പ് ബോർഡിന്റെ പകുതിഭാഗത്താണ് മേൽപ്പറഞ്ഞ സംഗതികൾ എഴുതിയിട്ടുള്ളത്. താഴെ മൂന്നു കള്ളികൾക്കു മുകളിൽ സീൻ, ഷോട്ട്, ടേക്ക് എന്ന് എഴുതിയിട്ടുണ്ട്. താഴെയാണ് പ്രമോദ് ചോക്കുകൊണ്ട് എഴുതിയത്. സീൻ 1. ഷോട്ട് 1, ടേക്ക് 1 എന്നൊക്കെ.

എല്ലാവരും റെഡിയായി. സ്വിച്ച് ഓൺ കർമ്മം നിർവ്വഹിക്കാൻ ജില്ലാ പഞ്ചായത്ത് പ്രസിഡണ്ട് എത്തുമെന്നു പറഞ്ഞിരുന്നു. കാണുന്നില്ല. അനിൽസാറും ക്യാമറാമാനും സമയം പോകുന്നുവെന്ന മുന്നറിയിപ്പ് നൽകി. പകൽ വെളിച്ചത്തെ ആശ്രയിച്ചാണ് ഷൂട്ടിംഗ് മുഖ്യമായും നിശ്ചയിച്ചിട്ടുള്ളത്. സൂര്യൻ ആർക്കുവേണ്ടിയും കാത്തുനിൽക്കില്ലെന്ന് അനിൽസാറും ആത്മഗതം നടത്തുകയാണ്. അപ്പോഴേയ്ക്കും ജില്ലാ

പഞ്ചായത്ത് പ്രസിഡണ്ട്, പി.ടി.എ.പ്രസിഡണ്ട്, ഹെഡ്മിസ്ട്രസ്സ്, വാർഡ് മെമ്പർ എന്നിവരെകൂട്ടി പ്രകാശൻ മാഷ് അവിടേയ്ക്ക് വന്നു. പ്രസംഗമോ ആശംസയോ ഒന്നുമില്ല. ഹെഡ്മിസ്ട്രസ്സ് എല്ലാവരേയും സ്വാഗതം ചെയ്തുകൊണ്ട് രണ്ടു വാക്ക് സംസാരിച്ചു. ജില്ലാ പഞ്ചായത്ത് പ്രസിഡണ്ട് സ്വിച്ച് ഓൺ കർമ്മം നിർവ്വഹിച്ചു. അഭിനേതാക്കളും സാങ്കേതികപ്രവർത്തകരുമൊഴിച്ചുള്ളവരെല്ലാം ക്യാമറയുടെ പിൻഭാഗത്തേയ്ക്ക് മാറിനിന്നു. ക്യാമറാമാൻ റിഫ്ളക്ടറുകൾ ഒന്നുകൂടി ശരിയാക്കി. ഒരു സ്ഥാനം കാണിച്ചുകൊണ്ട് എന്നോട് അവിടെ വന്നു നിൽക്കാൻ പറഞ്ഞു. ക്യാമറയുടെ പരിധിക്കുള്ളിൽനിന്ന് മാറിപ്പോകരുതെന്ന് ഓർമ്മിപ്പിച്ചു. കയ്യിലുള്ള പന്ത് വെറുതെ നിലത്ത് എറിയുകയും പിടിക്കുകയും ചെയ്തുകൊണ്ട് ഞാനൊരു റിഹേഴ്സൽ നടത്തി. ക്യാമറാമാൻ ഒരു ഉപകരണം കൊണ്ടുവന്ന് എന്റെ മുഖത്തിനുസമീപം പിടിച്ചു. അതിലെ മീറ്റർ നോക്കിയശേഷം റിഫ്ളക്ടറുകളുടെ പൊസിഷൻ അല്പം കൂടി മാറ്റി. എക്സ്പോഷർ മീറ്റർ എന്ന ഉപകരണം വച്ച് സൂര്യവെളിച്ചത്തിന്റെ അളവ് പരിശോധിച്ചു. ക്യാമറാമാനോട് എന്തൊക്കെയോ സംശയങ്ങൾ ചോദിക്കുന്നുണ്ടായിരുന്നു അലൻ. പിന്നീട് അത് മാളവികയ്ക്ക് പറഞ്ഞുകൊടുക്കുന്നുമുണ്ടായിരുന്നു.

ക്യാമറയെ സംബന്ധിച്ച ക്ലാസ്സെടുത്തപ്പോൾ ഈ ഉപകരണത്തിന്റെ പ്രയോജനത്തെയും പ്രയോഗസാധ്യതകളെയുംപ്പറ്റി പറഞ്ഞിരുന്നു. ക്യാമറയാണ് സിനിമയുടെ കേന്ദ്രബിന്ദു. ക്യാമറയില്ലാതെ സിനിമയില്ല. ഓരോ രംഗവും എടുക്കുന്നതിനുമുമ്പ് വെളിച്ചത്തിന്റെ അളവ് പരിശോധിക്കണം. റിഹേഴ്സൽ ഏതാണ്ടു തൃപ്തികരമായപ്പോൾ പ്രകാശൻ മാഷ് എല്ലാവരോടും നിശ്ശബ്ദരായിരിക്കാൻ പറഞ്ഞു.

പെട്ടെന്നാണെന്റെ മനസ്സിലൂടെ ഗുരുത്വം, വിനയം, ഈശ്വരാനുഗ്രഹം എന്നിങ്ങനെയുള്ള ചിന്തകൾ ഓടിക്കയറിയത്. ഹെഡ്മിസ്ട്രസിന്റെയും പ്രകാശൻ മാഷിന്റെയും അനിൽ സാറിന്റെയും കൂട്ടുകാരൻ അലൻ വിൻസെന്റിന്റെയും കാൽതൊട്ടു വന്ദിച്ചു. വീണ്ടും പറഞ്ഞുതന്ന സ്ഥലത്ത് റെഡിയായി നിന്നു. ഗാന്ധിജിയുടെ ചിത്രം വച്ച് തിരികൊളുത്തിയാണ് കർമ്മം ആരംഭിച്ചത്. അലനും ഞാനും ഹെഡ്മിസ്ട്രസ്സും പി.ടി.എ. പ്രസിഡണ്ടും ക്യാമറാമാനും ഓരോ തിരികൾ കൊളുത്തി.

സാധാരണഗതിയിൽ കർപ്പൂരം കത്തിക്കലും നാളികേരമുടക്കലുമില്ലാതെ ഒരു സിനിമയും ആരംഭിക്കാറില്ല. വിശ്വസിച്ചാലും ഇല്ലെങ്കിലും സിനിമാരംഗത്തുള്ളവർ ഈ ചടങ്ങ് മുടക്കാറില്ല.

"ഷോട്ട് എടുക്കാൻ പോണു." അലന്റെ ശബ്ദം.

"ക്ലാപ്പ്..." നേരത്തെ എഴുതിയ ക്ലാപ്പ് ബോർഡ് ക്യാമറയുടെ മുന്നിൽ പിടിച്ചു.

"സ്റ്റാർട്ട് ക്യാമറ..." ക്യാമറ സ്റ്റാർട്ടായശേഷം ക്ലാപ്പ് ബോർഡിലെ പട്ടികക്ക്ഷണം ഉയർത്തിയടിച്ചു.

"ടേക്കൺ..."ക്യാമറാമാൻ പറഞ്ഞു. ക്യാമറ പ്രവർത്തിപ്പിക്കുകയും സെക്കന്റുകൾക്കുശേഷം നിർത്തുകയും ചെയ്തു. ക്ലാപ്പ് ബോർഡിലെഴുതിയ കാര്യങ്ങളെല്ലാം ഒപ്പിയെടുത്തുകഴിഞ്ഞു.

"എല്ലാവരും റെഡിയല്ലേ?." ക്യാമറാമാൻ ചോദിച്ചു.

"റെഡി... സ്റ്റാർട്ട് ക്യാമറ."

ഞാൻ അനങ്ങാതെ നിന്നു.

"ആക്ഷൻ..."

ആരോരുമില്ലാതെ ഒറ്റയാനായി പോയ ഒരു കുട്ടിയാവാൻ ശ്രമിച്ചു. അവനെപ്പോലെ പന്തെറിഞ്ഞു കളിച്ചു. കളിയിലുള്ള അനവധാനത എന്റെ കഥാപാത്രത്തിന്റെ മനോനില പ്രകടിപ്പിക്കാൻ പര്യാപ്തമാകും വിധമാണ് പ്രകടനം.

"കട്ട്... ഷോട്ട്. ഓകെ. വെരിഗുഡ് അജിത്ത്."

ആദ്യഷോട്ടിൽത്തന്നെ എന്റെ ഭാഗം തെറ്റുകൂടാതെ അവതരിപ്പിക്കാൻ കഴിഞ്ഞു. എനിക്ക് സമാധാനമായി. ഞങ്ങൾ മുഴുവൻ പേരുടെയും ആത്മാർത്ഥമായ പ്രവർത്തനവും പ്രാർത്ഥനയും സഫലമാകുന്നു എന്നാണ് എനിക്കു തോന്നിയത്. ഈ സീനിന്റെ തുടർച്ചയായി മുത്തശ്ശിയേയും കാണിക്കുന്നുണ്ട്. ഉമ്മറത്തിണ്ണയിൽ ഇരിക്കുന്ന മുത്തശ്ശിയെ ചിത്രീകരിക്കുന്നതിനായി സംവിധാനങ്ങൾ മുഴുവനും മാറ്റി. ക്യാമറ നേരെ എതിർദിശയിലേയ്ക്ക് കൊണ്ടുവന്നു. ഇപ്പോൾ തീവണ്ടിപ്പാതയെ ഓർമ്മിപ്പിക്കുന്നതുപോലെ രണ്ട് റെയിലുകൾ കൊണ്ടിട്ടു. അതിന്റെ മുകളിൽ ക്യാമറ ഉറപ്പിക്കുന്നതിനായി മരംകൊണ്ടുള്ള ഒരു തട്ട് ഘടിപ്പിച്ചു. ഈ തട്ടിനു മുകളിൽ സ്റ്റാന്റും ഇരിപ്പിടവുമൊരുക്കിയ ശേഷം ക്യാമറാമാനും അസിസ്റ്റന്റും കയറിനിന്നു. ഈ തട്ട് മുന്നിലേക്കും പിന്നിലേക്കും ചലിപ്പിച്ച് സഞ്ചാരം സുഗമമാക്കിയശേഷമാണ് മുത്തശ്ശിയെ വിളിച്ചത്. മേക്കപ്പ്മാൻ വിളിച്ചുകൊണ്ടുപോയ ആ സ്ത്രീയാണ് ഈ മുത്തശ്ശിയെന്ന് വിശ്വസിക്കാൻ പ്രയാസം തോന്നി. ദൈന്യവും ദുഃഖവും തളം കെട്ടി നിൽക്കുന്ന മുഖം.

ആ ഷോട്ട് മുത്തശ്ശിയെ കടന്ന് പന്തെറിഞ്ഞുകൊണ്ടിരിക്കുന്ന എന്നിലാണ് അവസാനിക്കുന്നത്. ഓരോ ഷോട്ടെടുക്കുമ്പോഴും പ്രമോദ്, അലക്സ് പോൾ, നവീൻ, മാളവിക എന്നിവർ ശ്രദ്ധിച്ചു റിപ്പോർട്ടുകളെ ഴുതുന്നുണ്ടായിരുന്നു.

വെയിലുകൊള്ളാതിരിക്കാൻ എല്ലാവരും തൊപ്പിയണിഞ്ഞിട്ടുണ്ട്. പ്രത്യേകതരം തൊപ്പിയണിഞ്ഞ അലനെ കണ്ടാൽ സംവിധായകന ല്ലെന്ന് ആരും പറയില്ല. ഭാവിയിലെ പത്മരാജനോ, ഭരതനോ, സ്പിൽ ബർഗ്ഗോ, ജെയിംസ് കാമറൂണോ അതിനേക്കാൾ വലിയ ഒരാളോ ആയി ത്തീരാമല്ലോ. കാര്യപ്രാപ്തിയിലും ഉത്സാഹത്തിലുമെല്ലാം അവൻ എല്ലാവരുടേയും പ്രശംസ നേടുന്നുണ്ട്. ക്യാമറയുടെ ആംഗിൾ, ലോങ്ങ് ഷോട്ട്, മിഡിൽ ഷോട്ട്, ഫെയ്ഡ് ഇൻ, ഫെയ്ഡ് ഔട്ട് എന്നെല്ലാമെഴു തിയ ഷൂട്ടിംഗ് സ്ക്രിപ്റ്റിനൊപ്പം അലന്റെ കൈയിൽ ഓരോ സീനിലും ഷോട്ടുകളെടുക്കേണ്ടതെങ്ങനെയെന്നതിന്റെ സ്കെച്ചുകളുണ്ടാക്കിയത് കാണാനിടയായി. പഥേർ പാഞ്ചാലിയുടെ സംവിധായകനായ സത്യ ജിത്റേയും മലയാളത്തിന്റെ അഭിമാനമായ ഭരതനുമെല്ലാം ഇത്തരം സ്കെച്ചുകൾ വരച്ചാണ് ചിത്രീകരണം നടത്താറുള്ളതെന്ന് സൂചിപ്പി ച്ചിരുന്നുവല്ലോ. ആൽഫ്രഡ് ഹിച്ച്കോക്കിന്റെ സ്കെച്ചുകൾ മറ്റൊരു ചിത്രകാരനാണ് വരച്ചുകൊടുത്തിട്ടുള്ളത് എന്നു പറഞ്ഞുകേട്ടിട്ടുണ്ട്.

അലൻ സെക്ച്ചുബുക്കിന്റെ ഒരു ഭാഗത്ത് എട്ടുതരം ഷോട്ടുകൾ എഴുതിയിരിക്കുന്നു. ഞാനൊരു പുസ്തകത്തിലേയ്ക്ക് അവ പകർത്തി യെടുത്തു.

1. അതിവിദൂര ദൃശ്യം
2. ലോങ്ങ് ഷോട്ട്
3. മീഡിയം ലോങ്ങ് ഷോട്ട്
4. മീഡിയം ഷോട്ട്
5. മീഡിയം ക്ലോസ് ഷോട്ട്
6. ക്ലോസപ്പ്
7. എക്സ്ടീം ക്ലോസപ്പ്
8. മൈക്രോ ക്ലോസപ്പ്

സൂം ലെൻസുകൾ ഉപയോഗിച്ചെടുക്കുന്ന ഷോട്ടുകളും എഴുതി വച്ചിട്ടുണ്ട്. ആരോ പിന്നിൽ വന്നു നിൽക്കുന്നുവെന്നു തോന്നി. തിരിഞ്ഞുനോക്കിയപ്പോൾ ക്യാമറാമാനാണ്.

“അഭിനയം നിർത്തി എന്റെ കഞ്ഞിയിൽ മണ്ണുവാരിയിടാനാണോ പരിപാടി?”

ഞാൻ വേഗം എഴുത്തുനിർത്തി.

“വെറുതെ ഒരു രസത്തിനെഴുതിയതാ.”

“വെറുതെയാകണ്ട... കാര്യമായിത്തന്നെ എഴുതിക്കോ. ഭാവിയിൽ ഉപകാരപ്പെടും.” അയാൾ കുപ്പിവെള്ളം കുടിച്ചുകൊണ്ട് ക്ലാസ്സ് റൂം നോക്കാൻ പോയി.

ക്രിയാത്മകതയെയും സാങ്കേതികതയെയും ഒരുപോലെ സമന്വയിപ്പിക്കാനും കൈകാര്യം ചെയ്യാനുമുള്ള ജന്മവാസന ഉണ്ടായിരിക്കണം. ദൃശ്യഭാഷയെക്കുറിച്ചുള്ള പരിജ്ഞാനവും സംവിധായകനുണ്ടായിരിക്കണം. ജീവിതത്തെക്കുറിച്ചും പ്രപഞ്ചത്തെക്കുറിച്ചും കഴിയുന്നത്ര അറിവ് ഉള്ള ആളാകണം സംവിധായകൻ. സൃഷ്ടി-സ്ഥിതി-സംഹാരങ്ങൾ ഒരാളിൽത്തന്നെ ഒത്തുചേർന്നാൽ എങ്ങനെയായിരിക്കും അതുപോലെ ഒരു ത്യാജ്യഗ്രാഹ്യവിവേചനശേഷി സംവിധായകനും ആവശ്യമാണ്.

ഏതോ പുസ്തകത്തിൽനിന്നും അലൻ എഴുതിയെടുത്തിട്ടുള്ള വാക്യങ്ങളാണിവ. ഒരു നല്ല സംവിധായകനാകാനുള്ള അടങ്ങാത്ത ആഗ്രഹം അവനുണ്ട്. ജനാധിപത്യബോധം, മതേതരത്വവിചാരം, സാമൂഹികനീതി എന്നീ കാര്യങ്ങൾ കൂടി വ്യക്തിത്വത്തിലും വീക്ഷണത്തിലുമുള്ള ഒരാൾക്കേ ഒരു സംവിധായകനായി ശ്രദ്ധ നേടാനാകൂ. ലോകം ആദരിക്കുന്ന സംവിധായകനാകണമെങ്കിൽ ഇതെല്ലാം രക്തത്തിൽ അലിഞ്ഞുചേർന്നിട്ടുണ്ടാവണം. അലന്റെ ഡയറിക്കുറിപ്പ് വായിച്ചപ്പോൾ അവനോട് ആദരവ് തോന്നി. എന്റെ സൂക്ഷ്മമായ പരിശോധന കണ്ടിട്ടാകണം അവൻ എന്നെ വിളിച്ചു.

“വേണ്ട, അതവിടെയിരുന്നോട്ടെ ഇഷ്ടാ...”

ഞാൻ ഫയലുകളും പുസ്തകവും അവന്റെ ബാഗിന്റെ മുകളിൽത്തന്നെ വച്ചു. ക്യാമറയുടെ വ്യൂഫൈൻഡറിലൂടെ ദൃശ്യങ്ങൾ വീക്ഷിച്ചുകൊണ്ടിരിക്കുന്നതിനിടയിലാണ് അലൻ എനിക്കു മുന്നറിയിപ്പ് തന്നത്. ക്യാമറാമാന്റെ കഴുത്തിൽ കിടക്കുന്ന എക്സ്പോഷർ മിററിന്റെ പ്രവർത്തനം മനസ്സിലാക്കണമെന്നു തോന്നി. നിഖിലാണ് ആവശ്യപ്പെട്ടത്.

“സാർ... ഇതൊന്നു കാണിച്ചുതരാവോ?”

അടുത്ത സീനിനുവേണ്ടി ക്യാമറയും മറ്റും തയ്യാറാക്കുന്ന ഇടവേളയിലായതുകൊണ്ടായിരിക്കാം പുള്ളിക്കാരൻ ചൂടായില്ല.

"ഷൂട്ട് ചെയ്യുന്ന വസ്തുവിൽ വീഴുന്ന പ്രകാശത്തിന്റെ അളവും വസ്തുവിൽനിന്ന് പ്രതിഫലിക്കുന്ന പ്രകാശത്തിന്റെ അളവും നിഴൽ വീണ ഭാഗത്തുള്ള പ്രകാശത്തിന്റെ അളവും അനുസരിച്ചാണ് ക്യാമറയുടെ അപ്രച്ചർ ക്രമീകരിക്കുന്നത് " അദ്ദേഹം വിശദമാക്കി.

"അപ്രച്ചറോ? എന്താ ആ സാധനം?"

"അതു പറഞ്ഞു തരാം. അതിനു മുമ്പ് എക്സ്പോഷർ മിറർ എന്താണെന്ന് നോക്കൂ."

അതെടുത്തു പരിശോധിച്ചു. തിരിച്ചും മറിച്ചും നോക്കി. വെയിലത്തും തണലത്തും മാറിമാറി നിന്നുനോക്കി. മാളവികയാണ് അതിനെക്കുറിച്ച് പറഞ്ഞത്. ഒരു ഫോട്ടോ ഇലക്ട്രിക് സെല്ലും ഗാൽവനോ മീറ്ററും ചേർന്ന ഉപകരണമാണിതെന്ന്.

"ഒരു ഷേയ്ക്ക് ഹാന്റ് തരൂ മാളവിക."

ക്യാമറാമാൻ മാളവികയ്ക്ക് ഒരു ഷേയ്ക്ക്ഹാന്റ് നൽകി.

"ഇതിന്റെ റീഡിംഗ് അനുസരിച്ചാണ് ലെൻസ് സജ്ജമാക്കുന്നത്."

"വീഡിയോ ക്യാമറയിൽ ഇത് വളരെ എളുപ്പമല്ലേ സാർ?" അലനാണ് പറഞ്ഞത്.

"മോണിറ്ററിൽ നോക്കി ചെയ്യാവുന്നതല്ലേയുള്ളൂ."

"പറ്റും. ചില ക്യാമറകളിൽ ബിൽറ്റ് ഇൻ എക്സ്പോഷർ മിററുകളും ഉണ്ട്."

"അപ്രച്ചറിനെക്കുറിച്ച് ആരാ ചോദിച്ചത്?"

ഞാൻ കൈ പൊക്കി.

"അപ്രച്ചർ എന്നത് ഡയഫ്രം പോലെയാണ്. നമ്മുടെ കൃഷ്ണമണിയിലുള്ള (Eye Ball) പേശികൾ പ്രകാശതീവ്രതയ്ക്കനുസരിച്ച് സ്വയം ചുരുങ്ങുകയും ആ വസ്തുവിനെ കാണാൻ മാത്രമുള്ള പ്രകാശം റെറ്റിനയിലേയ്ക്ക് കടത്തിവിടുകയും ചെയ്യുന്നുണ്ട്. അതുപോലെത്തന്നെ ലെൻസും ഉണ്ട്. അപ്രച്ചർ അഥവാ ഡയഫ്രം വികസിക്കുകയും ചുരുങ്ങുകയും ചെയ്യും. നമ്മുടെ കണ്ണുകൾ സ്വയം ചെയ്യുന്ന പ്രവൃത്തി തന്നെയാണ് ലെൻസിലും സംഭവിക്കുന്നത്."

"സെറ്റ് റെഡി സാർ. "അലക്സാണ് വന്നു പറഞ്ഞത്.

ക്യാമറാമാൻ എണീറ്റു. ഞങ്ങളും അദ്ദേഹത്തോടൊപ്പം ചേർന്നു.

"ഹേയ്... ആ റിഫ്ളക്ടർ ഒന്നു സോഫ്ടാക്കു. "

കാര്യം മനസ്സിലാകാതെ റിഫ്ളക്ടറിനടുത്തുനിൽക്കുന്നയാൾ അങ്ങോട്ടുമിങ്ങോട്ടും നോക്കി. ക്യാമറാമാൻ ഓടിച്ചെന്ന് സോഫ്റ്റാക്കി വച്ചുകൊടുത്തു.

റിഫ്ളക്ടർ എങ്ങനെ വേണമെങ്കിലും അഡ്ജസ്റ്റ് ചെയ്യാവുന്നതാണെന്ന് അപ്പോഴാണ് എനിക്കു മനസ്സിലായത്. രണ്ടുവശത്തും രണ്ടു തരത്തിലാണ്. ഒരുവശത്ത് ഹാർഡും മറുവശത്ത് സോഫ്റ്റുമാണ്. റിഫ്ളക്ടർ സിൽവർ പേപ്പർ ഒട്ടിച്ചിരിക്കുന്ന ഭാഗം വീണ്ടും തിരിച്ചു പിടിച്ചു ഷൂട്ടിംഗ് ഏരിയായിലേക്ക് കയറി നിൽക്കുന്നതു കണ്ടപ്പോൾ അദ്ദേഹം ചൂടായി.

"നീയെവിടെ നോക്ക്യാ നിൽക്കണത്. മിഥുൻ ആ റിഫ്ളക്ടർ ശരിയാക്കി പിടിച്ചുനിൽക്കൂ. നൂറു പ്രാവശ്യം പറഞ്ഞാലും മനസ്സിലാവില്ല."

ധൃതിയിൽ എല്ലാവരും ജാഗരൂകരായി. "റെഡി സാർ."

ക്യാമറയാണ് സാക്ഷി

ഷൂട്ടിംഗ് കഴിഞ്ഞപ്പോഴേക്കും ഞങ്ങളൊക്കെ ക്ഷീണിച്ചവശരായി. വെള്ളം കുടിച്ചു കുടിച്ച് വയറൊക്കെ ഫുട്ബോളു പോലെയായി. പ്രമോദ് വയറ്റിൽ തട്ടിക്കൊണ്ട് കസേരയിലേയ്ക്ക് വീഴുകയായിരുന്നു.

"ഷൂട്ടിംഗെന്ന് കേൾക്കാൻ നല്ല സുഖം. എളുപ്പല്ലാ ട്ടോ."

സഹസംവിധായകരും അഭിനേതാക്കളും എല്ലാം ഒത്തുകൂടിയിരിക്കുകയാണ്. ഷൂട്ടിംഗ് അവസാനിച്ചതിന്റെ ഒരാഘോഷം. ഒപ്പം ഒരവലോകനവും വേണമെന്ന് പ്രകാശൻ മാഷ് പറഞ്ഞിരുന്നു.

വെയിലുകൊണ്ട് ക്ഷീണവും തളർച്ചയും ഒക്കെയുണ്ടായെങ്കിലും മറക്കാൻ പറ്റാത്ത അനുഭവമാണ് അല്ലേ? മാളവികയ്ക്ക് എത്ര പ്രയാസം സഹിക്കാനും വിഷമമില്ല. ഇഷ്ടപ്പെട്ട ജോലി ചെയ്യുമ്പോൾ പ്രയത്നവും കഷ്ടപ്പാടുമൊക്കെ ഒരു സുഖമാണ്. സ്വാഭാവികവുമാണ്. രാഹുലിന്റെ ബഹളത്തിനും മിമിക്രിക്കുമൊക്കെ ഒരു ശമനം വന്നിട്ടുണ്ട്. ഇതുവരെ മോഹൻലാലിനോട് വലിയ ആരാധന മാത്രമായിരുന്നു. ഇപ്പോൾ വലിയ സഹതാപവും സ്നേഹവും തോന്നുന്നു. അഭിനയിക്കുക എന്നത് അത്ര എളുപ്പമുള്ള പണിയല്ലെന്നു മനസ്സിലായത്രെ. കുട്ടികളുടെ കൂട്ടത്തിൽനിന്ന് രണ്ട് ഡയലോഗു പറയാൻ പെട്ട പാട് അവന്റെ മനസ്സിൽ മായാതെ നിൽക്കുകയാണ്.

തന്നെ ഏല്പിച്ച സ്ക്രിപ്റ്റ് ബോക്സ് നവീൻ അലൻ വിൻസെന്റിനെ ഏല്പിച്ചു. അതു തിരിച്ചുനൽകിക്കൊണ്ട് അലൻ പറഞ്ഞു.

"എന്നെ ഏല്പിക്കാറായിട്ടില്ല. ഇനിയും പണിയുണ്ടെന്ന് അറിയില്ലേ. ഇനി നമ്മുടെ പണികളെല്ലാം ലാബിലാണ്. എല്ലാം കഴിയുന്നതുവരെ നിന്റെ കസ്റ്റഡിയിൽത്തന്നെയിരിക്കട്ടെ."

നവീൻ സ്ക്രിപ്റ്റ് ബോക്സുമായി ഓഫീസുമുറിയോടു ചേർന്നുള്ള മറ്റൊരു മുറി തുറന്നു. ആ മുറിയിൽ മറ്റു സാധനങ്ങളോടൊപ്പം അതു

കൊണ്ടുവച്ചു. കോസ്റ്റ്യൂംബോക്സ്, പാഡുകൾ തുടങ്ങി ഷൂട്ടിങ്ങിനായി ഉപയോഗിച്ച എല്ലാ സാധനങ്ങളും ആ മുറിയിലാണ് സൂക്ഷിക്കുന്നത്. അതിന്റെ സൂക്ഷിപ്പുകാരൻ പ്രകാശൻ മാഷാണ്.

മുത്തശ്ശിമാവിന്റെ താഴെ തയ്യാറാക്കിയ വേദിയിൽ പി.ടി.എ. പ്രസിഡണ്ട്, ഹെഡ്മിസ്ട്രസ്സ്, പ്രകാശൻ മാഷ്, അനിൽ സാർ, പഞ്ചായത്ത് വാർഡ് മെമ്പർ എന്നിവരും ക്യാമ്പംഗങ്ങളും ഒത്തുകൂടി. ഷൂട്ടിംഗ് ഭംഗിയാക്കുന്നതിനുവേണ്ടി സഹകരിച്ച എല്ലാവർക്കും നന്ദി പറയുവാനുള്ള പുറപ്പാടാണ്. ആദ്യം ഹെഡ്മിസ്ട്രസ്സ് സംസാരിച്ചു തുടങ്ങി.

"ഒരു സർക്കാർ സ്കൂളിൽ സമൂഹത്തിലെ എല്ലാ വിഭാഗത്തിൽപ്പെടുന്ന കുട്ടികളും പഠിക്കാനെത്തുന്നുണ്ട്. സാമ്പത്തികമായും സാമൂഹികമായും പിന്നാക്കാവസ്ഥയിലുള്ള എല്ലാ കുട്ടികൾക്കും ആധുനിക ശാസ്ത്രസാങ്കേതികപരിജ്ഞാനം ലഭ്യമാക്കുക എന്നത് അഭിമാനകരമായ കാര്യമാണ്. ഈ നൂറ്റാണ്ടിലെ ഏറ്റവും ശക്തമായ മാധ്യമമായ സിനിമയെ ക്രിയാത്മകമായ രീതിയിൽ പരിചയപ്പെടുത്തേണ്ടത് കാലഘട്ടത്തിന്റെ ആവശ്യമാണ്. പഠനവും പ്രവർത്തനവും സാമൂഹികപ്രതിബദ്ധതയും കൂടിച്ചേരുമ്പോൾ നല്ല സർഗ്ഗാത്മകശേഷിയുള്ള തലമുറയെ വളർത്തിയെടുക്കാൻ നമുക്കു കഴിയും. അതിന്റെ ശുഭസൂചനയാണ് നമ്മുടെ ഈ സിനിമാനിർമ്മാണ യൂണിറ്റ്. ക്യാമ്പ് തുടങ്ങുന്നതിനുമുമ്പ് ഇത്രയ്ക്കൊന്നും ഞാൻ പ്രതീക്ഷിച്ചിരുന്നില്ല എന്നതാണ് വാസ്തവം. പക്ഷേ, ഈ കുട്ടികൾ ചെയ്ത പ്രവൃത്തികൾ മുതിർന്നവർക്കും മാതൃകയാണ്. എന്തിനേറെ പറയുന്നു, ടീച്ചേഴ്സിനും സ്റ്റാഫിനും ഈ അനുഭവം മറക്കാനാവില്ല. ഇത് കൂട്ടായ്മയുടെ വിജയമാണ്. എല്ലാവരേയും ഒരിക്കൽക്കൂടി ഞാൻ അഭിനന്ദിക്കുന്നു. എനിക്കും ഇതിന്റെ ഭാഗമാകാൻ കഴിഞ്ഞതിൽ അഭിമാനമുണ്ട്. "

പറഞ്ഞു കഴിഞ്ഞപ്പോൾ ഹെഡ്മിസ്ട്രസിന്റെ കണ്ണുകൾ നനഞ്ഞുവെന്നു തോന്നി. ഞങ്ങളോടൊപ്പം ഹെഡ്മിസ്ട്രസ്സും പ്രകാശൻമാഷും മറ്റു അദ്ധ്യാപകരും ഓഫീസ് സ്റ്റാഫും പി.ടി.എ.പ്രസിഡണ്ടും അഭിനയിച്ചിട്ടുണ്ട്. ഹെഡ്മിസ്ട്രസ്സിന്റെ വാക്കുകൾ എല്ലാവരെയും സ്പർശിച്ചുവെന്നു മനസ്സിലായി. പി.ടി.എ. പ്രസിഡണ്ട് പറഞ്ഞു:

"ഞാൻ ആദ്യമായാണ് ഒരു ക്യാമറയുടെ മുന്നിൽ നിന്നത്. ഒരിക്കലും എനിക്കത് മറക്കാനാവില്ല. അഭിനയം കഴിഞ്ഞപ്പോ ഒരു പത്തുവയസ്സ് കുറഞ്ഞുവെന്നു തോന്നി. മനസ്സിൽ കുറെ മിഥ്യാധാരണകൾ ഉണ്ടായിരുന്നു. എല്ലാം പോയി. ആശ്വാസമായി." അദ്ദേഹം ഒന്നു നിർത്തി. ഒരു നിമിഷം എന്തോ ഓർത്തു.

“ഇനി ഇത് മുഴുവനാക്കേണ്ടേ. വോട്ട് കഴിഞ്ഞ് ബാലറ്റുപെട്ടി സീല് ചെയ്തു സൂക്ഷിക്കുന്നതുപോലെ ഇതിന്റെ ഫിലിമൊക്കെ എവിടയാ സൂക്ഷിച്ചിരിക്കണേ.”

“നമ്മള് ഷൂട്ട് ചെയ്തത് കാസറ്റിലാ. ഫിലിമിലല്ല. കാസറ്റുകൾ റിപ്പോർട്ട് സഹിതം സ്റ്റുഡിയോയിലേയ്ക്ക് കൊടുത്തയച്ചിട്ടുണ്ട്.”

“സാറേ ഒരു കാര്യം ചോദിക്കട്ടെ.” വരുൺ ചോദിച്ചു.

“ഒന്നല്ല, നൂറുകാര്യം വേണമെങ്കിൽ ചോദിച്ചോളൂ.” അനിൽ സാർ പറഞ്ഞു.

“ഷൂട്ടിംഗ് കഴിഞ്ഞ ഫിലിമിന് പ്രത്യേക പേര് പറയാറുണ്ടോ സാർ?”

അനിൽ സാർ മറുപടി പറഞ്ഞു.

“ഉണ്ടല്ലോ, അതിനെ എക്സ്പോസ്ഡ് ഫിലിം എന്നാ പറയാ.”

“അപ്പോ നമ്മുടെ എക്സ്പോസ്ഡ് കാസറ്റ് അല്ലേ?”

അനിൽ സാർ മറുപടിയായി ഒന്നു ചിരിച്ചു.

“ഫിലിമിനെക്കുറിച്ചല്ലേ നമ്മൾ പറഞ്ഞത്. അതു മുഴുവനാക്കട്ടെ. പ്രകാശം തീരെ തട്ടാതെ എക്സ്പോസ്ഡ് ഫിലിം ക്യാമറാ റിപ്പോർട്ടോടെയാണ് ലാബറട്ടറിയിലേയ്ക്ക് അയക്കുക.”

“ക്യാമറാ റിപ്പോർട്ടെന്നു പറയണത് എന്താ സാർ?”

“ഷൂട്ട് ചെയ്ത തീയതി, സീനെടുത്തത്, രാത്രിയോ പകലോ എന്ന വിവരം, ഷോട്ടിന്റെ സ്വഭാവം എന്നു പറഞ്ഞാൽ മനസ്സിലാവില്ലേ? ലോങ്ങ്ഷോട്ട്, മിഡിൽ ഷോട്ട്, ക്ലോസ്സപ്പ്, ഫെയ്ഡ്ഇൻ, ഡിസ്സോൾവ്.. തുടങ്ങിയ വിവരങ്ങൾ എഴുതിയ റിപ്പോർട്ടിനെയാണ് ക്യാമറാ റിപ്പോർട്ടെന്ന് പറയാ. ലാബിൽ ഫിലിം പ്രോസസ്സ് ചെയ്യുന്ന ടെക്നീഷ്യൻമാർക്ക് ഇത് അത്യാവശ്യമാണ്.”

“ഇതുപോലെ ടേപ്പിനും റിപ്പോർട്ട് ആവശ്യമില്ലേ സാർ?”

“തീർച്ചയായും വേണം.”

“ടേപ്പ് കമ്പ്യൂട്ടറിലാണോ ചെയ്യാ?”

“അതെ. പ്രത്യേക സോഫ്ട്വെയർ ഇൻസ്റ്റാൾ ചെയ്തിട്ടുള്ള കമ്പ്യൂട്ടറിലാണ് എഡിറ്റ് ചെയ്യുക. ലബോറട്ടറിയിൽ ചെയ്തിരുന്ന പണികളെല്ലാം ഇതുവഴി എളുപ്പത്തിൽ ചെയ്യാൻ കഴിയും... വളരെ വളരെ അഡ്വാൻസ്ഡ് ആയിട്ടുണ്ട്. ഒരു ഐ മാക്ക് കമ്പ്യൂട്ടറുണ്ടായാൽ മതി. എഡിറ്റിംഗ് നടത്താം.”

“പ്രോസ്സസിംഗ് കഴിഞ്ഞ ഫിലിമിനെ നെഗറ്റീവ് എന്നല്ലേ പറയുകാ...”

“അതെ.”

“പഴയ രീതികൾ എങ്ങനെയാണ് സാർ?”

“നെഗറ്റീവിൽനിന്നാണ് പോസിറ്റീവ് ഫിലിം അഥവാ റഷസ് എടുക്കുന്നത്. റഷസ് സാങ്കേതികപ്രവർത്തകരും സംവിധായകനുമൊരുമിച്ചിരുന്നു കാണും. എന്നിട്ട് എന്തൊക്കെ മാറ്റങ്ങളാണ് വരുത്തേണ്ടതെന്ന് നിശ്ചയിക്കും.”

“അപ്പോ, റഷസ് ആകുന്നതുവരെയുള്ള ജോലികൾ നമ്മൾ പൂർത്തിയാക്കി എന്നു പറയാം. അല്ലേ?”

“ഒരു സിനിമയെടുക്കാൻ എത്രയെത്ര യന്ത്രങ്ങളാണ് ആവശ്യം. മറ്റു കലാരംഗത്തുള്ളവർക്ക് ഇത്രയധികം സാങ്കേതിക പ്രവർത്തകരെ ആശ്രയിക്കേണ്ടിവരില്ല അല്ലേ?”

“അതല്ലേ സിനിമാരംഗത്ത് രണ്ടു വിഭാഗമായി തർക്കവും സമരവും നടക്കുന്നത്. കലാകാരന്മാർ ഒരു വശത്തും സാങ്കേതികപ്രവർത്തകർ മറുവശത്തും.” പ്ലസ്ടുകാരനായ അമൽ അഭിപ്രായപ്പെട്ടു.

“സിനിമയെടുക്കണമെങ്കിൽ സംഘടനയിൽ ചേരണോ സാർ?”

ഇതുവരെ എല്ലാവരെയും നിശ്ശബ്ദമായി നിരീക്ഷിക്കുകയും ആസ്വദിക്കുകയും ചെയ്തുകൊണ്ടിരുന്ന ആര്യയായിരുന്നു ആ ചോദ്യത്തിന്റെ കർത്താവ്.

മലയാള സിനിമാരംഗത്തെ പ്രധാനപ്പെട്ട സംഘടനകളായ മാക്ടയും അമ്മയും ഫെഫ്കയുമാണ് ആ ചോദ്യത്തിന്റെ പ്രചോദനം. പത്രങ്ങളും ടി.വി.ചാനലുകളും പരസ്പരം പോരടിക്കുന്നവരുടെ കലാകായികപരിപാടികൾ ദിവസവും അവതരിപ്പിക്കാറുണ്ടല്ലോ. ഒരു തട്ടിൽ കലാകാരന്മാരും മറുതട്ടിൽ ശാസ്ത്രസാങ്കേതികത വിദഗ്ദ്ധരും. ആർക്കാണ് തൂക്കക്കൂടുതലെന്ന് നോക്കുകയാണ്.

“ഈ പ്രശ്നത്തിൽ തൽക്കാലം നമ്മൾ ഇടപെടേണ്ടതില്ല. നമുക്ക് വേറെ ഒരുപാട് കാര്യങ്ങളില്ലേ ചർച്ച ചെയ്യാൻ.” അനിൽ സാർ വിഷയത്തിലേയ്ക്ക് വന്നു.

“ഒരു ചലച്ചിത്രം നിർമ്മിക്കണമെങ്കിൽ കലാകാരന്മാർ മാത്രം ഉണ്ടായാൽ പോരാ. ഒരുപാട് ശാസ്ത്രസാങ്കേതിക ഉപകരണങ്ങളും അവ കൈകാര്യം ചെയ്യുന്നവരും വേണം. ഒന്നാലോചിച്ചു നോക്കൂ.

ചലച്ചിത്രമാകുന്നതുവരെ ആവശ്യമായി വരുന്ന ഉപകരണങ്ങൾ എന്തൊക്കെയാണ്. കുട്ടി തന്നെ പറയൂ."

ആര്യയോടായിരുന്നു ചോദിച്ചത്.

"ആദ്യം വേണ്ടത് സിനിമ ചിത്രീകരിക്കാൻ വേണ്ട ഉപകരണങ്ങൾ. ഒന്നാമതായി ക്യാമറ. പിന്നെ അതുമായി ബന്ധപ്പെട്ട നിരവധി ഉപകരണങ്ങൾ. ട്രൈപോഡ്, ക്രെയിൻ, ട്രോളി, വിവിധതരം ലെൻസുകൾ അങ്ങനെ നിരവധിയെണ്ണം."

"ഓകെ. ദെൻ... ചിത്രീകരിച്ച ഫിലിം പ്രോസ്സസ്സ് ചെയ്യാനും പ്രിന്റ് ചെയ്യാനും ഉപയോഗിക്കുന്നവ...പ്രോസസ്സിംഗ് കഴിഞ്ഞാൽ എഡിറ്റു ചെയ്യാനും ശബ്ദമിശ്രണം ചെയ്യാനും വേണ്ട ഉപകരണങ്ങൾ."

"അവസാനം വേണ്ടത് ആര്യതന്നെ പറയൂ..."

"സിനിമ പ്രദർശിപ്പിക്കാൻ ആവശ്യമുള്ളത്. പ്രൊജക്ടർ. "

"ഇപ്പോൾ ഡിജിറ്റൽ സംവിധാനവും യു.എഫ്.ഒ. തുടങ്ങിയ ഉപകരണങ്ങളും പ്രത്യേക സൗണ്ട് സിസ്റ്റവും ഉണ്ട്. ഇങ്ങനെ വിവിധ തലങ്ങളിൽ പ്രവർത്തിക്കുന്ന ഉപകരണങ്ങളിലൂടെയാണ് സിനിമ പ്രേക്ഷകമനസ്സിലെത്തുന്നത്."

"സാർ, കൽക്കത്തയിലെ സത്യജിത് റേ ഫിലിം ഇൻസ്റ്റിറ്റ്യൂട്ടിൽ പഴയതും പുതിയതുമായ എല്ലാ ഉപകരണങ്ങളും ഉപയോഗിച്ചു പഠിക്കണമെന്ന് നിർബ്ബന്ധമാണ്. എന്റെ കസിൻ രഞ്ജിത് പറയുന്നത് ഞാൻ കേട്ടിട്ടുണ്ട്."

"ആദ്യമായി ചിത്രീകരിച്ച സിനിമയ്ക്ക് എഡിറ്റിംഗ് ആവശ്യമുണ്ടായിരുന്നില്ല. 27 സെക്കന്റുള്ള ഒറ്റ ഷോട്ടായിരുന്നു അത്. പിന്നീട് ഒരുപാട് ഷോട്ടുകൾ എടുത്തു. അപ്പോൾ എഡിറ്റിംഗ് ആവശ്യമായി വന്നു. പിന്നെ ശബ്ദമിശ്രണം. അങ്ങനെയങ്ങനെ വളരെ വേഗത്തിൽ ശാസ്ത്ര സാങ്കേതികവിദ്യയുടെ വളർച്ചയ്ക്കൊപ്പം അത്യാധുനിക ക്യാമറകളും സാങ്കേതിക ഉപകരണങ്ങളുമുള്ള ആധുനിക സ്റ്റുഡിയോകൾ വരെ അവിടവിടെ രൂപംകൊള്ളുന്നു. പ്രോസസ്സിംഗ് മെഷിനുകളും എഡിറ്റിംഗ് നടത്താനുള്ള ആധുനിക കമ്പ്യൂട്ടറൈസ്ഡ് സിസ്റ്റങ്ങളും ശബ്ദലേഖനത്തിനുള്ള പുതിയ സാങ്കേതികവിദ്യകളും റെക്കോർഡിംഗ് തിയ്യേറ്ററുകളും അടങ്ങിയ ഈ വിശാലമായ ലോകം ദിനംപ്രതി വികസിച്ചുകൊണ്ടിരിക്കുകയാണ്."

"റസൂൽ പൂക്കുട്ടിക്ക് ഓസ്കാർ അവാർഡ് കിട്ടിയശേഷം ഇപ്പോൾ എല്ലാവരും ശബ്ദലേഖനത്തിനാണ് പോകുന്നത്." നവീനാണ് അഭിപ്രായപ്പെട്ടത്.

“ശബ്ദലേഖനത്തിന്റെ പ്രാധാന്യത്തെപ്പറ്റി ജനങ്ങൾ കൂടുതൽ ബോധവാന്മാരായി. അതുകൊണ്ട് ഉണ്ടായ ഏറ്റവും വലിയ നേട്ടം അതാണ്.” അനിൽസാർ പറഞ്ഞു.

മൈക്രോഫോണുകൾ വച്ച് ശബ്ദലേഖനത്തിന്റെ സാദ്ധ്യതകളും ഇപ്പോൾ പരിശോധിക്കുന്നുണ്ട്. നടീനടന്മാർ നടന്നുകൊണ്ട് സംസാരിക്കുമ്പോൾ അവരോടൊപ്പം മൈക്രോഫോണുകളും സഞ്ചരിക്കണം. ഇതിനായി ബൂമോ അല്ലെങ്കിൽ കോഡ്‌ലെസ്സ് മൈക്രോഫോണുകളോ ഉപയോഗിക്കുന്നു. പാനിംഗ് ഷോട്ടുകൾ, ട്രാക്കിങ്ങ് ഷോട്ടുകൾ, ക്രെയിൻ ഷോട്ടുകൾ എന്നിങ്ങനെയുള്ള വിവിധ തരം ഷോട്ടുകളെടുക്കുമ്പോഴും പ്രത്യേകം സംവിധാനം ശബ്ദലേഖനത്തിന് ഏർപ്പെടുത്തേണ്ടിവരും.

“പാനിംഗ് ഷോട്ടുകൾ, ട്രാക്കിങ്ങ് ഷോട്ടുകൾ, ക്രെയിൻ ഷോട്ടുകൾ എന്നെല്ലാം പറയുന്നത് ഒന്നു വിശദീകരിക്കാമോ?”

“ക്യാമറ ഒരു ഭാഗത്തുനിന്ന് മറു ഭാഗത്തേയ്ക്ക് ഇടത്തോട്ടും വലത്തോട്ടും പാൻ ചെയ്ത് എടുക്കുന്ന ഷോട്ടുകളെയും ക്രെയിൻ ഉപയോഗിച്ചെടുക്കുന്ന ഷോട്ടുകളെയുമൊക്കെയാണ് അങ്ങനെ പറയുക. ഇനി കൂടുതൽ അറിയണമെങ്കിൽ ഛായാഗ്രഹണത്തിന്റെ ക്ലാസ്സെടുത്ത മാഷുമായി നമുക്കത് ചർച്ചചെയ്യാം.”

“വേണ്ട സാർ, എനിക്ക് കാര്യം മനസ്സിലായി.” ഇന്ദുനായരായിരുന്നു ചോദ്യകർത്താവ്. വിഷയത്തിൽനിന്നും മാറിപ്പോകാതിരിക്കാനാണ് അവൾ പെട്ടെന്ന് നിർത്തിയത്. റസൂൽ പൂക്കുട്ടി ശബ്ദലേഖനത്തിൽ നിരവധി പരീക്ഷണങ്ങൾ നടത്തി, കണ്ടെത്തലുകൾ വിവിധ സിനിമകളിൽ ഫലപ്രദമായി ഉപയോഗിക്കുകയും ചെയ്തു. പഴശ്ശിരാജയുടെ ശബ്ദലേഖനത്തെപ്പറ്റി പത്രങ്ങളിൽ ധാരാളം ലേഖനങ്ങൾ ഉണ്ടായിരുന്നുവെന്ന് ഒരു കുട്ടി വിളിച്ചുപറഞ്ഞു.

“നമ്മൾ വീഡിയോ ക്യാമറയിലാണല്ലോ ചിത്രീകരിച്ചത്...”

“സംവിധായകരും സഹസംവിധായകരും നടീനടന്മാർക്ക് നിർദ്ദേശം നൽകുമ്പോഴും സാറെന്താ മിണ്ടാതെ മോണിറ്ററിലേയ്ക്കു തന്നെ നോക്കിയിരിക്കുന്നത്?”ആര്യയുടെ സംശയമാണ്.

“എന്നിട്ട് എന്തെങ്കിലും കുഴപ്പം സംഭവിച്ചോ?”

“ഇല്ല.”

“പിന്നെ?”

"സാറുകൂടി പറഞ്ഞുകൊടുത്തെങ്കിൽ അഭിനയം കുറെക്കൂടി നന്നാക്കായിരുന്നില്ലേ?"

"ആരുടെ അഭിനയമാണ് വേണ്ടത്രയായില്ലാ എന്നു തോന്നുന്നത്. ആര്യ തന്നെ പറയൂ..."

"അങ്ങനെയൊന്നും എനിക്കു പറയാനറിയില്ല." അവൾ സ്വയം പിൻവാങ്ങി.

"കുട്ടികളെല്ലാം അസ്സലായി അഭിനയിച്ചിട്ടുണ്ട്. എങ്കിലും."

"കുറച്ചുകൂടി നന്നാക്കാമായിരുന്നു." വരുൺദേവ് വിമർശിച്ചു.

കുട്ടികൾക്ക് ഏതു സാഹചര്യത്തോടും എളുപ്പം ഇണങ്ങാനാവും. എന്നാൽ മുതിർന്നവർക്ക് അതുപോലെയാകാൻ പ്രയാസമാണ്. പിന്നെ ഇവരൊന്നും പ്രൊഫഷണൽ നടീനടന്മാരല്ലല്ലോ. ഇവരുടെ ഉള്ളിന്റെയുള്ളിൽ നാടകമായിരിക്കും തെളിഞ്ഞുനിൽക്കുന്നത്. സിനിമയിൽ അഭിനയത്തേക്കാൾ ആവശ്യം സ്വാഭാവികമായ പെരുമാറ്റമാണ്. അതു കൈവരണമെങ്കിൽ കുറച്ച് പരിചയവും പ്രാക്ടീസും വേണം. അത്രയൊക്കേയുള്ളു. അനിൽ സാറിന് എല്ലാം നിസ്സാരമാണ്.

"പോരായ്മകൾ നമുക്ക് സിനിമയിറങ്ങിയശേഷം സംസാരിക്കാം." രാഹുലിന്റെ നിലപാട് അതായിരുന്നു.

"സാറേ നമുക്ക് രാത്രി സീനുകൾ അധികം ഉണ്ടായിരുന്നില്ല. അതുകൊണ്ട് ലൈറ്റിനെക്കുറിച്ച് ഒന്നും അറിയാൻ കഴിഞ്ഞില്ല." അലൻ വിൻസെന്റിന്റെ ഖേദമതാണ്.

"വീഡിയോ ക്യാമറയോടൊപ്പം ചെറിയ ലൈറ്റുകളുണ്ടായിരുന്നല്ലോ. ആ ലൈറ്റുകളെ എന്താ പറയാ?"

"സൺ ഗൺ ലൈറ്റുകളെന്ന് പറയും. 500, 1000, 2000 വാട്സ് വരെയുള്ളവ ഈ തരത്തിലുണ്ട്."

"സിനിമയ്ക്ക് മുൻകാലങ്ങളിൽ വലിയ ഫിലമെന്റ് ലൈറ്റുകളായിരുന്നു ഉപയോഗിച്ചിരുന്നത്. ഇപ്പോൾ അകത്തും പുറത്തും ഉപയോഗിക്കാവുന്ന HMI ലൈറ്റുകളും LED ലൈറ്റുകളുമാണ്. ഇത് ഗ്യാസുപയോഗിച്ച് കത്തിക്കാവുന്ന ടങ്സ്റ്റൺ ലൈറ്റുകളുമാണ്."

"ലൈറ്റിന്റെ മീതെ വർണ്ണക്കടലാസും ബട്ടർ പേപ്പറും ഇടുന്നത് കണ്ടിട്ടുണ്ടല്ലോ സാർ. അതെന്തിനാണ്?"

"ചില പ്രത്യേക നിറങ്ങളും മൂഡും ഉണ്ടാക്കാൻ അത്തരം പലതും ചെയ്യാറുണ്ട്. ആവശ്യമില്ലാത്ത നിറങ്ങളെ മാറ്റാൻ കഴിയുന്ന

ഫിൽട്ടറുകളും പ്രകാശത്തെ ഉദ്ദേശിക്കുന്ന തരത്തിൽ തിരിച്ചുവിടാനുള്ള കട്ടറുകളും ഉപയോഗിക്കാറുണ്ട്. പ്രകാശത്തിന്റെ കാഠിന്യം കുറയ്ക്കാനാണ് ഫിൽട്ടറുകളും നെറ്റുകളുമൊക്കെ ഉപയോഗിക്കുന്നത്."

"നമ്മളുപയോഗിച്ച വീഡിയോക്യാമറ താരതമ്യേന ചെറുതായിരുന്നല്ലോ സാർ? സിനിമയ്ക്ക് വളരെ വലിയ ക്യാമറകളാണ് കാണാറുള്ളത്, അല്ലേ?"

"ഇന്ന് ലോകത്തിലെ ഏറ്റവും പ്രചാരമുള്ള ക്യാമറയാണ് ആരിഫ്ളെക്സ്. അതെല്ലാവർക്കും അറിയാമല്ലോ."

എല്ലാവരും സമ്മതിച്ചു.

"ഇതൊക്കെ ഫോട്ടോഗ്രാഫിയുടെ ക്ലാസ്സിൽ പറഞ്ഞത് ഓർമ്മയില്ലേ? മുൻകാലങ്ങളിൽ 35 എം.എം. മിച്ചൽ എൻ.സി., മിച്ചൽ ബി. എൻ.സി. എന്നിങ്ങനെയുള്ളവയും 16 എം.എം. സിനി കൊഡാക്കും മറ്റും ഉപയോഗിച്ചിരുന്നു. പക്ഷേ ഇതെല്ലാം നോൺ റിഫ്ളക്സ് ക്യാമറകളായിരുന്നു. ഷൂട്ട് ചെയ്യുന്ന കാര്യങ്ങൾ ഇത്തരം ക്യാമറകളിലൂടെ കാണാൻ കഴിയില്ലെന്ന് സാറ് പറഞ്ഞുതന്നിട്ടില്ലേ?"

"റിഫ്ളെക്സ് ക്യാമറയിൽ ആരിഫ്ളെക്സ് തന്നെ കേമൻ, അല്ലേ സാർ?"

ക്യാമറയുടെ മുന്നിലുള്ള വസ്തുക്കളുടെ ഇമേജ് ക്യാമറാമാന് കാണാൻ കഴിയുന്നു എന്നതാണ് ഈ ക്യാമറയെ വ്യത്യസ്തമാക്കുന്നത്. അതുപോലെ വൈഡ് ആംഗിൾ, നോർമൽ ടെലിഫോട്ടോ എന്നീ ലെൻസുകളും ക്യാമറയിൽ സ്ഥിരമായി ഘടിപ്പിക്കുന്നു. ഈ സൗകര്യം പുതിയ ആരിഫ്ളെക്സിലുണ്ട്. ദിവസം തോറും പുതിയ പുതിയ ക്യാമറകളും സൗകര്യങ്ങളുമെല്ലാം പുറത്തിറങ്ങുന്നുണ്ടല്ലോ. മാർക്കറ്റിൽ വൈവിധ്യമാർന്ന ധാരാളം ക്യാമറകൾ പുതിയ വാഗ്ദാനങ്ങളുമായി പ്രത്യേക്ഷപ്പെട്ടുകൊണ്ടിരിക്കുന്നത് നിങ്ങൾ ശ്രദ്ധിച്ചിട്ടില്ലേ?"

"സാറേ എങ്ങനെയുള്ള ക്യാമറയാണ് നാം തിരഞ്ഞെടുക്കേണ്ടത്?"

"നമ്മളിപ്പോൾ ഷൂട്ട് ചെയ്യാൻ കൊണ്ടുവന്നത് ആധുനികമായ സംവിധാനങ്ങളുള്ള ഡിജിറ്റൽ മൂവിക്യാമറയാണ്. വളരെ നല്ല റസലൂഷൻ ഉള്ള ക്യാമറകളിൽ ഒന്നാണിത്. സാധാരണയായി ചെറിയ ചെറിയ വർക്കുകൾ, ഡോക്യുമെന്ററികൾ എന്നിവയ്ക്കെല്ലാം മിനിമം ബഡ്ജറ്റേയുള്ളുവെങ്കിൽ പി.ഡി.170 ക്യാമറകളോ, ഡി.എസ്. ആർ.420 ക്യാമറകളോ ആണ് എടുക്കാറുള്ളത്. ബിഗ് സ്ക്രീനിൽ ഗ്രെയ്ൻസില്ലാതെ

വ്യക്തമായി കാണാവുന്ന ക്യാമറകളാണിപ്പോൾ എല്ലാവരും ഉപയോഗിക്കുന്നത്. എല്ലാതരത്തിലുള്ള ഷൂട്ടിംഗിനും ഉപയോഗിക്കാവുന്ന അനുയോജ്യമായ ക്യാമറകൾ ഇനിയും കണ്ടുപിടിക്കേണ്ടതായിട്ടുണ്ട്. ഇന്നത്തെ സൂപ്പർ ക്യാമറകൾ നാളെ പിന്നിലേയ്ക്ക് തട്ടിമാറ്റപ്പെട്ടെന്നു വരാം."

"ക്യാമറ തിരഞ്ഞെടുക്കുമ്പോൾ ശ്രദ്ധിക്കേണ്ട കാര്യങ്ങൾ ഒന്നു പറയാമോ?"

"ഒന്നാമതായി വേണ്ടത് ആവശ്യത്തിന് ഫിലിം നിറയ്ക്കാൻ കഴിയണം. പ്രവർത്തിക്കുമ്പോൾ ശബ്ദമുണ്ടാക്കുന്നതോ അല്ലാത്തതോ ആവട്ടെ, അതല്ല പ്രധാന പ്രശ്നം. മുമ്പ് ആവശ്യപ്പെട്ടിരുന്നത് അത്തരം ക്യാമറകളായിരുന്നു. എന്നാൽ ഇന്ന് അതെല്ലാം അപ്രസക്തമായിരിക്കുന്നു. ഡിജിറ്റൽ ക്യാമറകളിൽ ഏറ്റവും നന്നായി ഇമേജിന്റെ ഗുണനിലവാരവും വർണ്ണത്തിന്റെ സൂക്ഷ്മമായ സ്വാഭാവികതയുമൊക്കെയാണ് അന്വേഷിക്കുന്നത്. കുറഞ്ഞ വെളിച്ചത്തിലും സുവ്യക്തമായ ചിത്രങ്ങളെടുക്കാൻ പര്യാപ്തമായവയ്ക്കായിരിക്കും മുൻഗണന."

"സാറേ. ഒരു കാര്യം കൂടി ചോദിക്കട്ടെ. ക്യാമറ വയ്ക്കാനുള്ള മുക്കാലിയുണ്ടല്ലോ. ഇതിന്റെ പ്രാധാന്യമെന്താണ്?"

"രാമായണം മുഴുവൻ കേട്ടിട്ട് രാമൻ സീതയുടെ ആരാണെന്നു ചോദിക്കുന്നതുപോലെയാണ് ക്ലാസ്സും ഷൂട്ടിംഗും കഴിഞ്ഞിട്ടാണോ ട്രൈപോഡിനെപ്പറ്റി ചോദിക്കുന്നത്. ഒരിക്കൽക്കൂടി പറയാം. ശ്രദ്ധിക്കണം കേട്ടോ."

"നല്ല ടോപ്പ് ക്വാളിറ്റിയുള്ള ഫോട്ടോ കിട്ടണമെങ്കിൽ ക്യാമറ സ്റ്റഡിയായിരിക്കേണ്ടേ? കൈയിൽ കൊണ്ടുനടന്ന് ഷൂട്ട് ചെയ്യുമ്പോൾ എത്ര ശ്രദ്ധിച്ചാലും ചെറിയ ചലനം സംഭവിക്കും. അത് സ്ക്രീനിൽ നോക്കിയാൽ നമുക്ക് അനുഭവപ്പെടുന്നതാണ്. ക്യാമറാമാന് ഷോട്ടുകൾ എളുപ്പത്തിൽ കമ്പോസു ചെയ്യാൻ ഈ മുക്കാലി വളരെ സഹായകമാണ്. മുക്കാലിയെ ട്രൈപോഡ് എന്നാണ് പറയുക. ഇതിന്റെ ഉയരം വർദ്ധിപ്പിക്കാനും ചുരുക്കാനും പലതരത്തിൽ വയ്ക്കാനും പറ്റും എന്നു മാത്രമല്ല ഇടത്തോട്ടും വലത്തോട്ടും തിരിക്കാനും (panning) മുകളിലേക്കും താഴേയ്ക്കും ചലിപ്പിക്കാനും (tiltup-tiltdown) സാധിക്കും."

"ആരാണ് സാറേ ഇത് കണ്ടുപിടിച്ചത്?"

"ഇംഗ്ലണ്ടിൽ ആദ്യമായി സിനിമയെടുത്തു പ്രദർശിപ്പിച്ച റോബർട്ട് ഡബ്ലിയു പോളാണ് 1900 ൽ ഇത് ഡിസൈൻ ചെയ്തത്. ട്രൈപോഡിൽ

ഒരുപാട് സൗകര്യങ്ങളുണ്ട്. ക്യാമറയ്ക്ക് ചരിവുണ്ടോയെന്ന് അറിയാൻ സ്പിരിറ്റ് ലെവൽ സംവിധാനമുണ്ട്. അതുപോലെ പാനിംഗ് റോഡും ക്യാമറ നിലത്തു ചേർത്തുവയ്ക്കാൻ ക്യാമറാ ബേസുകളും ചലിപ്പിക്കുമ്പോൾ ഇളകാതിരിക്കാൻ ഫ്ളൂയിഡ് ഹെഡുകളും ഇതിലുണ്ട്."

ഹിറ്റ്ലർ മാഷ് വന്ന് കുറച്ചുനേരം അങ്ങോട്ടുമിങ്ങോട്ടും നോക്കി. ഇതൊന്നും തന്നെ ബാധിക്കുന്ന വിഷയമല്ലെന്ന മട്ടിലായിരുന്നു. ഷൂട്ടിംഗ് തീരുവോളം പുള്ളിക്കാരൻ സഹായിയായി ഒപ്പമുണ്ടായിരുന്നു. ഒരു റോൾ അഭിനയിക്കാൻ കിട്ടിയത് ഫലപ്രദമായി ഉപയോഗിക്കാൻ കഴിഞ്ഞില്ലെന്ന വിഷാദത്തിലാണിപ്പോൾ.

കുട്ടിയേയും കൊണ്ടുപോകുന്ന രക്ഷിതാവിനെ തിരിച്ചുവിളിക്കുന്ന ഭാഗമാണ് മാഷ്ക്ക് നൽകിയിരുന്നത്. അലൻ വിശദീകരിച്ചുകൊടുത്തു. അനിൽ സാർ അതു കാണിച്ചുകൊടുത്തു. എന്നിട്ടും പുള്ളിക്കാരൻ കൊളമാക്കി. അഞ്ചോ ആറോ റീടേക്ക് വേണ്ടിവന്നു. മുഴുവൻ തൃപ്തിയായില്ലെങ്കിലും ഒരുവിധം ഒപ്പിക്കാമെന്നായപ്പോഴാണ് അവസാനിപ്പിച്ചത്. അതോടെ പുള്ളിക്കാരന്റെ മുപ്പത് ശതമാനം അഹങ്കാരവും പോയിക്കിട്ടി. ഏറ്റവും വലിയ തമാശ അലൻ വിൻസെന്റിനെ കാണുമ്പോഴാണത്രെ. അലനാണ് സാറിന് റോൾ വിശദീകരിച്ചുകൊടുത്തതും ഡയലോഗ് പറയേണ്ട രീതി കാണിച്ചുകൊടുത്തതുമെല്ലാം. മാത്രമല്ല റീടേക്ക് സമയത്ത് ക്യാമറാമാന്റെ ക്ഷമ നഷ്ടപ്പെടുന്നുവെന്ന് തോന്നിയപ്പോഴൊക്കെ അലനാണത്രേ സാറിനെ സമാധാനിപ്പിച്ചത്. ആറാമത്തെ ടേക്കിലാണെന്നു തോന്നുന്നു അലൻ അല്പം കർക്കശമായി പറഞ്ഞു.

"സാറേ, സാറ് ഗ്രിഗറിപെക്കിനെ പോലെയോ ആന്റണി ക്വിൻവുഡിനെ പോലെയോ ഒന്നും അഭിനയിക്കണ്ട. പറയുന്നത് ശ്രദ്ധിക്കാ. എന്നിട്ട് സാധാരണ പറയണപോലെ അങ്ങട് പറഞ്ഞാ മതി."

അതോടെ ഒരു ഭാവമാറ്റം വന്നു. ഒരു വിധം ഡയലോഗ് പറഞ്ഞൊപ്പിച്ചു. സജഷൻ ഷോട്ടുകളും മിഡിൽ ഷോട്ടുകളും ലോങ്ങ് ഷോട്ടുകളു എടുത്തു കഴിഞ്ഞപ്പോൾ ഹിറ്റ്ലർ മാഷ് അലനെ വിളിച്ചു സ്വകാര്യമായി ചോദിച്ചു.

"അലൻ, തീരെ മോശായിട്ടില്ലല്ലോ എന്റെ അഭിനയം?" എന്നിട്ട് സ്വകാര്യമായി പറഞ്ഞു.

"എടാ എന്റെ ഒന്നു രണ്ടു ക്ലോസ്സപ്പെടുക്ക്. നാട്ടുകാരും വീട്ടുകാരും കാണേണ്ടതല്ലേ?"

അങ്ങനെ ക്ലോസപ്പ് ചോദിച്ച് വാങ്ങാൻ മടിയില്ലാത്തവനാണ് ഹിറ്റ്ലർ

അനിൽസാറും മറ്റും പുറപ്പെടാനൊരുങ്ങുകയായിരുന്നു.

"നാളെ എപ്പഴാ സ്റ്റുഡിയോയിലേയ്ക്ക് പൊറപ്പെടുന്നത്? ഹിറ്റ്ലർ മാഷിന് തന്നെ കൊണ്ടുപോകില്ലെന്ന പേടിയുണ്ട്."

"രാവിലെ ഒമ്പതുമണിക്ക് തന്നെ ആകാം. എല്ലാവരേയും കൊണ്ടു വരണമെന്നില്ല, മാഷേ."

"സംവിധായകൻ, സഹസംവിധായകൻ, അഭിനയിച്ച അദ്ധ്യാപ കരും കുട്ടികളും, എസ്കോർട്ടിംഗ് ടീച്ചേഴ്സും പിന്നെ താത്പര്യ മുള്ളവരും മാത്രം വന്നാൽ മതി. എല്ലാവരേയും അഫോഡ് ചെയ്യാനുള്ള സൗകര്യണ്ടാവില്ല. അല്ലെങ്കിൽത്തന്നെ എഡിറ്റിംഗ് റൂമില് കുറച്ചു സ്ഥലേണ്ടാവു." ഹിറ്റ്ലർ കേട്ട പാതി കേൾക്കാത്ത പാതി ഓടി. ഓടു ന്നതിനിടയിൽ പറഞ്ഞു. "എന്നാൽ ഞാൻ പോയി നാളേയ്ക്ക് വേണ്ട ഏർപ്പാട് ചെയ്യാം."

"എഡിറ്റിംഗ്, റീറെക്കോർഡിംഗ്, ഡബ്ബിംഗ്, മിക്സിംഗ് എല്ലാം വേഗം തന്നെ നടത്തിക്കളയാം." ഹിറ്റ്ലർ മാഷിന്റെ അഭിപ്രായം കേട്ട് എല്ലാവരും പരസ്പരം നോക്കി. പരുക്കനും മുാാളസ്വഭാവക്കാരനും മൃദുലവികാരങ്ങളൊന്നുമില്ലെന്നു വിശ്വസിക്കപ്പെട്ടുപോരുന്ന ആളുമായ ഹിറ്റ്ലർ എന്ന അപരനാമധേയക്കാരൻ ഒരു സിനിമാ നിർമ്മാണ ക്യാമ്പുകൊണ്ട് സമൂലം പരിവർത്തനം ചെയ്യപ്പെട്ടിരിക്കുന്നു. പ്രകാശൻ മാഷ് കവിതചൊല്ലുന്നതുപോലെ പറഞ്ഞ് പൊട്ടിച്ചിരിച്ചു. പ്രകാശൻ മാഷിന്റെ പൊട്ടിച്ചിരിക്ക് അങ്ങനെയും ഒരു വ്യാഖ്യാനം എഴുതാം.

പരീക്ഷണശാലയിൽ

ഞങ്ങളെല്ലാവരും കുളിച്ച് തയ്യാറാകുന്നതിനുമുമ്പ് സ്കൂൾ ബസ്സ് മുറ്റത്തുവന്നു. നൂറുമീറ്റർ ഓട്ട മത്സരത്തിന് റെഡിയായി നില്ക്കുന്ന ജാഗ്രതയോടെ ഗെയ്റ്റിലേയ്ക്കു തിരിഞ്ഞു. on your march എന്നു പറയുന്നതും വിസിൽ മുഴങ്ങുന്നതും കാതോർത്ത് മുരണ്ടുനിൽക്കുകയാണ് ബസ്സ് എന്നു തോന്നും. ഡ്രൈവർ ഡോർ തുറന്നു പുറത്തേയ്ക്കു ചാടി. ചങ്ങാതി വേഷമെല്ലാം പരിഷ്ക്കരിച്ചിട്ടുണ്ട്. മകൻ ഗൾഫിൽനിന്നും കൊണ്ടുവന്ന ബനിയനാണ്. വരയും കുറിയും എഴുത്തുമെല്ലാമുള്ള ഒരെണ്ണമാണ് ചാർത്തിയിട്ടുള്ളത്. സിനിമയ്ക്കു വേണ്ടി ഓടിത്തുടങ്ങിയതു മുതൽ സ്റ്റൈലാകെ മാറി. പെരുമാറ്റത്തിലും പ്രകടമായ മാറ്റം. എല്ലാവരോടും ഒരു മമത. തമാശ പറയാനുള്ള പ്രവണത. മുൻപൊക്കെ കുട്ടികളോടെല്ലാം വലിയ ദേഷ്യമായിരുന്നു. ഇടിവണ്ടി യോഹന്നാൻ എന്നാണദ്ദേഹത്തെ രഹസ്യമായി ആൺകുട്ടികളും ചില പെൺകുട്ടികളും വിളിക്കാറുള്ളത്. കുട്ടികളെ കാണുന്നതുതന്നെ പുള്ളിക്കാരന് ദേഷ്യമായിരുന്നു. വാ തുറന്നാൽ ശകാരപ്പെരുമഴയാണ്. അഴുക്കു പുരണ്ട കാക്കിയും ചപ്രത്തലമുടിയുമായി പന്നിയുടെ ഭാവത്തിൽ സീറ്റിലിരുന്ന് മുരളുന്നതാണ് കുട്ടികൾക്കു പരിചയം. ആ കക്ഷിയാണിതെന്ന് ആർക്കും പറയാനാവില്ല. അത്രയ്ക്ക് രൂപമാറ്റം.

കുട്ടികളുമായി ഒരു ചങ്ങാത്തമുണ്ടാക്കാൻ കഴിഞ്ഞതാണ് പുള്ളിക്കാരന് സിനിമകൊണ്ടുണ്ടായ ഏറ്റവും വലിയ നേട്ടം.

ഷൂട്ടിംഗിൽ പങ്കെടുത്തതോടെ ഇടിവണ്ടി യോഹന്നാന് വന്ന ഭാവമാറ്റം എല്ലാവരും ശ്രദ്ധിച്ചിരുന്നു. സിനിമാക്യാമ്പ് കൊണ്ട് വേറെയും ചില ഉപകാരങ്ങളുണ്ടായി. ചില മൂരാച്ചികളൊക്കെ നന്നായി. ഷാജിമാസ്റ്ററെ കണ്ടയുടനെ യോഹന്നാൻ പറഞ്ഞു:

“എട്ടു മണിക്ക് റിപ്പോർട്ട് ചെയ്യണമെന്നാ എന്നോട് പറഞ്ഞിട്ടുള്ളത്. കുട്ടികള് വന്നാലും വന്നില്ലെങ്കിലും ഞാനവിടെ കൃത്യസമയത്ത് എത്തി.”

യോഹന്നാൻ തന്റെ നയം വ്യക്തമാക്കി. ഷാജിമാസ്റ്റർ പക്ഷേ കേട്ട ഭാവം നടിക്കാതെ കുട്ടികളെ വിളിച്ചുകൊണ്ടുവരുവാൻ പോയി.

“ഈ പിള്ളേരെയൊക്കെ ആട്ടിത്തെളിച്ചു കൊണ്ടുവരുമ്പോ ഴേയ്ക്കും നേരം ഉച്ചയാകും.”

“ഒമ്പതു മണി മുതൽ, ഉപയോഗിച്ചാലും ഇല്ലെങ്കിലും, സ്റ്റുഡിയോ യുടെ വാടക കൊടുക്കേണ്ടതാ. അല്ല എനിക്കിപ്പോ ഇതന്വേഷിക്കേണ്ട കാര്യല്ല. വെറുതെ കാശ് നഷ്ടപ്പെടുത്തേണ്ടാന്ന് കരുതി പറയണതാ.”

സ്വയമെന്നോണം ഉറക്കെ പറഞ്ഞുകൊണ്ട് യോഹന്നാൻ ബസ്സിന്റെ ടയറിലെല്ലാം തട്ടിനോക്കി, ഉറപ്പു വരുത്തി. കുട്ടികൾ ബസ്സിൽ കയ റാൻ ഓടിവന്നു. യോഹന്നാൻ ചെറിയൊരു സ്റ്റൈലൻ ചിരിയോടെ ഡോർ തുറന്നുപിടിച്ച് സ്വാഗതമരുളി. പ്രകാശൻ മാഷും അനിൽ സാറും പിന്നാലെ ഉണ്ടായിരുന്നു. യോഹന്നാൻ ബഹുമാനത്തോടെ ഒതുങ്ങിനിന്നു.

“സാറേ, നമ്മള് ഷൂട്ട് ചെയ്ത ഫിലിം പെട്ടി എടുക്കണ്ടേ?”

“ഫിലിമൊക്കെ സിനിമയിൽനിന്ന് പോയില്ലേ, യോഹന്നാൻ. നമ്മള് എടുത്തത് ഡിജിറ്റൽ ക്യാമറയിലല്ലേ?”

”അപ്പോ പോക്കറ്റിലിടാനുള്ള സാധനേണ്ടാവുള്ളൂ, ല്ലേ? അനിൽ സാർ പ്രതികരണമെന്നോണം ഒന്നു ചിരിച്ചു.

“വേഗം പോകാം. ഇനി ആരെങ്കിലും വരാനുണ്ടോ?”യോഹന്നാൻ വണ്ടിയിൽ കയറി ഡ്രൈവർ സീറ്റിലേയ്ക്ക് ഊർന്നിറങ്ങി.

ഹിറ്റ്ലർ, സുമിടീച്ചർ, ലത ടീച്ചർ, ബാലഗോപാലൻ മാഷ്, ബിപിൻ കുമാർ എന്നിവരും ധൃതിയിൽ വന്നു കയറി. വണ്ടി നീങ്ങിയതോടെ കുട്ടികൾ കൈകൊട്ടി താളം പിടിച്ച് പാട്ടുപാടാൻ തുടങ്ങി. അവർക്ക് സന്തോഷം. പഠനയാത്ര വിനോദയാത്രയായി മാറ്റാൻ കുട്ടികൾക്ക് നിമിഷങ്ങൾ മതിയല്ലോ. രണ്ടു നാല് പാട്ടു കഴിഞ്ഞപ്പോൾ കുട്ടികളുടെ ആവേശമൊന്നു തണുത്തു. ചിലർ അനിൽ സാറിന്റെ ചുറ്റും കൂടി. അവർക്ക് സിനിമാ വിശേഷങ്ങൾ ഒരുപാട് അറിയാനുണ്ട്.

വിപിൻകുമാർ ഒരു റോസ്റ്റോക്കായിരിക്കയാണല്ലോ? ബാലഗോപാ ലൻ മാഷ് തോളിൽ തട്ടിക്കൊണ്ട് കളിയാക്കി. വിപിൻ അപ്പോഴും ചിരിച്ചുകൊണ്ട് നിശ്ശബ്ദനായിരുന്നു.

“റോസ്റ്റോക്ക് എന്നു പറയുന്നത് എന്താ സാറേ?”

“വിപിൻ ചേട്ടൻ സിനിമക്യാമ്പിനുവേണ്ടി കാര്യമായൊന്നും ചെയ്യാത്തതു കൊണ്ടാണോ അങ്ങനെ പറഞ്ഞത്. നല്ല കഴിവുണ്ടായാൽ മാത്രം പോരാ. അത് ആവശ്യമായ സന്ദർഭങ്ങളിൽ ഉപയോഗിക്കണമെന്ന് പറഞ്ഞതാ.”

“അപ്പോ വിപിൻ ചേട്ടൻ എക്സ്പോസ്ഡ് ആവണം, ല്ലേ.” നവീനാണ് വിഷയം ഏറ്റുപിടിച്ചത്. വിഷയം മാറ്റാനായിരിക്കണം മാളവിക ചോദിച്ചു:

“എക്സ്പോസ് ചെയ്യാത്ത ഫിലിമിനെയാണ് റോസ്റ്റോക്കെന്നു പറയാ.”

“അത് ക്യാമറയിലൂടെ ഓടിപ്പിക്കണതല്ലേ സാർ?”

“അതെ.”

“ഇതിനെ സെല്ലുലോയ്ഡ് എന്നു പറയണത് എന്താ സാറേ?”

“കട്ടികുറഞ്ഞ ഒരുതരം പോളിമറായ സെല്ലുലോയ്ഡ് അസിറ്റേറ്റാണ് ഫിലിമിന്റെ ബേസ്. ഇത് സുതാര്യമാണ്. ചുരുട്ടാനും നിവർത്താനും പറ്റുന്നതാണ്. ഇതിൽ രാസപദാർത്ഥങ്ങൾ പുരട്ടും. അങ്ങനെയാണിതിനെ സെല്ലുലോയ്ഡ്ന്ന് വിളിക്കാൻ തുടങ്ങിയത്.”

“വെറുതെ ഓടിച്ചെന്നാലൊന്നും ഈ ഫിലിം വാങ്ങാൻ പറ്റില്ല.”

“അതിന് ലൈസൻസെടുക്കണം.” ബാലഗോപാലൻമാഷ്ക്ക് ഇക്കാര്യത്തെക്കുറിച്ച് കുറച്ചു പിടിപാടൊക്കെയുണ്ട്.

കേരള ഫിലിം ചേമ്പർ ഓഫ് കോമേഴ്സ് എന്ന നിർമ്മാതാക്കളുടെ സംഘടനയിലോ സൗത്ത് ഇന്ത്യൻ ഫിലിം ചേമ്പർ ഓഫ് കോമേഴ്സിലോ രജിസ്റ്റർ ചെയ്തവർക്കേ ഫിലിം വാങ്ങാനുള്ള ലൈസൻസ് കിട്ടൂ. ബാലഗോപാലൻ മാഷ് പറഞ്ഞത് ശരിയാണെന്ന് അനിൽ സാർ സ്ഥിരീകരിച്ചു.

“പുതിയതരം ഫിലിമുകൾ ഉണ്ടാക്കിയത് ഈസ്റ്റ്മാന്റെ കമ്പനിയായ കൊഡാക്കാണെന്ന് ക്ലാസ്സെടുത്തപ്പോൾ സൂചിപ്പിച്ചില്ലേ. ഈസ്റ്റ്മാന്റെ സംഭാവനകൾ വിലമതിക്കാനാവാത്തതാണ്. 1927-ൽ ജാസ് സിംഗർ റിലീസായതോടെയാണല്ലോ ശബ്ദം ഫിലിമിൽ റെക്കോർഡ് ചെയ്യാൻ തുടങ്ങിയത്. പിന്നെ കളർ ഫിലിം മാർക്കറ്റിലിറക്കി. അങ്ങനെ ഒരുപാട് കാര്യങ്ങൾ പറയാനുണ്ട്. റോസ്റ്റോക്ക് എന്ന ഫിലിമിന്റെ കാര്യം പറയുമ്പോൾ 1932-ൽ അന്തരിച്ച പ്രതിഭാശാലിയായ ജോർജ്ജ്

ഈസ്റ്റുമാനെ ഓർക്കാതെ പറ്റില്ല. ചലച്ചിത്രകല ജോർജ്ജ് ഈസ്റ്റ് മാനോട് കടപ്പെട്ടിരിക്കുന്നു. അദ്ദേഹത്തിന്റെ ആ പരസ്യവാചകം ഓർമ്മയുണ്ടോ?"

അലൻ വിൻസെന്റ് കൈപൊക്കി.

"ചിത്രീകരണം കഴിഞ്ഞാൽ ഈ റോസ്റ്റോക്കിനെ എന്താണ് പറയുക?"

ശബരിയെ ഒന്നു നോക്കിക്കൊണ്ട് അനിൽ അങ്കിൾ ചോദിച്ചു.

"എക്സ്പോസ്ഡ് പിക്ചർ നെഗറ്റീവ്..." ശബരി മറുപടി പറഞ്ഞു.

"പാമ്പുകളിക്കാരുടെ പെട്ടി പോലെ കുറെ പെട്ടികൾ കാണാറുണ്ടല്ലോ. അതെന്തിനുള്ളതാ. "ഷാജി മാസ്റ്ററാണ് വിഷയം എടുത്തിട്ടത്.

"അത് ഫിലിം സൂക്ഷിക്കാനുള്ളതാ."

" ഒരു പെട്ടിയിൽ എത്ര ഫിലിം കൊള്ളും." മാളവിക ചോദിച്ചു.

"ക്യാമറയുടെ മുകളിൽ ഘടിപ്പിച്ചിട്ടുള്ള മേഗസിന്റെ അറയിൽ 400 മുതൽ 1000 അടി വരെയുള്ള റോസ്റ്റോക്ക് ചുറ്റാം."

"അപ്പോൾ ക്യാമറയുടെ ആദ്യത്തെ അറയിൽ റോസ്റ്റോക്കും മുകളിലുള്ള രണ്ടാമത്തെ അറയിൽ എക്സോപസ്ഡ് പിക്ചർ നെഗറ്റീവും.. അല്ലേ?"

മാളവിക ഒന്നു കൂടി ഉറപ്പിച്ചു. അനിൽ സാർ തലയാട്ടി സമ്മതിച്ചു.

"ഇരുട്ടറയിൽ വച്ചാണിത് ക്യാനിന്റെ ഉള്ളിലാക്കുക. അല്ലേ സാർ?"

"അതേ, ഡപ്പയിൽ തന്നെ. ഇത് തുറന്നു നോക്കിയാൽ ഒന്നും കാണില്ല. കാണണമെങ്കിൽ അത് പ്രോസസ്സ് ചെയ്യണം. പ്രോസസ്സ് യന്ത്രത്തിലും മേഗസിനുണ്ട്. ഇരുട്ടത്ത് ഇതു യന്ത്രത്തിൽ ഘടിപ്പിക്കണം. എന്നിട്ടാണിതിന്റെ പ്രോസസ്സിംഗ് നടത്തുന്നത്. ഇനി പിക്ചർ നെഗറ്റീവിൽനിന്ന് എടുക്കുന്ന പ്രിന്റിനെ പിക്ചർ പോസിറ്റീവ് എന്നു പറയും. ശബ്ദം ചേർക്കാതെയുള്ള ഈ ഫിലിമിനെയാണ് റഷസ് എന്നു പറയുന്നത്."

"റഷസ് കണ്ടതിനുശേഷമല്ലേ സാർ എഡിറ്റിംഗ് ടേബിളിലേക്ക് പോകുക."

"സൗണ്ട് നെഗറ്റീവ് എന്നു പറയുന്നതെന്താണ് സാർ?"

"ശബ്ദം ലേഖനം ചെയ്തിരിക്കുന്ന ബ്ലാക്ക് ആന്റ് വൈറ്റ് ഫിലിമിനെയാണ് സൗണ്ട് നെഗറ്റീവ് എന്നു പറയുന്നത്. ഇതൊന്നും

നമുക്ക് തത്ക്കാലം ആവശ്യമില്ല. എങ്കിലും നിങ്ങളിതൊക്കെ മനസ്സിലാക്കിയിരിക്കണം. ഫിലിമിലും സിനിമയെടുക്കേണ്ടി വരുമല്ലോ. പിന്നെ പ്രധാനപ്പെട്ട ഒരു കാര്യമുണ്ട്. പ്രോസസ്സിംഗ് ലാബിൽ അവിടെ പ്രോസസ്സ് ചെയ്ത എല്ലാ ഫിലിമുകളും സൂക്ഷിക്കും. നിർമ്മാതാവിൽ നിന്ന് വാടക ഈടാക്കിക്കൊണ്ട് അത് എത്ര കാലത്തേയ്ക്കു വേണമെങ്കിലും സൂക്ഷിക്കുന്ന പതിവുണ്ട്. അതുകൊണ്ടാണ് പല സിനിമകളും ഏറെക്കാലത്തിനുശേഷവും നമുക്ക് കാണാൻ കഴിയുന്നത്."

റെയിൽവേ ക്രോസിനടുത്ത് എത്തിയതും ഷട്ടർബാറുകൾ അടഞ്ഞു. അല്പസമയമേ അവിടെ കാത്തുകിടക്കേണ്ടിവരികയുള്ളുവെന്ന് സാരഥിയായ യോഹന്നാൻ പറഞ്ഞുവെങ്കിലും ഞങ്ങളുടെ മനസ്സ് പിടയ്ക്കാൻ തുടങ്ങി. ഷൂട്ട് ചെയ്ത ഭാഗങ്ങൾ എഡിറ്ററുടെ പക്കൽ കഴിഞ്ഞ ദിവസംതന്നെ എത്തിച്ചതുകൊണ്ട് എടുത്ത ഭാഗങ്ങൾ മുഴുവനും കമ്പ്യൂട്ടറിലെ ഹാർഡ് ഡിസ്കിലേയ്ക്ക് കോപ്പി ചെയ്തിട്ടുണ്ടാകുമെന്ന് പ്രകാശൻ മാഷും അനിൽ സാറും തമ്മിൽ സംസാരിക്കുന്നത് കേട്ടിരുന്നു. ഇരുവരുടെയും സംസാരം ശ്രദ്ധിച്ചിരിക്കുന്നതിനിടയിൽ തീവണ്ടി കടന്നുപോയതറിഞ്ഞില്ല.

"നവീൻ, ആ ഷൂട്ടിംഗ് സ്ക്രിപ്റ്റ് ഒന്നെടുത്തുതരൂ." അലൻ ആവശ്യപ്പെട്ടു.

സ്ക്രിപ്റ്റ് ബോക്സ് വണ്ടിയുടെ സീറ്റിനടിയിൽ തിരുകിവച്ചിടത്തുനിന്നു പുറത്തെടുത്തു നവീൻ പ്രകാശൻ മാഷിനോട് ചോദിച്ചു.

"ഇനിയെന്തിനാ ഷൂട്ടിംഗ് സ്ക്രിപ്റ്റ്. എല്ലാം എടുത്ത കഴിഞ്ഞതല്ലേ?" ഷൂട്ടിംഗ് കഴിയുന്നതോടെ സ്ക്രിപ്റ്റിന്റെ ആവശ്യം കഴിഞ്ഞുവെന്ന വിശ്വാസമാണ് രാഹുലിനുള്ളത്. സ്ക്രിപ്റ്റിന്റെ ആരംഭം മുതൽ അവസാനം വരെ ചിത്രീകരിച്ചത് ഡയറക്ടറുടെ കൈവശമുണ്ടാകണമെന്ന് അറിയില്ലേ? അതിനെങ്ങനെയാ ക്ലാസ്സെടുക്കുന്ന സമയത്ത് ഓരോരോ കുണ്ടാമണ്ടികളിലല്ലേ ശ്രദ്ധ..." അലൻ രാഹുലിനെ കളിയാക്കി.

"ചിത്രീകരിച്ചതു മുഴുവനും എഡിറ്ററും ഡയറക്ടറും കൂടിയിരുന്ന് കാണണം. എഡിറ്ററുടെയും ഡയറക്ടറുടെയും കൈയും മനസ്സും ഒന്നായെങ്കിൽ മാത്രമേ ഇരുവർക്കും തൃപ്തികരമായ സിനിമയുണ്ടാക്കാൻ കഴിയുകയുള്ളൂ."

"മനസ്സ് ഒന്നാകണമെന്നു പറഞ്ഞത് മനസ്സിലായി. എന്തിനാ കൈയും ഒന്നാകണമെന്നു പറഞ്ഞത്."

കുട്ടികളുടെ സംഭാഷണം ശ്രദ്ധിച്ചിരുന്ന ലതടീച്ചർ ചോദിച്ചു.

എഡിറ്ററുടെ കൈയിലെ പ്രധാന ഉപകരണം കത്രികയാണല്ലോ? "എവിടെ വെട്ടിക്കളയണമെന്ന് തീരുമാനിക്കുമ്പോൾ അത് ഡയറക്ടർ നിശ്ചയിച്ചിടത്തു തന്നെയാകുന്നതിനുവേണ്ടിയാണ് മനസ്സും കൈയും ഒന്നാകണമെന്ന് പറഞ്ഞത്."

"അതിനു സാറേ... നമ്മുടെ എഡിറ്ററുടെ കൈയിൽ കത്രികയു ണ്ടാകുമോ? മൗസല്ലേ ഉള്ളത്?" എല്ലാവരുടെയും സംശയങ്ങൾക്ക് മറു പടി പറയുന്നത് അലനാണ്.

"മൗസായാലും കത്രികയായാലും ഒരേ പ്രവൃത്തിയല്ലേ ചെയ്യു ന്നത്. മാർഗ്ഗം ഏതായാലും ലക്ഷ്യം ഒന്നുതന്നെ." രാഹുൽ തത്ത്വ ചിന്തകനെപ്പോലെ ഒരു പ്രസ്താവനയിറക്കി.

"രണ്ടാളുടേയും കൈയും മനസ്സും ഒന്നാകണമെന്നു പറഞ്ഞു. പക്ഷേ എഡിറ്റർ ലൊക്കേഷനിൽ വരികയോ ഷൂട്ടിംഗ് കാണുകയോ ചെയ്തിട്ടില്ലല്ലോ. അതുകൊണ്ട് എഡിറ്റർക്ക് വിഷയം എന്താണെന്നു പോലും അറിയില്ല." മാളവികയാണ് ചോദ്യമുന്നയിച്ചത്.

"അതു വേണമെന്നില്ല. സ്ക്രിപ്റ്റിന്റെ ആരംഭം മുതൽ അവസാനം വരെ ചിത്രീകരിച്ചത് കാണുന്നതിന്റെ അടിസ്ഥാനത്തിലായിരിക്കണം എഡിറ്റർ തീരുമാനമെടുക്കുന്നത്. സർഗ്ഗാത്മകതയുള്ള ഒരു എഡിറ്റർക്ക് സിനിമയുടെ നിലവാരം ഉന്നതിയിലേയ്ക്കെത്തിക്കാ നാവും."

"നല്ലൊരു എഡിറ്ററാകണം. അതാണിപ്പോൾ എന്റെ ആഗ്രഹം." അലക്സ് പോൾ അനിൽ സാറിനോട് ഇംഗിതം അറിയിച്ചു.

"കേവലമൊരു തമാശയായല്ല, ഗൗരവപൂർണ്ണമായിട്ടാണെങ്കിൽ നല്ല തീരുമാനമാണ് അലക്സ് പോളെടുത്തിട്ടുള്ളത്. വിഷ് യു ഓൾ സക്സസ്..."

"താങ്ക് യൂ സാർ.. .ഐ വിൽ ട്രൈ മൈ ബെസ്റ്റ്..."

അനിൽ സാർ പറഞ്ഞുതുടങ്ങി.

"റഷ്യൻ സംവിധായകനും എഡിറ്ററുമായിരുന്ന ലിവ് കുലിഷോ വാണ് സിനിമയിൽ എഡിറ്റിങ്ങിന്റെ സാദ്ധ്യതകളെക്കുറിച്ച് കാണിച്ചു തന്നത്. ചിത്രീകരണസമയത്ത് ഷോട്ടുകളിൽ വരുന്ന പോരായ്മകളെ നല്ലൊരു എഡിറ്റർക്ക് ക്രിയാത്മകമായി പരിഹരിക്കാൻ ആകും. അങ്ങനെ സിനിമയെ നല്ലതാക്കാനും കഴിയും. ആൻഡ്രേ ടാർക്കോ വ്സ്ക്കി അദ്ദേഹത്തിന്റെ 'മിറർ' എന്ന ചിത്രം ഇരുപത്തിയൊന്നു പ്രാവശ്യം റീ എഡിറ്റു ചെയ്താണ് മഹത്തായ ഒരു ചിത്രമാക്കി

മാറ്റിയത്. അതുകൊണ്ട് സംവിധായകനെപ്പോലെ എഡിറ്ററുടേതും ഒരു ക്രിയേറ്റീവ് ജോബാണ്."

"ഭാരതസർക്കാരിന്റെ സ്വർണ്ണമെഡൽ നേടിയ 'ചെമ്മീൻ' എന്ന ചിത്രം എഡിറ്റുചെയ്ത ഋഷികേശ് മുഖർജിയുടെ സംഭാവനയെപ്പറ്റി ധാരാളം വായിച്ചിട്ടുണ്ട് സാർ."

ബാലഗോപാലൻ മാഷ് തന്റെ ഇഷ്ടസിനിമയെക്കുറിച്ച് പറയാൻ കിട്ടിയ അവസരം പാഴാക്കിയില്ല.

"അതിൽ മുഖ്യകഥാപാത്രങ്ങളായ പളനിയുടെയും കറുത്തമ്മയുടെയും വിവാഹം കഴിഞ്ഞു എന്ന അനുഭവമുണ്ടാക്കിയത് ഒരൊറ്റ ചെറിയ സീൻ കൊണ്ടാണ്. എഡിറ്ററുടെ മിടുക്ക് ആ ഒരൊറ്റ സീൻ കൊണ്ട് അറിയാം. ഏതാ ആ സീനെന്നു പറയാമോ?"

"ഒരു സീൻ മാത്രമല്ല സാർ... നിരവധി സീനുകൾ നമുക്ക് എടുത്തു പറയാൻ കഴിയും."

"ഏറ്റവും ഏളുപ്പം ഓർമ്മയിലെത്തുന്ന സീൻ എന്നു മാത്രമേ ഞാൻ ഉദ്ദേശിച്ചുള്ളു."

"സാറു തന്നെ അതൊന്നു പറയൂ..."

തന്റെ സിനിമാപരിജ്ഞാനം മറ്റുള്ളവരിൽ മതിപ്പുളവാക്കുന്നുണ്ട് എന്ന് മനസ്സിലാക്കി അല്പം ഗഹനമായ സ്വരഭാവത്തോടെ ബാലഗോപാലൻമാഷ് പറഞ്ഞുതുടങ്ങി.

"ഇരുവരുടെയും വിവാഹച്ചടങ്ങുകളും സദ്യയുമൊക്കെ കാണിക്കുവാനാണ് സാധാരണ ഡയറക്ടറോ എഡിറ്ററോ ശ്രമിക്കുക. എന്നാൽ ഋഷികേശ് മുഖർജി ചെയ്തത്, സിനിമയുടെ ഒഴുക്കിനും വൈകാരികതയ്ക്കും കോട്ടം തട്ടാത്തവിധം വിവാഹച്ചടങ്ങുകളും സദ്യയുമൊക്കെ കട്ട് ചെയ്തു കളഞ്ഞു. സദ്യയുണ്ടവർ ഉപേക്ഷിച്ച ഇലകളും ഭക്ഷണാംശങ്ങൾ തിന്നാൻ കലമ്പൽ കൂട്ടുന്ന കാക്കക്കൂട്ടങ്ങളെയും മാത്രമാണ് കാണിച്ചത്. ഈ ഒരൊറ്റ ദൃശ്യംകൊണ്ടുതന്നെ വിവാഹത്തിന്റെ സമഗ്രമായ അനുഭവം നമുക്കുണ്ടാകുന്നു." ബാലഗോപാലൻ മാഷുടെ വിശദീകരണത്തിൽ തൃപ്തരായ കുട്ടികൾ എല്ലാവരും കൈയടിച്ച് അഭിനന്ദിച്ചു. വരുൺദേവും അരുൺഗോപനും ബാലഗോപാലൻമാഷ്ക്കുവേണ്ടി ഓരോ ജയ് വിളിയും നടത്തി. ഏറ്റുപിടിക്കാൻ ആരും തുനിഞ്ഞില്ല. അതോടെ അവരും നിർത്തി.

എഡിറ്റിംഗ് നടത്തുന്നവർ ശ്രദ്ധിക്കേണ്ട കാര്യങ്ങളെ അറിയാനുള്ള വെമ്പലാണ് ഹിറ്റ്ലർ മാഷിന്. കുട്ടികളുടെ മുന്നിൽ അതു

പ്രകടിപ്പിക്കാൻ ഒരു വൈക്ലബ്യവും. ഈ വക കാര്യങ്ങളിൽ തനിക്കൊട്ടും വിവരമില്ലെന്ന് മറ്റുള്ളവർ ധരിച്ചേക്കുമോയെന്ന ഒരു പേടി. മുടിവെട്ടുകാർ കത്രിക പിടിച്ച് ചലിപ്പിക്കുന്നതുപോലെ വിരലുകൾ കൊണ്ട് ആംഗ്യം കാണിച്ചാണ് ഹിറ്റ്ലർ സംസാരിക്കാൻ തുടങ്ങിയത്.

"എഡിറ്റിംഗിന് ഏഴു കാര്യങ്ങൾ ശ്രദ്ധിക്കണമെന്നു പറയണ്ണ്ടല്ലോ. ഏതൊക്കെയാ ഏഴു കല്പനകൾ അനിൽ സാറേ?"

"ഏഴു കല്പനകളോ.. ഏഴല്ല മാഷേ... പത്തു കല്പനകളാ..."

സുമിടീച്ചർക്ക് ഒട്ടും സംശയമില്ല. കണ്ണാടിയിലൂടെ എല്ലാവരേയും ശ്രദ്ധിക്കുന്ന യോഹന്നാൻ സുമിടീച്ചറെ പിന്താങ്ങിക്കൊണ്ട് പറഞ്ഞു:

"ടീച്ചറ് പറഞ്ഞതാ ശരി. കല്പനകളാണെങ്കിൽ പത്തെണ്ണം കാണും."

"താനിവിടെ ശ്രദ്ധിക്കാതെ നേരെ നോക്കി വണ്ടിയോടിക്കെടോ." ബാലഗോപാലൻ മാഷ് യോഹന്നാനെ താക്കീതു ചെയ്തു.

"ഏഴു കാര്യങ്ങൾ എന്നു പറഞ്ഞതിൽ ശരിയുണ്ട്. പത്തോ പതിനഞ്ചോ കാര്യങ്ങൾ ശ്രദ്ധിക്കണമെന്നു നമ്മുടെ യുക്തിക്കനുസരിച്ച് ഉണ്ടാക്കുകയും ചെയ്യാം."

"ഏഴു കാര്യങ്ങളൊന്നു പറയൂ.... മാഷ് എടുത്തിട്ടത് എല്ലാവർക്കും ഉപകാരമാവട്ടെ."

ഒന്ന്: സ്ക്രിപ്റ്റ് നല്ലവണ്ണം പഠിക്കണം.

രണ്ട്: ചിത്രീകരിച്ച മുഴുവൻ ഭാഗങ്ങളും ശ്രദ്ധയോടുകൂടി കാണണം.

മൂന്ന്: ത്യാജ്യഗ്രാഹ്യവിവേചനത്തോടെ അത്യാവശ്യമുള്ള എല്ലാ ഭാഗങ്ങളും തിരഞ്ഞെടുക്കുക. ആവശ്യമില്ലാത്തവ ഉപേക്ഷിക്കുക.

"നാല്..."

"വരട്ടെ മാഷെ...ഞങ്ങളിതൊന്നു കുറിച്ചെടുക്കട്ടെ." അനിൽ സാർ ഒന്നു നിർത്തി.

"ബസ്സിലിരുന്ന് എഴുതാനൊക്കെ വിഷമമാ. നിങ്ങൾ ശ്രദ്ധിച്ചാൽ മതി."

"സാറേ, പ്ലീസ് ഒന്നു കൂടി പറയാവോ?"

അനിൽ സാർ പ്രതികരിക്കാതെ ചിരിക്കുകമാത്രം ചെയ്തു.

ഹിറ്റ്ലർ കുട്ടികളെപ്പോലെ ശ്രദ്ധയോടെ വിരൽ മടക്കി ആവർത്തിച്ചു. കുട്ടികളെല്ലാവരും സഹായിച്ചതുകൊണ്ട് മൂന്നു കാര്യങ്ങളും ഉറപ്പിക്കുവാൻ കഴിഞ്ഞു.

നാല്: സിനിമയുടെ സമീപനരീതി നിശ്ചയിക്കണം. പ്രേക്ഷകരുടെ താത്പര്യം മുൻകൂട്ടിക്കണ്ട് അതനുസരിച്ചുള്ള സമീപനരീതി സ്വീകരിക്കണം. പ്രേക്ഷകർ ഏതു തരക്കാരാണോ അതനുസരിച്ചുള്ള വേഗതയും വ്യക്തതയും കഥാഗതിയിൽ വരുത്തണം. ഏറ്റവും നല്ല ദൃശ്യവിതാനത്തിലൂടെ, തന്റെ പക്കലുള്ള ഷൂട്ട് ചെയ്ത ഭാഗങ്ങൾ ഉപയോഗിക്കാൻ കഴിയണം.

അഞ്ച്: സ്ക്രിപ്റ്റിൽ പറയുന്നതുപോലെ സീക്വൻസിനനുസരിച്ച് ഏറ്റവും നല്ല ഫൂട്ടേജിനെ (ഷോട്ടുകളനുസരിച്ച് സീനും സീക്വൻസും) ക്രോഡീകരിക്കുക.

ആറ്: സിനിമയുടെ അടിസ്ഥാനമായ ആശയങ്ങളും ദൃശ്യരൂപവും നിശ്ചയിച്ചുറപ്പിക്കുക. എന്നിട്ട് ഉപരിപ്ലവമായ സീനുകളെ പുനഃക്രമീകരിച്ചും ആവശ്യമില്ലാത്തവ ഉപേക്ഷിച്ചും ഏറ്റവും നല്ലവയെ ഭാവതീവ്രമായി സമന്വയിപ്പിക്കണം.

ഏഴ്: അവസാനമായി മിനുക്കുപണികളാണ്. ഒരു ബിഗ് സ്ക്രീനിലിട്ട് ഇവയെ കാണണം. എഡിറ്റ് ചെയ്ത ദൃശ്യങ്ങളത്രയും കല്ലുകടിയോ കുലുക്കമോ തോന്നാത്തവിധം സുഘടിതമായിട്ടുണ്ടോ, ഇനിയും ഉപേക്ഷിക്കപ്പെടേണ്ടവയുണ്ടോ, ചെറുതാക്കേണ്ടതുണ്ടോ? മാറ്റി സ്ഥാപിക്കേണ്ടവയുണ്ടോ? എന്നെല്ലാം സ്വയം ചോദിച്ച് ഉത്തരം കണ്ടെത്തണം."

സിനിമയുടെ ആരംഭവും അവസാനവും ഫലപ്രദമായിട്ടുണ്ടോയെന്നും തുടർച്ചയ്ക്ക് ഭംഗം വരുന്നുണ്ടോയെന്നും പരിശോധിച്ച് കൂടുതൽ മെച്ചപ്പെടുത്താൻ എന്തുചെയ്യണമെന്നും ചിന്തിക്കണം.

"ഇത്രയൊക്കെ പോരേ... ഇതിനെ വേണമെങ്കിൽ നിങ്ങൾക്കു തന്നെ പത്തു കല്പനകളാക്കാനും സാധിക്കും. ഇല്ലേ?" പ്രസക്തമായ ഒരു ചോദ്യമുന്നയിച്ചതിലുള്ള അഭിമാനബോധം ഹിറ്റ്ലർ മാഷിനുണ്ട്. അദ്ദേഹത്തിന്റെ പ്രസന്നമായ മുഖവും ഇടപെടലുകളും അതാണ് തെളിയിക്കുന്നത്.

വണ്ടി ഒരു കെട്ടിടത്തിന്റെ മുന്നിലെത്തിയിരുന്നു. എല്ലാവരും കെട്ടിടത്തിലേയ്ക്ക് എത്തിച്ചു നോക്കി. സ്റ്റുഡിയോവിന്റെ പേരെഴുതിയ ബോർഡ് മറ്റുള്ളവർക്ക് ചൂണ്ടിക്കാണിച്ചുകൊണ്ട് ചിലർ എണീറ്റു.

“ഇനി നമ്മൾ എഡിറ്ററുടെ വർക്ക് ഷോപ്പിലേയ്ക്ക്.” പ്രകാശൻ മാഷ് എല്ലാവരേയും ക്ഷണിച്ചു.

ഒരു ടെലിവിഷൻ ക്യാമറയും സിനിമ പ്രൊജക്ടറും ചേർന്നയിട ത്തേയ്ക്കാണ് ഞങ്ങളെ കൂട്ടിക്കൊണ്ടുവന്നത്. ടെലിസിനി ഡിപ്പാർട്ടു മെന്റ് എന്നാണ് പുറത്ത് എഴുതി വച്ചിരിക്കുന്നത്.

“ലീനിയർ എഡിറ്റിംഗ് സമ്പ്രദായത്തിൽ നിന്നും ഡിജിറ്റൽ അഥവാ നോൺ ലീനിയർ എഡിറ്റിംഗ് സമ്പ്രദായത്തിലേയ്ക്ക് മാറിയപ്പോൾ ഈ ടെലിസിനി ഉപകരണത്തിൽ ചില പരിഷ്ക്കാരങ്ങൾ വരുത്തി.”

അലനും മാളവികയുമെല്ലാം എഡിറ്ററായ ആ ചെറുപ്പക്കാരനെ ശ്രദ്ധിച്ചു. പിക്ചർ നെഗറ്റീവിലുള്ള ഇമേജുകളെ ഡിജിറ്റൽ വീഡിയോ ഇമേജുകളാക്കി മാറ്റി വീഡിയോ ടേപ്പിൽ റെക്കോർഡ് ചെയ്യുന്നു. ധീരജ് എന്നു പേരുള്ള ആ ചെറുപ്പക്കാരൻ ഞങ്ങളോടു പറഞ്ഞു. അലൻ വിൻസെന്റും കൂട്ടരും ഈ ചേട്ടനെ എത്ര വേഗമാണ് പരിചയ പ്പെട്ടത്. കൂട്ടുകാരെപ്പോലെ അവർ അദ്ദേഹത്തോടൊപ്പം കൂടി. മാള വികയാണ് ആ ചേട്ടന്റെ കൈയും പിടിച്ച് മുന്നിൽ നടക്കുന്നത്. നൂറു വർഷത്തോളം നിലനിന്നിരുന്ന എഡിറ്റിംഗ് ഉപകരണങ്ങൾ സൂക്ഷി ച്ചിട്ടുള്ള ഉപയോഗിക്കാത്ത ഒരു മുറി തുറന്നു കാണിച്ചുകൊണ്ട് എഡി റ്റിംഗ് രംഗത്തുവന്നിട്ടുള്ള മാറ്റങ്ങളെക്കുറിച്ച് അദ്ദേഹം ഞങ്ങളോട് സംസാരിച്ചു.

“ഇവയൊന്നും ഇപ്പോ ഉപയോഗിക്കാറില്ല. ദാ കണ്ടോ, ഇതാണ് സ്പൈസർ. ഇതു സിംക്രണൈസർ. ഇതു മൂവിയോള.” എന്നിങ്ങനെ ഓരോന്നും കാണിച്ചുതന്നു.

“ഇവയൊക്കെ പഴയ സാധനങ്ങൾ വാങ്ങുന്ന കുപ്പി, പാട്ട കച്ചവട ക്കാർക്ക് കൊടുക്കേണ്ടിവരും, അല്ലേ?” പ്രമോദ് ചോദിച്ചു.

“കുപ്പി, പാട്ടക്കാർക്ക് കൊടുക്കുന്ന വിലയ്ക്ക് ഞാൻ വാങ്ങി ക്കോളാം.”

കേട്ടപാതി കേൾക്കാത്ത പാതി ഹിറ്റ്ലർ വിളിച്ചുപറഞ്ഞു.

പുള്ളിക്കാരനെ ഒരു കൗതുകവസ്തു കാണുന്നതുപോലെ ധീരജ് ഒന്നു സൂക്ഷിച്ചുനോക്കി. ഒരു ചെറു ചിരി ചുണ്ടിലെവിടെയോ മിന്നൽ പ്പിണർ പോലെ പാഞ്ഞുപോയി. വിഷയം മാറ്റാനെന്ന വണ്ണം അലൻ ചോദിച്ചു.

“ഇപ്പോഴുപയോഗിക്കുന്നതെന്തൊക്കെയാണ്?”

"വേഗതയും സൗകര്യവും കൃത്യതയും കുടുതലുള്ള ഇലക്ട്രോണിക് ഡിജിറ്റൽ നോൺ ലീനിയർ എഡിറ്റിങ്ങാണ് ഈ രംഗത്ത് പുതുതായി ആദ്യം വന്നത്."

"അവിഡ്...എന്നു കേട്ടിട്ടുണ്ടോ?"

അലൻ പറഞ്ഞു. " ലോകത്തെല്ലായിടത്തും അവിഡിലാണ് എഡിറ്റിംഗ് നടത്തിയിട്ടുള്ളത്. ഫീച്ചർ ഫിലിമുകളും മറ്റുതരത്തിലുള്ളവയുമെല്ലാം അവിഡിൽ എഡിറ്റ് ചെയ്യാറുണ്ട്. 1993ലാണ് അവിഡ് മീഡിയ കമ്പോസർ ഉപയോഗിച്ചുതുടങ്ങിയത്. "

"ഈ സോഫ്റ്റ് വെയർ ഉപയോഗിച്ച് ധാരാളം ചിത്രങ്ങൾ എഡിറ്റ് ചെയ്തിട്ടുണ്ട്. മലയാളത്തിൽ മോഹൻ സംവിധാനം ചെയ്ത 'അങ്ങനെ ഒരവധിക്കാലത്ത്' ആദ്യകാലത്ത് ചെയ്തവയിൽ ഒന്നാണ്. "

"ബീന പോൾ, വേണുഗോപാൽ എന്നീ ഫിലിം എഡിറ്റർമാരുമായുള്ള ഒരു അഭിമുഖത്തിൽ ഞാനിത് വായിച്ചിട്ടുണ്ട്." ധീരജ് പറഞ്ഞു.

"വെരി ഗുഡ്."

"ഏറ്റവും പുതിയ സോഫ്റ്റ്‌വെയറുകൾ ഏതൊക്കെയാണ്?"

"ഓരോ ദിവസവും പുതിയ പുതിയ ഉപകരണങ്ങൾ രംഗത്തുവരുന്നുണ്ടെന്നു പറഞ്ഞല്ലോ. എഡിറ്റ്, ഫൈനൽ കട്ട് പ്രോ (എഫ് സി പി) പ്രീമിയർ അഡോബ്, പ്രീമിയർ പ്രോ, മെട്രോക്സ്, ആപ്പിൾ എന്നിങ്ങനെ വിവിധ തരം നോൺ ലീനിയർ എഡിറ്റ് സോഫ്റ്റ്‌വെയറുകൾ സിനിമാപ്രവർത്തകർ ഇപ്പോൾ ഉപയോഗിച്ചുവരുന്നു."

സ്കൂളിലെ നോൺ ടീച്ചിംഗ് സ്റ്റാഫായ വിപിൻകുമാറിന്റെ കൈയിൽ ഒരു പൊതിയിരിക്കുന്നതു കണ്ടു.

"എന്താ അതില്?"

"ഇത്തിരി ഫുഡാ. സാർ. എനിക്ക് ഹോട്ടൽ ഭക്ഷണം പിടിക്കില്ല്യാ."

"ഛെ! എന്താ നിങ്ങൾ കാണിക്കുന്നത്?" ധീരജ് ദേഷ്യപ്പെട്ടു. എഡിറ്ററുടെ ചേമ്പറിന്റെ മുകളിൽ എഴുതിവച്ചിട്ടുള്ളത് ചൂണ്ടിക്കാണിച്ചു കൊടുത്തു.

"ദേ. എഴുതിവച്ചത് കണ്ടില്ലേ?"

Smoking and eating are strictly prohibited in the editing room.

"പണ്ടുകാലത്ത് ഇവയൊന്നും തീരെ അനുവദിച്ചിരുന്നില്ല."

"അതെന്താ സാറേ കാരണം?" നവീൻ ചോദിച്ചു.

“അന്ന് ഫിലിം മാത്രമല്ലേ ഉപയോഗിച്ചിരുന്നുള്ളു. പൊടിയും ചാരവും ഭക്ഷണാവശിഷ്ടങ്ങളും പഞ്ഞിയും പഴന്തുണിയുമൊക്കെ പെട്ടെന്ന് ഫിലിമിൽ ഒട്ടിപ്പിടിക്കും. മാത്രമല്ല പെട്ടെന്ന് തീപിടിക്കുകയും ചെയ്യും.”

“റോബർട്ട് ഫ്ലാഹർട്ടിയുടെ ‘നാനൂക് ഓഫ് ദി നോർത്ത്’ എന്ന ഡോക്യുമെന്ററിയുടെ ചരിത്രം കേട്ടിട്ടുണ്ടോ?”

“ഇല്ല.”

“അതിന് എന്തു പറ്റി സാർ?”

“75000 അടി ഫിലിമാണ് എഡിറ്റിംഗ് ടേബിളിലെ ഒരു ചെറിയ അശ്രദ്ധകൊണ്ട് ഒറ്റയടിക്ക് കത്തിപ്പോയത്.”

“അയ്യോ എങ്ങനെയാണ് സാർ അതു സംഭവിച്ചത്?”

“അവിടെയിരുന്ന് സിഗരറ്റ് വലിച്ചു. അതിൽനിന്ന് വീണ ഒരൊറ്റ പൊരിയിൽ അതുവരെ ഉണ്ടാക്കിയതെല്ലാം നിമിഷംകൊണ്ട് ചാമ്പലായിപ്പോയി. നാലുവർഷം വേണ്ടിവന്നു വീണ്ടുമത് ചിത്രീകരിക്കുവാൻ.”

പ്രകാശൻ മാഷ് ഒരു കട്ട് ഇൻ നടത്തുകയായിരുന്നു.

എഡിറ്റിങ്ങ് റൂമിലെ വെളിച്ചത്തിന്റെ നിയന്ത്രണം വളരെ മനോഹരമായിട്ടുണ്ട്. ആവശ്യമായ ഫർണീച്ചറുകളും സംവിധാനങ്ങളുമെല്ലാം നല്ല രീതിയിൽ സജ്ജീകരിച്ചിരിക്കുന്നു.

എഡിറ്റർ അദ്ദേഹത്തിന്റെ കസേരയിൽ വന്നിരുന്നു.

ഞങ്ങൾ അദ്ദേഹത്തിന്റെ പിന്നിൽ ഒതുങ്ങി നിന്നു.

അനിൽ സാറിന് ഇരിക്കാൻ ഒരു കസേര ആരോ കൊണ്ടുവന്നിട്ടു.

സിനിമയുടെ എഡിറ്റിംഗ് തുടങ്ങി.

ഫെയ്ഡ് ഔട്ട്

റസൂൽ പൂക്കുട്ടിയായിരുന്നു നായകൻ. ശബ്ദലേഖനം തുടങ്ങുന്നതിനു മുമ്പ് റസൂൽ പൂക്കുട്ടിയുടെ ഓസ്കാർ നേട്ടത്തെക്കുറിച്ചായിരുന്നു ചർച്ച. ഈ നേട്ടത്തെ തുടർന്ന് വന്നിട്ടുള്ള മുഴുവൻ ലേഖനങ്ങളും അഭിമുഖങ്ങളും ശേഖരിച്ച് ഫോട്ടോസ്റ്റാറ്റ് പേപ്പറിൽ ഒട്ടിച്ച്, ഒരു പ്രത്യേക പതിപ്പായി സൂക്ഷിച്ചിരിക്കുകയാണ്, മാളവിക. ഓരോ ലേഖനത്തിനുമിടയ്ക്ക് അനുയോജ്യമായി ചിത്രങ്ങൾ പ്രസക്തമാകും വിധത്തിൽ പതിച്ചുവച്ചിരിക്കുന്നു. അതിന്റെ ഫോട്ടോ സ്റ്റാറ്റെടുത്ത് ആവശ്യക്കാർക്ക് കൊടുക്കാമെന്ന് അവർ വാഗ്ദാനം നൽകിയിട്ടുണ്ട്. ശബ്ദങ്ങൾ, സംഭാഷണങ്ങൾ, പാട്ടുകൾ, പശ്ചാത്തലസംഗീതം, സ്പെഷ്യൽ ഇഫക്ടുകൾ തുടങ്ങിയവയെല്ലാം രേഖപ്പെടുത്തിയ ശബ്ദഫിലിമുകളെക്കുറിച്ചും ശബ്ദവും ദൃശ്യവും ഒരുമിച്ചു രേഖപ്പെടുത്തിയ ശബ്ദഫിലിമുകളെക്കുറിച്ചുമെല്ലാം ഈ ലേഖനങ്ങളിൽ വിശദമായി പരാമർശിച്ചിട്ടുണ്ടത്രെ.

ചിത്രീകരണസമയത്തുതന്നെ ശബ്ദലേഖനം ആരംഭിക്കുന്നു. പലതരം ശബ്ദങ്ങൾ, സംഭാഷണം, പശ്ചാത്തലസംഗീതം, പ്രകൃതിയുടെ വിവിധ ഇവയൊക്കെ ചേർക്കുമ്പോഴാണ് ദൃശ്യങ്ങളുടെ ഭാവരസ സംവേദനങ്ങൾ പൂർണ്ണമാകുകയുള്ളു. കണ്ണും കാതും സമന്വയിക്കുമ്പോഴുണ്ടാകുന്ന ഇന്ദ്രിയ സംവേദനം സിനിമയിൽ അനുഭവവേദ്യമാക്കുന്നതിൽ ശബ്ദലേഖകനും വലിയ സംഭാവനകൾ ചെയ്യാനുണ്ട്. സൗണ്ട് എഞ്ചിനീയറിംഗ് പഠിച്ച ഒരു യുവാവായിരുന്നു ഈ പ്രവർത്തനങ്ങൾക്ക് നേതൃത്വം കൊടുക്കാനായി സ്റ്റുഡിയോയിൽ എത്തിയത്. റസൂൽ പൂക്കുട്ടിയിലൂടെ ഞങ്ങൾ നേടിയ അനൗപചാരികമായ അറിവ് അദ്ദേഹവുമായി പങ്കുവയ്ക്കുന്നതിനു കഴിഞ്ഞു.

കുട്ടികളെല്ലാം സംഭാഷണം വളരെ വേഗത്തിൽ ഡബ്ബ് ചെയ്തു. അദ്ധ്യാപകർക്കും പിടിഎ പ്രസിഡണ്ടിനുമെല്ലാം ഒരുപാട് പ്രാവശ്യം

ആവർത്തിക്കേണ്ടിവന്നു. അതുകൊണ്ടായിരിക്കണം പിടിഎ പ്രസിഡണ്ടും ഹിറ്റ്ലർ മാഷും രണ്ടാമത്തെ ദിവസം വരാൻ കൂട്ടാക്കാതിരുന്നത്. സംവിധായകരും സഹസംവിധായകരും പ്രകാശൻ മാഷും അനിൽ സാറും മാത്രമാണ് രണ്ടാമത്തെ ദിവസം വന്നത്.

ആദ്യം പൈലറ്റ് ട്രാക്ക് കേൾക്കും പിന്നെ പൈലറ്റ് ട്രാക്കിലെ പോരായ്മകൾ നികത്തി ഭംഗിയായി പറഞ്ഞുനോക്കും. സ്ക്രിപ്റ്റ് നോക്കി വായിക്കാൻ ഏറ്റവും വേഗത്തിൽ സാധിച്ചത് മാളവികയ്ക്കാണ്. രണ്ടു മൂന്നു കുട്ടികളുടെ ശബ്ദം അവൾ സ്വരം മാറ്റി പറഞ്ഞുനോക്കി. വളരെ നന്നായെന്ന് അനിൽസാർ അഭിനന്ദിക്കുകയുണ്ടായി. എന്റെ സംഭാഷണവും മനസ്സിൽ തട്ടിയെന്ന് എല്ലാവരും പറഞ്ഞു. ഡബ്ബിംഗിനു വിദഗ്ദ്ധരായ രണ്ടു മൂന്നു ഡബ്ബിംഗ് ആർട്ടിസ്റ്റുകളെ ഏർപ്പാടാക്കിയെങ്കിലും അവർ എത്തിയിരുന്നില്ല. അതുകൊണ്ട് ഹിറ്റ്ലർ മാഷിന്റെയും തങ്കപ്പൻനായരുടെയും ശബ്ദം മാറ്റിയില്ല. പിന്നീടാണ് പശ്ചാത്തല സംഗീതവും പ്രകൃതിശബ്ദങ്ങളും ചേർത്തത്. പശ്ചാത്തല സംഗീതത്തിനുവേണ്ടി വന്ന ആർട്ടിസ്റ്റുകൾ ദൃശ്യങ്ങൾ നോക്കി രണ്ടോ മൂന്നോ റിഹേഴ്സൽ നടത്തിയശേഷം എത്ര കൃത്യമായാണ് വായിച്ചത്. കുറച്ചൊക്കെ സി.ഡി.കൾ വഴിയാണ് സംഗീതം ചേർത്തത്.

എഡിറ്ററുടെയും സംവിധായകന്റെയും സർഗ്ഗാത്മകമായ ആവിഷ്ക്കാരങ്ങളെ മനസ്സിലാക്കാൻ കഴിവുള്ള ആളായിരുന്നു ശബ്ദലേഖകൻ. ഇവർ മൂവരും അവരുടെ സഹായികളും നിർമ്മാതാവുമെല്ലാം സിനിമ കണ്ടതിനു ശേഷമാണ് ശബ്ദമിശ്രണം നടത്തിയത്. പല തലങ്ങളിൽ കിടക്കുന്ന ശബ്ദങ്ങളെ ഏകീകരിച്ച് ഒന്നാക്കുകയും എഡിറ്റിംഗിന്റെ രീതിയ്ക്കനുസരിച്ച് സംവിധായകന്റെ കാഴ്ചപ്പാടിൽ ഇവയെ ലയിപ്പിക്കുകയുമാണ് ശബ്ദമിശ്രണം കൊണ്ട് സാധിച്ചത്. കമ്പ്യൂട്ടറിന്റെ സഹായത്തോടെ ഇവയെല്ലാം ചെയ്യുന്നത് എത്ര നേരം വേണമെങ്കിലും നോക്കിയിരിക്കാം. ഈ ജോലികളെല്ലാം കണ്ടപ്പോൾ പ്രമോദ് പറഞ്ഞു:

“ഞാൻ സൗണ്ട് എഞ്ചിനീയറാകാനാണ് തീരുമാനിച്ചിട്ടുള്ളത്. ”

അവൻ ഇംഗ്ലണ്ടിലോ അമേരിക്കയിലോ പോയി ഉപരിപഠനം നടത്തിവരുമെന്ന് അവിടെ വച്ചു തന്നെ പ്രഖ്യാപിച്ചു.

‘ടൈറ്റാനിക്’, ‘ജുറാസിക് പാർക്ക്’ തുടങ്ങിയ ചിത്രങ്ങളിൽ സ്പെഷ്യൽ ഇഫക്ടുകൾ ശക്തമായി ആവിഷ്ക്കരിച്ചിട്ടുള്ളത് ഞങ്ങൾക്ക് ഒരിക്കൽ കൂടി കാണിച്ചുതന്നുകൊണ്ടാണ് ചില ഇഫക്ടുകൾ

ഞങ്ങളുടെ സിനിമയിൽ ചേർത്തത്. കാര്യമായൊന്നും ഞങ്ങൾക്ക് ചെയ്യാനുണ്ടായിരുന്നില്ല. എന്നാൽ സിനിമകളിലും സീരിയലുകളിലുമെല്ലാം ഇവ ധാരാളം ഉപയോഗിക്കുന്നുവെന്ന് അനിൽ സാർ ഉദാഹരണസഹിതം കാണിച്ചുതന്നു. പ്രകൃതിക്ഷോഭങ്ങൾ, യുദ്ധം, പ്രേതകഥകൾ, ശാസ്ത്രകഥകൾ, ചരിത്രാതീതകാലസംഭവങ്ങൾ എന്നിവയൊക്കെ കാണിക്കുമ്പോൾ സ്പെഷ്യൽ ഇഫക്ടുകൾ ഉപയോഗിക്കണം. എങ്കിൽ മാത്രമേ അവ പ്രേക്ഷകരുടെ മനസ്സിനെ സ്വാധീനിക്കുകയുള്ളു.

"ചില സ്പെഷ്യൽ ഇഫക്ടുകൾ ക്യാമറയിൽത്തന്നെയുണ്ടാക്കാം. ചിലത് ഫിലിം പ്രിന്റ് ചെയ്യുമ്പോഴാണ് ഉണ്ടാക്കുന്നത്. മറ്റു ചിലത് ഒപ്റ്റിക്കൽ ഹൗസിലും ഉണ്ടാക്കുന്നു." ശബ്ദലേഖകൻ ഞങ്ങൾക്ക് പറഞ്ഞുതന്നു.

സ്പെഷ്യൽ ഇഫക്ടുകൾ, ഒപ്റ്റിക്കൽ സ്പെഷ്യൽ ഇഫക്ടുകൾ, ആനിമേഷൻ ഫിലിമുകൾ എന്നിവയെക്കുറിച്ചും ചില ധാരണകളുണ്ടാക്കാൻ ഞങ്ങൾക്ക് കഴിഞ്ഞു.

"ആദ്യത്തെ വിഭാഗം സ്പെഷ്യൽ ഇഫക്ടുകളെ എന്താ പറയാന്നറിയോ?"

ഉത്തരം അദ്ദേഹം തന്നെ പറഞ്ഞു.

"പ്രാക്ടിക്കൽ ഇഫക്ടുകൾ എന്നു വിളിക്കും. കൃത്രിമ മഴ, കൊടുങ്കാറ്റ്, തീപിടുത്തം, പൊട്ടിത്തെറി എന്നിവയൊക്കെ ശക്തമായി അനുഭവപ്പെടണമെങ്കിൽ അതിനനുസരിച്ചുള്ള ശബ്ദസന്നിവേശവും വേണ്ടേ?"

ഞങ്ങൾ സമ്മതിച്ചു.

"ചില സംവിധായകർക്ക് സ്ലോമോഷൻ തുടങ്ങിയ ചില പെറ്റ് ഒപ്റ്റിക്കൽസ് ഉണ്ട്. ഫ്ളോറിഡയിലെ ഒരു പ്രൊഡ്യൂസർ ഇരുപതു മിനിറ്റ് ദൈർഘ്യമുള്ള ഒരു ഫിലിമിൽ 43 തവണയാണ് ഡിസ്സോൾവ് ഉപയോഗിച്ചിരിക്കുന്നത്."

പ്രോസസ്സിംഗ് ലാബിൽ വച്ച് വിലയേറിയ ഉപകരണങ്ങളുടെ സഹായത്താൽ ചെയ്യുന്ന ഒപ്റ്റിക്കൽ ഇഫക്ടുകളെക്കുറിച്ചും അദ്ദേഹം പറഞ്ഞുതന്നു.

"മൂന്നാമത്തെ തരം സ്പെഷ്യൽ ഇഫക്ടുകളാണ് ആനിമേഷൻ. തൽക്കാലം നമുക്കിവിടെ നിർത്താം അല്ലേ." അനിൽ സാർ പറഞ്ഞു.

ടൈറ്റിൽസിനു വേണ്ട കാർഡുകൾ ശരിയാക്കുവാൻ ഞങ്ങൾക്കൊപ്പം പ്രകാശൻ മാഷും വന്നു. ആദ്യം ഞങ്ങളുടെ സംരംഭത്തിനു സഹായിച്ചവർക്ക് നന്ദി പ്രകടിപ്പിച്ചുകൊണ്ട് ഒഴിവാക്കാനാവാത്ത ചില പേരുകൾ സ്പെഷ്യൽ താങ്ക്സ് എന്ന കാർഡിൽ എഴുതിവച്ചു.

പിന്നെ ജില്ലാ പഞ്ചായത്തിന്റെയും സഹനിർമ്മാതാക്കളുടെയും പേരെഴുതിയ കാർഡ്.

സഹസംവിധായകൻ, കലാസംവിധാനം, എഡിറ്റിംഗ് സഹായികൾ, ക്യാമറ സഹായികൾ, പശ്ചാത്തലസംഗീതം, ഇഫക്ടുകൾ എന്നിങ്ങനെ ടൈറ്റിൽ കാർഡുകളെഴുതി. സ്ക്രിപ്റ്റ് റൈറ്ററുടെ പേര് ഒരു കാർഡിൽ. അഭിനയിച്ചവരുടെ പേരും കഥാപാത്രങ്ങളും. ഒടുവിൽ സംവിധായകന്റെ പേരെഴുതിയ കാർഡും വച്ചു.

പിന്നെ ഞങ്ങളുടെ സിനിമാനിർമ്മാണവുമായി ബന്ധപ്പെട്ട പ്രൊഡക്ഷൻ ഡിപ്പാർട്ടുമെന്റിലേയും മറ്റു സഹായികളുടെയുമെല്ലാം പേരുകൾ റണ്ണിങ്ങായി മറ്റൊരു കാർഡിൽ. എല്ലാ കാർഡുകളും ഗ്രാഫിക്സ് ജോലി ചെയ്യുന്ന ഒരു വിദഗ്ദ്ധന്റെ കൈവശമേല്പിച്ചു. ഇവ ഏറ്റവും ഒടുവിൽ ചേർക്കണമെന്ന് തീരുമാനിച്ചു.

ചായയും ലഘുഭക്ഷണവുമെല്ലാം കഴിക്കുന്നതിനുവേണ്ടി തൊട്ടടുത്തുള്ള ഹോട്ടലിലേയ്ക്ക് ഞങ്ങളെ കൊണ്ടുപോയി. ഹെഡ്മിസ്ട്രസ്സും അദ്ധ്യാപകരും ഒപ്പമുണ്ടായിരുന്നു. അവിടെനിന്ന് ധൃതിയിൽ സ്റ്റുഡിയോവിലേയ്ക്ക് ഓടിക്കയറി. എല്ലാ ജോലികളും തീരുന്നു. ഞങ്ങൾക്കു തിരിച്ചുപോകാനുള്ള സമയമടുക്കുകയാണ്. ഡ്രൈവർ യോഹന്നാൻ ഇടയ്ക്കിടെ വാച്ചിൽ നോക്കി ഞങ്ങളിരിക്കുന്നിടത്തേയ്ക്ക് എത്തിനോക്കുന്നു.

ഞങ്ങൾക്ക് പുതിയൊരു ലോകത്തിന്റെ ജാലകക്കാഴ്ചകൾ സമ്മാനിച്ച സ്റ്റുഡിയോവിനോട് യാത്രപറയുമ്പോൾ ഞങ്ങളുണ്ടാക്കിയ സിനിമയുടെ വിവിധ ദൃശ്യങ്ങൾ മനസ്സിൽ നിറഞ്ഞൊഴുകുകയായിരുന്നു. സ്കൂളിലെത്തിയാൽ കൂട്ടുകാരോടു പറയാൻ ഒരുപാട് വിശേഷങ്ങൾ.

സിനിമ പ്രദർശനത്തിനുമുമ്പ് സർക്കാരിന്റെ അംഗീകാരം വേണമെന്ന് പ്രകാശൻമാഷ് ഓർമ്മിപ്പിച്ചു.

“സാറേ സിനിമയ്ക്ക് സെൻസർ ബോർഡിന്റെ അംഗീകാരം വേണമെന്ന് കേട്ടിട്ടുണ്ട്. അതിനെന്താ ചെയ്യേണ്ടത്?”

“ഫീച്ചർ ഫിലിമാണെങ്കിൽ അതിന്റെ ഫസ്റ്റ്പ്രിന്റും സ്ക്രിപ്റ്റും സെൻസർ ബോർഡിൽ സമർപ്പിക്കണം. സിനിമയുമായി ബന്ധപ്പെട്ട

മുഴുവൻ വിവരങ്ങളും അവർക്കു നൽകിയിരിക്കണം. ഒരു കമ്മിറ്റി അത് പരിശോധിച്ച് സിനിമയുടെ പ്രത്യേകതയ്ക്കനുസരിച്ചുള്ള സർട്ടിഫിക്കറ്റുകൾ നൽകും."

"സിനിമ തുടങ്ങുന്നതിനുമുമ്പ് സെൻസർബോർഡിന്റെ സർട്ടിഫിക്കറ്റാണ് ആദ്യം കാണിക്കുക. അതിൽ എത്ര റീലുണ്ട്, 'എ' സർട്ടിഫിക്കറ്റാണോ 'യു' ആണോ എന്നൊക്കെ ഞങ്ങൾ നോക്കാറുണ്ട്, സാർ." അരുൺദേവ് പറഞ്ഞു.

"നമ്മുടെ സിനിമ ഷോർട്ട് ഫിലിമല്ലേ സാർ. മാത്രമല്ല ഇത് തിയേറ്ററിലൊന്നും കളിക്കില്ലല്ലോ. ഇതിനു സർട്ടിഫിക്കറ്റ് വേണോ?"

"സർക്കാരിന്റെ അംഗീകാരം വേണം. പൊതുജനങ്ങൾക്കായി ആവിഷ്ക്കരിക്കുന്ന കലാരൂപങ്ങളായാലും പത്രങ്ങളായാലും പുസ്തകങ്ങളായാലും സർക്കാരിന്റെ അംഗീകാരം ആവശ്യമാണ്. എടോ... ഒരു നോട്ടീസ് അച്ചടിക്കണമെങ്കിലും ചില നിയമങ്ങൾ പാലിക്കേണ്ടതില്ലേ? അതുപോലെത്തന്നെയാണ് ഇതും."

"സർക്കാരിനോ രാഷ്ട്രത്തിനോ എതിരായി ഒന്നും ചെയ്യരുത്. ആവിഷ്ക്കാരസ്വാതന്ത്ര്യം ദുരുപയോഗം ചെയ്യാതിരിക്കാനാണ് ഈ നിയമങ്ങളൊക്കെയും" പ്രകാശൻ മാഷ് പറഞ്ഞു.

"അപ്പോൾ നമുക്ക് വേഗംതന്നെ പ്രദർശനം നടത്താം, അല്ലേ സാർ?'

ആദ്യപ്രദർശനത്തിന്റെ തീയതിയും സമയവും നിശ്ചയിച്ചു. ഒരുക്കങ്ങൾ ആവേശപൂർവ്വം നിർവ്വഹിക്കുമ്പോഴും ഞങ്ങളുടെ മനസ്സ് തുടികൊട്ടുകയായിരുന്നു.

ഞങ്ങളുടെ സിനിമയുടെ ആദ്യപ്രദർശനം അഥവാ പ്രിവ്യൂ. ക്ഷണിക്കപ്പെട്ട അതിഥികൾ അദ്ധ്യാപകർ, വിദ്യാർത്ഥികൾ, രക്ഷിതാക്കൾ അവർ ഹാളിനകത്തേയ്ക്ക് കടന്നുവരുന്നു. ഞങ്ങളുടെ ഹൃദയമിടിപ്പിന്റെ താളംകൊണ്ട് അവർക്ക് സ്വാഗതമരുളി. അകത്തേയ്ക്ക് കടന്നുപോകുന്നവരുടെ കണ്ണിൽ ഇപ്പോൾ ഞങ്ങളില്ല. എന്നാൽ അവർ തിരിച്ചുവരുമ്പോൾ ആ കണ്ണുകളിൽ അഭിനന്ദനമാണോ പരിഹാസമാണോ കാണാനാവുക? ഉദ്വേഗഭരിതമായ മനസ്സ്. ഞങ്ങൾ ശ്വാസമടക്കി കാത്തിരുന്നു.

നിശ്ശബ്ദത...

കനത്ത ഇരുട്ട്...

ഇരുട്ടിൽനിന്ന് സ്ക്രീനിൽ തെളിയുന്ന ചെറുപ്രകാശം...

ഫെയ്ഡ് ഇൻ... സിനിമ ആരംഭിക്കുന്നു.

ജില്ലാ പഞ്ചായത്തിന്റെ പേര്.

പശ്ചാത്തലസംഗീതത്തിൽ വിരിയുന്ന സിനിമാനിർമ്മാണ ക്യാമ്പിലെ പ്രതിഭകളുടെ താരോദയം.

തിരക്കഥ, സംവിധാനം...അങ്ങനെയങ്ങനെ സ്ക്രീനിൽ തെളിയുന്ന വാഗ്ദാനത്തിളക്കങ്ങൾ.

ഞങ്ങളെഴുതിയ അക്ഷരങ്ങൾ ദൃശ്യചാരുതയാർന്ന് വൈകാരിക ഭാവം പൂണ്ട് രക്തവും മാംസവും ഭാവരസങ്ങളും വാക്കും ചിന്തയും പ്രവൃത്തികളുമാർജ്ജിച്ച ദൃശ്യവിസ്മയമായി ഞങ്ങളുടെ കൺമുന്നിൽ.

ചവിട്ടുപടികൾ കയറി ആകാശം തൊട്ടുനിൽക്കുന്ന ഞങ്ങളുടെ കഥാനായകനിൽ അവസാനിക്കുന്ന അവസാനത്തെ ദൃശ്യം.

സംഗീതത്തിൽ കുതിർന്ന ഓടിക്കൊണ്ടിരിക്കുന്ന അക്ഷരരൂപങ്ങൾ.

ഫെയ്ഡ് ഔട്ട്.

നീണ്ട കൈയടി.

നിറഞ്ഞ കണ്ണുകളിൽ തെളിഞ്ഞ രൂപങ്ങൾ.

ആയിരത്തിലധികം വരുന്ന കുട്ടികളുടെയും അദ്ധ്യാപകരുടെയും ആഹ്ലാദപ്രതികരണങ്ങൾ.

ഞങ്ങൾക്കും ഒരു സിനിമയുണ്ടാക്കാൻ സാധിക്കും!

■